English-Amharic
Amharic-English

Word to Word®
Bilingual Dictionary

Compiled by:
C. Sesma, M.A.

Translated & Edited by:
Tsehay Amha
Dawit Habtamu
Brook Beyene

Bilingual Dictionaries, Inc.

Amharic Word to Word® Bilingual Dictionary
2nd Edition © Copyright 2013

Published in the United States by:

Bilingual Dictionaries, Inc.
PO Box 1154
Murrieta, CA 92564
T: (951) 296-2445 • F: (951) 296-9911
www.BilingualDictionaries.com

ISBN13: 978-0-933146-59-4
ISBN: 0-933146-59-0

Table of Contents

Preface

Bilingual Dictionaries, Inc. is committed to providing schools, libraries and educators with a great selection of bilingual materials for students. Along with bilingual dictionaries we also provide ESL materials, children's bilingual stories and children's bilingual picture dictionaries.

Sesma's Amharic Word to Word® Bilingual Dictionary was created specifically with students in mind to be used for reference and testing. This dictionary contains approximately 19,500 entries targeting common words used in the English language.

Word to Word®

Bilingual Dictionaries, Inc. is the publisher of the Word to Word® bilingual dictionary series with over 30 languages that are 100% Word to Word®. The Word to Word® series provides ELL students with standardized bilingual dictionaries approved for state testing. Students with different backgrounds can now use dictionaries from the same series that are specifically designed to create an equal resource that strictly adheres to the guidelines set by districts and states.

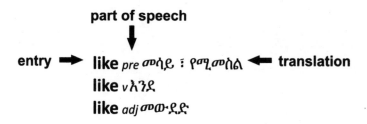

entry: our selection of English vocabulary includes common words found in school usage and everyday conversation.

part of speech: part of speech is necessary to ensure the translation is appropriate. Entries can be spelled the same but have different translations and meanings depending on the part of speech.

translation: our translation is Word to Word® meaning no definitions or explanations. Purely the most simple common accurate translation.

Word to Word®

Bilingual Dictionaries, Inc. is the publisher of the Word to Word® bilingual dictionary series with over 30 languages that are 100% Word to Word®. The Word to Word® series provides ELL students with standardized bilingual dictionaries approved for state testing. Students with different backgrounds can now use dictionaries from the same series that are specifically designed to create an equal resource that strictly adheres to the guidelines set by districts and state.

part of speech

entry ———— Blue : example : guy•ohña ←→ translation

like : X X

Blu : ejñem X X

entry: our selection of English vocabulary includes common words found in school usage and everyday conversation.

part of speech: part of speech is necessary to ensure the translation is appropriate. Entries can be spelled the same but have different translations and meanings depending on the part of speech.

translation: our translation is Word to Word® meaning no definitions or explanations. Purely the most simple common accurate translation.

List of Irregular Verbs

present - past - past participle

arise - arose - arisen
awake - awoke - awoken, awaked
be - was - been
bear - bore - borne
beat - beat - beaten
become - became - become
begin - began - begun
behold - beheld - beheld
bend - bent - bent
beseech - besought - besought
bet - bet - betted
bid - bade (bid) - bidden (bid)
bind - bound - bound
bite - bit - bitten
bleed - bled - bled
blow - blew - blown
break - broke - broken
breed - bred - bred
bring - brought - brought
build - built - built
burn - burnt - burnt *
burst - burst - burst
buy - bought - bought
cast - cast - cast
catch - caught - caught
choose - chose - chosen
cling - clung - clung
come - came - come
cost - cost - cost
creep - crept - crept
cut - cut - cut
deal - dealt - dealt

dig - dug - dug
do - did - done
draw - drew - drawn
dream - dreamt - dreamed
drink - drank - drunk
drive - drove - driven
dwell - dwelt - dwelt
eat - ate - eaten
fall - fell - fallen
feed - fed - fed
feel - felt - felt
fight - fought - fought
find - found - found
flee - fled - fled
fling - flung - flung
fly - flew - flown
forebear - forbore - forborne
forbid - forbade - forbidden
forecast - forecast - forecast
forget - forgot - forgotten
forgive - forgave - forgiven
forego - forewent - foregone
foresee - foresaw - foreseen
foretell - foretold - foretold
forget - forgot - forgotten
forsake - forsook - forsaken
freeze - froze - frozen
get - got - gotten
give - gave - given
go - went - gone
grind - ground - ground
grow - grew - grown
hang - hung * - hung *
have - had - had

hear - heard - heard	**ring** - rang - rung
hide - hid - hidden	**rise** - rose - risen
hit - hit - hit	**run** - ran - run
hold - held - held	**saw** - sawed - sawn
hurt - hurt - hurt	**say** - said - said
hit - hit - hit	**see** - saw - seen
hold - held - held	**seek** - sought - sought
keep - kept - kept	**sell** - sold - sold
kneel - knelt * - knelt *	**send** - sent - sent
know - knew - known	**set** - set - set
lay - laid - laid	**sew** - sewed - sewn
lead - led - led	**shake** - shook - shaken
lean - leant * - leant *	**shear** - sheared - shorn
leap - lept * - lept *	**shed** - shed - shed
learn - learnt * - learnt *	**shine** - shone - shone
leave - left - left	**shoot** - shot - shot
lend - lent - lent	**show** - showed - shown
let - let - let	**shrink** - shrank - shrunk
lie - lay - lain	**shut** - shut - shut
light - lit * - lit *	**sing** - sang - sung
lose - lost - lost	**sink** - sank - sunk
make - made - made	**sit** - sat - sat
mean - meant - meant	**slay** - slew - slain
meet - met - met	**sleep** - sleep - slept
mistake - mistook - mistaken	**slide** - slid - slid
must - had to - had to	**sling** - slung - slung
pay - paid - paid	**smell** - smelt * - smelt *
plead - pleaded - pled	**sow** - sowed - sown *
prove - proved - proven	**speak** - spoke - spoken
put - put - put	**speed** - sped * - sped *
quit - quit * - quit *	**spell** - spelt * - spelt *
read - read - read	**spend** - spent - spent
rid - rid - rid	**spill** - spilt * - spilt *
ride - rode - ridden	**spin** - spun - spun

spit - spat - spat
split - split - split
spread - spread - spread
spring - sprang - sprung
stand - stood - stood
steal - stole - stolen
stick - stuck - stuck
sting - stung - stung
stink - stank - stunk
stride - strode - stridden
strike - struck - struck (stricken)
strive - strove - striven
swear - swore - sworn
sweep - swept - swept
swell - swelled - swollen *
swim - swam - swum
take - took - taken
teach - taught - taught
tear - tore - torn

tell - told - told
think - thought - thought
throw - threw - thrown
thrust - thrust - thrust
tread - trod - trodden
wake - woke - woken
wear - wore - worn
weave - wove * - woven *
wed - wed * - wed *
weep - wept - wept
win - won - won
wind - wound - wound
wring - wrung - wrung
write - wrote - written

Those tenses with an * also have regular forms.

English-Amharic

Bilingual Dictionaries, Inc.

Abbreviations

a - article
n - noun
e - exclamation
pro - pronoun
adj - adjective
adv - adverb
v - verb
iv - irregular verb
pre - preposition
c - conjunction

A

a *a* ኤ
abandon *v* መጣል
abandonment *n* የመጣል ክስተት (ሁኔታ)
abbey *n* ገዳም
abbot *n* የመነኮሳት አለቃ
abbreviate *v* ማሳጠር
abbreviation *n* አጽሕሮተ ቃል
abdicate *v* መውረድ (ከስልጣን)
abdication *n* በፍቃድ መውረድ
abdomen *n* ሆድ
abduct *v* ማፈን
abduction *n* አፈና
aberration *n* ወልጋዳ
abhor *v* መጠየፍ
abide by *v* መመራት (በሕግ)
ability *n* ችሎታ
ablaze *adj* መንበግበግ
able *adj* ብቁ
abnormal *adj* ያልተለመደ
abnormality *n* አለመለመድ
aboard *adv* ውስጥ (መጓጓዣ)
abolish *v* ማስወገድ
abort *v* ማስወረድ ፣ ማቋረጥ
abortion *n* ውርጃ
abound *v* መትረፍረፍ
about *pre* ስለ
about *adv* ዙሪያ
above *pre* በላይ
abreast *adv* መደዳ
abridge *v* ማሳጠር
abroad *adv* ባሻገር
abrogate *v* መሻር
abruptly *adv* በድንገት
absence *n* አለመገኘት
absent *adj* ቀሪ
absolute *adj* ፍጹም
absolution *n* ፍታት
absolve *v* ማገንጻት
absorb *v* መምጠጥ
absorbent *adj* መጣጭ
abstain *v* መቆጠብ
abstinence *n* ገለልተኝነት
abstract *adj* ረቂቅ
absurd *adj* ትርጉም የለሽ
abundance *n* ትርፍርፍ
abundant *adj* የተትረፈረፈ
abuse *v* ማጎሳቆል
abuse *n* በደል
abusive *adj* ዘለፈኛ
abysmal *adj* እጅግ ታላቅ ፤ ወሰን የለሽ
abyss *n* ሲኦል
academic *adj* ምሁራዊ
academy *n* የትምሕርት ተቋም
accelerate *v* ማፋጠን
accelerator *n* ነዳጅ መስጫ
accent *n* የንግግር ዘየ ፣ ጭረት
accept *v* መቀበል
acceptable *adj* ተቀባይነት ያለው
acceptance *n* መቀበል
access *n* ፍቃድ ፣ መግቢያ

accessible *adj* በቀላሉ የሚገኝ
accident *n* አደጋ
accidental *adj* አደገኛ
acclaim *v* አደነቀ
acclimatize *v* ማላመድ
accommodate *v* ማስተናገድ ፣ መቻል
accompany *v* መጎዳኘት
accomplice *n* ግብረ-አበር
accomplish *v* ማከናወን
accomplishment *n* ክንውን
accord *n* ፍቃደኝነት
according to *pre* እንደ
accordion *n* አኮርድዮን
account *n* ሂሳብ ፣ መግለጫ
account for *v* መገመት
accountable *adj* ተጠያቂ
accountant *n* ሒሳብ ሰራተኛ
accumulate *v* ማካበት
accuracy *n* እቅጭነት
accurate *adj* ትክክል
accusation *n* ክስ
accuse *v* መክሰስ
accustom *v* መልመድ
ace *n* ድንቅ
ache *n* ስቃይ
achieve *v* ማሳካት
achievement *n* ስኬት
acid *n* ኮምጣጤ
acidity *n* ኩምጣጤ
acknowledge *v* መቀበል
acorn *n* የበለጥ ፍሬ
acoustic *adj* መስማትን አጋዥ
acquaint *v* ማስተዋወቅ
acquaintance *n* ትውውቅ
acquire *v* መውረስ ፣ መልመድ
acquisition *n* ግኝት
acquit *v* ሃላፊነትን ማውረድ
acquittal *n* ከወንጀል ነጻ መሆን
acre *n* ካሬ ሜትር
acrobat *n* አክሮባት
across *pre* ባሻገር
act *n* ተግባር ፣ ክስተት
act *v* ማድረግ
action *n* ተግባር
activate *v* መቀስቀስ
activation *n* ቅስቀሳ
active *adj* ቀልጣፋ
activity *n* እንቅስቃሴ
actor *n* ተዋናይ
actress *n* ተዋናይት
actual *adj* እርግጠኛ
actually *adv* በ ርግጥ
acute *adj* ሀይለኛ
adamant *adj* ግትር
adapt *v* መላመድ
adaptable *adj* የሚላመድ
adaptation *n* መላመድ
adapter *n* አዳፐተር (የሚቀይር)
add *v* መደመር
addicted *adj* ሱሰኛ
addiction *n* ሱስ
addictive *adj* ሱስ አስያዥ
addition *n* መደመር
additional *adj* ተጨማሪ

address *n* አድራሻ
address *v* አድራሻ መስጠት
addressee *n* የተላከለት ሰው
adequate *adj* በቂ
adhere *v* መከተል
adhesive *adj* የሚጣበቅ
adjacent *adj* ቀጥሎ
adjective *n* ቅጽል
adjoin *v* ማገጣጠም
adjoining *adj* ከጎን
adjourn *v* ማስተላለፍ
adjust *v* ማስተካከል
adjustable *adj* ሊስተካከል የሚችል
adjustment *n* ማስተካከያ
administer *v* ማስተዳደር
admirable *adj* ተደናቂ
admiral *n* አድሚራል
admiration *n* አድናቆት
admire *v* ማድነቅ
admirer *n* አድናቂ
admissible *adj* ተቀባይነት ያለው
admission *n* የመግቢያ ፈቃድ
admit *v* መቀበል
admittance *n* ጥፋትን መቀበል
admonish *v* በትህትና መገሰጽ/መምከር
admonition *n* ግሳጼ
adolescence *n* ጉርምስና
adolescent *n* ጎረምሳ
adopt *v* ማደጎ ፣ ማሳደግ
adoption *n* ማደጎ
adoptive *adj* አሳዳጊ
adorable *adj* ተወዳጅ
adoration *n* አድናቆት
adore *v* መውደድ
adorn *v* ማስጌጥ
adrift *adv* በመዋለል
adulation *n* ሙገሳ
adult *n* አዋቂ
adulterate *v* መደባለቅ
adultery *n* ዝሙት
advance *v* ማራመድ
advance *n* ቅድሚያ
advantage *n* ጥቅም
Advent *n* የምጽዓት
adventure *n* ጀብዱ
adverb *n* ተወሳከ ግስ
adversary *n* ተቃራኒ
adverse *adj* በተቃርኖ
adversity *n* ተቃርኖ
advertise *v* ማስታወቅ
advertising *n* ማስታወቂያ
advice *n* ምክር
advisable *adj* የሚሻል
advise *v* መምከር
adviser *n* አማካሪ
advocate *v* ለ---መከራከር
aesthetic *adj* የውበት ፡ አድናቆት
afar *adv* በሩቅ
affable *adj* ተግባቢ
affair *n* ጉዳይ ፤ አመንዝራ
affect *v* ተጽዕኖ ማድረግ
affection *n* ፍቅር
affectionate *adj* አፍቃሪ
affiliate *v* መጣመር

affiliation *n* ተባባሪ
affinity *n* የጠበቀ መመሳሰል
affirm *v* ማረጋገጥ
affirmative *adj* አወንታዊ
affix *v* ማጣበቅ
afflict *v* መሰቃየት
affliction *n* ስቃይ
affluence *n* ብልጽግና
affluent *adj* ባለጸጋ
afford *v* አቅም መኖር
affordable *adj* የሚቻል
affront *v* መዝለፍ
affront *n* ዘለፋ
afloat *adv* ተንሳፋፊ ፤ ከ ዕዳ ነጻ
afraid *adj* መፍራት
afresh *adv* እንደ-አዲስ
after *pre* በኋላ
afternoon *n* ከሰዓት በኋላ
afterwards *adv* በሁዋላ
again *adv* እንደገና
against *pre* በተቃራኒ
age *n* ዕድሜ
agency *n* ወኪል
agenda *n* የመወያያ ነጥብ
agent *n* ወኪል
agglomerate *v* ማከማቸት
aggravate *v* ማባባስ
aggravation *n* ማባባስ
aggregate *v* አጠቃላይ ድምር
aggression *n* ጥል/ወረራ ማነሳሳት/ መፈጸም
aggressive *adj* ጸብ አጫሪ
aggressor *n* ተንኳሽ
aghast *adj* በፍራቻ መዋጥ
agile *adj* ንቁ
agitator *n* ቀስቃሽ
agnostic *n* አላማኒ
agonize *v* መሰቃየት
agonizing *adj* አሰቃይ
agony *n* ስቃይ
agree *v* መስስማማት
agreeable *adj* ተስማሚ
agreement *n* ስምምነት
agricultural *adj* የግብርና
agriculture *n* ግብርና
ahead *pre* በቅድሚያ
aid *n* ርዳታ
aid *v* መርዳት
aide *n* ረዳት
ailing *adj* ታማሚ
ailment *n* ህመም
aim *v* ዓላማ
aimless *adj* ዓላማ ቢስ
air *n* ዓየር
air *v* መግለጽ
aircraft *n* አውሮፕላን
airfare *n* የትኬት ዋጋ
airfield *n* አውሮፕላን ማረፊያ
airline *n* አየር መንገድ
airliner *n* አየር መንገድ
airmail *n* ኤርሜል
airplane *n* አውሮፕላን
airport *n* ኤርፖርት
airspace *n* የአየር ክልል

airstrip *n* ማኮብኮቢያ
airtight *adj* በጥብቅ የተዘጋ
aisle *n* መተላለፊያ
ajar *adj* ከፊት ያለ
akin *adj* ተመሳሳይ
alarm *n* አደጋ ጠቋሚ መሳሪያ
alarm clock *n* መቀስቀሻ ሰአት
alarming *adj* አሳሳቢ
alcoholic *adj* መጠጥ ሱሰኛ
alcoholism *n* ጠጪነት
alert *n* ማስጠንቀቂያ
alert *v* ማስጠንቀቅ
alert *adj* ንቁ
algebra *n* አልጀብራ
alien *n* ባይተዋር
alight *adv* በእሳት የተለኮሰ ፣ የበራ
align *v* ማስተካከል
alignment *n* መደርደር
alike *adj* መመሳሰል
alive *adj* በሕይወት መኖር
all *adj* ሁሉም
allegation *n* ክስ
allege *v* መከከሰስ
allegedly *adv* እንደተባለው
allegiance *n* ወገናዊነት
allegory *n* ውስጠ ወይራ
allergic *adj* የማይስማማ
allergy *n* አለርጂ (ምግብ/አየር ወዘተ አለመስማማት)
alleviate *v* ማስታገስ
alley *n* መተላለፊያ
alliance *n* አንድነት
allied *adj* ተባብሮ
alligator *n* አዞ
allocate *v* መመደብ
allot *v* መመደብ
allotment *n* መደብ
allow *v* መፍቀድ
allowance *n* አበል
alloy *n* ድብልቅ
allure *n* ማራኪነት
alluring *adj* ማራኪ
allusion *n* ሾርኒ
ally *n* ተባባሪ
ally *v* መተባበር
almanac *n* ቀን መቁጠሪያ
almighty *adj* ሃያል
almond *n* ኮክ መሰል ፍሬ
almost *adv* በተቀራራቢ
alms *n* ምጽዋት
alone *adj* ለብቻ
along *pre* ተከትሎ
alongside *pre* ጎን ለጎን
aloof *adj* ገለልተኛ
aloud *adv* ጮክ ብሎ
alphabet *n* ፊደል
already *adv* ቀደም ብሎ
alright *adv* ደሕና
also *adv* በተጨማሪ
altar *n* መሰዊያ
alter *v* መቀየር
alteration *n* ቅያሪ
altercation *n* ጭቅጭቅ
alternate *v* መቀያየር

alternate *adj* ማቀያየር
alternative *n* አማራጭ
although *c* ቢሆን እንኳን
altitude *n* ከፍታ
altogether *adj* ባጠቃላይ
aluminum *n* አሉሚኒየም
always *adv* ሁል ግዜ
amass *v* ማከካበት
amateur *adj* ያልሰለጠነ
amaze *v* ማስገረም
amazement *n* መገረም
amazing *adj* አስገራሚ
ambassador *n* አምባሳደር
ambiguous *adj* ግልጥ ያልሆነ
ambition *n* ምኞት
ambitious *adj* ጉጉ
ambivalent *adj* የተደባለቀ ስሜት
ambulance *n* አምቡላንስ
ambush *v* ማሸመቅ
amenable *adj* ታዛዥ
amend *v* ማስተካከል
amendment *n* ማስተካከያ
amenities *n* የመወደድ/ዓይን የመሳብ ችሎታ
American *adj* አሜሪካዊ
amiable *adj* ተወዳጅ
amicable *adj* ተወዳጅ ፤ ተቀባይነት ያለው
amid *pre* በመካከሉ
ammonia *n* አመሞንያ
ammunition *n* የጦር ትጥቅ
amnesia *n* የዝንጋታ በሽታ
amnesty *n* የምህረት ደንብ
among *pre* ከመካከል
amoral *adj* ምግባር የለሽ
amorphous *adj* ቅርጽ የለሽ
amortize *v* እዳን መከፈል
amount *n* መጠን
amount to *v* ድምር መጠን
amphibious *adj* በየብስም በባህርም መኖር/መንቀሳቀስ የሚችል
amphitheater *n* ጣሪያየለሽ ቲያትር
ample *adj* በቂ
amplifier *n* የድምጽ ማጉሊያ
amplify *v* ማጋነን ፤ ማጉላት
amputate *v* አካልን መቁረጥ
amputation *n* አካል መቁረጥ
amuse *v* ማሳቅ ፤ ማገረም
amusement *n* መገረም
amusing *adj* አስገራሚ
an *a* ነጠላ ፤ አንድ
analogy *n* ማነጻጸር
analysis *n* ትንታኔ
analyze *v* ማውጠንጠን
anarchist *n* በሕግ የማያምን
anarchy *n* ሥርዓት አልባነት
anatomy *n* የአካል መዋቅር ጥናት
ancestor *n* ቅድመ ትውልድ
ancestry *n* የትውልድ ሐረግ
anchor *n* መልሕቅ
anchovy *n* ጨዋማ ዓሣ
ancient *adj* ጥንታዊ
and *c* እና
anecdote *n* አጭር ታሪክ

anemia *n* የደም ማነስ
anemic *adj* ደም ያነሰው
anesthesia *n* ማደንዘዣ
anew *adv* መድገም
angel *n* መልአክ
angelic *adj* መልአካዊ
anger *v* መቆጣት
anger *n* ቁጣ
angina *n* የልብ ህመም
angle *v* ወደ አንዱ ጥግ ማዞር/መምታት
angle *n* ማእዘን
angry *adj* ቁጡ
anguish *n* ጭንቀት
animal *n* እንስሳ
animate *v* ማንቀሳቀስ
animation *n* እንቅስቃሴ
animosity *n* ተቃውሞ
ankle *n* ቁርጭምጭሚት
annex *n* ቅጥያ
annexation *n* የተቀጠለ
annihilate *v* መደምሰስ
annihilation *n* ድምሳሴ
anniversary *n* ክብረ በዓል
annotate *v* ማብራራት
annotation *n* ማብራሪያ
announce *v* መግለጽ
announcement *n* መግለጫ
announcer *n* አዋጅ ነጋሪ
annoy *v* ማናደድ
annoying *adj* ማፌዝ
annual *adj* ዓመታዊ
annul *v* በይፋ መሻር
annulment *n* ሽረት
anoint *v* መቀባት
anonymity *n* የተደበቀ
anonymous *adj* ድብቅ
another *adj* ሌላ
answer *v* መመለስ
answer *n* መልስ
ant *n* ጉንዳን
antagonize *v* መቃረን
antecedent *n* ቀዳሚ ክስተት
antecedents *n* ቅድመ አያት
antelope *n* ኢጋዘን
antenna *n* አንቴና
anthem *n* የኅብረት መዝሙር
antibiotic *n* ጸረባክቴሪያ
anticipate *v* መጠበቅ
anticipation *n* ተስፋ
antidote *n* ማርከሻ
antipathy *n* ጥላቻ ፣ ተቃውሞ
antiquated *adj* ያለፈበት
antiquity *n* የጥንት ዘመን
anvil *n* መቀጥቀጫ
anxiety *n* ስጋት
anxious *adj* ስጉ
any *adj* ማንኛውም
anybody *pro* ማንኛውም ሰው
anyhow *pro* ለማንኛውም
anyone *pro* ማንኛውም ሰው
anything *pro* ማንኛውም ነገር
apart *adv* የተራራቀ
apartment *n* ፎቅ ቤት
apathy *n* ግዴለሽነት

ape *n* ጦጣ
aperitif *n* መጠጥ
apex *n* አናት
aphrodisiac *adj* ወሲብ ቀስቃሽ
apiece *adv* ዝርዝር መፀን
apocalypse *n* ራዕይ
apologize *v* ይቅርታ መጠየቅ
apology *n* ይቅርታ
apostle *n* ሐዋርያ
apostolic *adj* ሐዋርያዊ
apostrophe *n* አፖስትሮፍ
appall *v* ማስጠየፍ
appalling *adj* አስጠያፊ
apparel *n* የሚሸጥ ልብስ
apparent *adj* ግልጽ
apparently *adv* በግልጽ
apparition *n* ጣረሞት
appeal *n* ይግባኝ ፤ ማራኪ
appeal *v* ይግባኝ
appealing *adj* ማራኪ
appear *v* መከሰት
appearance *n* ክስተት
appease *v* ማግባባት
appeasement *n* የማግባባት ሂደት
appendicitis *n* ትርፍ አንጀት
appendix *n* ቅጥያ
appetite *n* ፍላጎት
appetizer *n* ፍላጎት ቀስቃሽ
applaud *v* ማጨብጨብ
applause *n* ጭብጨባ
apple *n* ፖም
appliance *n* የቤት ውስጥ መሣሪያ
applicable *adj* የሚተገበር
applicant *n* አመልካች
application *n* ማመልከቻ
apply *v* ተግባራዊ ማድረግ
apply for *v* ማመልከት
appoint *v* መሾም
appointment *n* ሹመት
appraisal *n* ግምት
appraise *v* መመዘን
appreciate *v* ማድነቅ
appreciation *n* ማድነቅ
apprehend *v* መረዳት ፤ አሳዶ መያዝ
apprehensive *adj* ስጉ
apprentice *n* የሥራ ልምምድ
approach *v* መቅረብ
approach *n* አቀራረብ
approachable *adj* የሚቀርብ
approbation *n* ስምምነት
appropriate *adj* ተገቢ
approval *n* ማረጋገጫ
approve *v* ማጽደቅ
approximate *adj* አቅራቢያ
apricot *n* ብርቱካናማ
April *n* ሚያዝያ
apron *n* ሽርጥ
aptitude *n* ክህሎት
aquarium *n* የዓሣ ማኖሪያ
aquatic *adj* የውሃ
aqueduct *n* ቦይ ፤ ቱቦ
Arabic *adj* አረብኛ
arable *adj* ለም መሬት
arbiter *n* ዳኛ

arbitrary *adj* በዘፈቀደ
arbitrate *v* በይፋ ማስታረቅ
arbitration *n* ዕርቅ
arc *n* ቅስት
arch *n* ቅስት ድጋፍ
archaeology *n* አርኪዎሎጂ (ጥንታዊ የሰው ዘር ጥናት)
archaic *adj* ያረጀ
archbishop *n* ሊቀ ጳጳስ
architect *n* አርክቴክት
architecture *n* አርክቴክቸር
archive *n* መዝገብ
arctic *adj* አርክቲክ
ardent *adj* ጥብቅ
ardor *n* ጥልቅ ፍቅር
arduous *adj* ብርቱ
area *n* ቦታ
arena *n* የትርዒት ቦታ
argue *v* መሟገት
argument *n* ሙግት
arid *adj* ደረቅ
arise *iv* መነሣት
aristocracy *n* መኳንንት
aristocrat *n* የመኳንንት ወገን
arithmetic *n* የቁጥር ሒሳብ
ark *n* ታቦት
arm *n* ክንድ
arm *v* ማስታጠቅ
armaments *n* መሣሪያ ትጥቅ
armchair *n* ባለመደገፊያ ወንበር
armed *adj* የታጠቀ
armistice *n* ጊዜያዊ ዕርቅ ፣ ተኩስ አቁም
armor *n* የብረት ጥሩር
armpit *n* ብብት
army *n* የጦር ኃይል
aromatic *adj* ያማረ መዓዛ
around *pro* አካባቢ
arouse *v* መነሣት
arrange *v* ማሰናዳት
arrangement *n* ዝግጅት
array *n* ሰልፍ ፣ ክምችት
arrest *v* ማሰር
arrest *n* እስር
arrival *n* መድረስ
arrive *v* መድረስ
arrogance *n* ትዕቢት
arrogant *adj* ዕብሪተኛ
arrow *n* ቀስት
arsenal *n* የጦር መሳሪያ
arsenic *n* አደገኛ ማዕድን
arson *n* የማቃጠል ወንጀል
arsonist *n* ወንጀለኛ
art *n* ጥበብ
artery *n* ደም ቅዳ
arthritis *n* ቁርጥማት
artichoke *n* ተክል
article *n* አንቀጽ ፣ የጥናት ጽሑፍ
articulate *v* ሀሳብን መግለጽ
articulation *n* ንግግር
artificial *adj* ሰው ሰራሽ
artillery *n* ከባድ መሣሪያ
artisan *n* ጠቢብ
artist *n* አርቲስት
artistic *adj* ጥበባዊ

artwork *n* የጥበብ ሥራ
as *c* እንደ
as *adv* ከ
ascend *v* ማረግ
ascendancy *n* የመግዛት ኃል
ascertain *v* ማረጋገጥ
ascetic *adj* ብሕትውና
ash *n* አመድ
ashamed *adj* ዕፍረት
ashore *adv* ዳርቻ
ashtray *n* የሲጋራ መተርኮሻ
aside *adv* በጎን
aside from *adv* ከ.. በስተጎን
ask *v* መጠየቅ
asleep *adj* መተኛት
asparagus *n* ተክል
aspect *n* ሁኔታ
asphalt *n* አስፋልት
asphyxiate *v* አፍኖ መግደል
asphyxiation *n* ገዳይ
aspiration *n* ምኞት
aspire *v* መመኘት
aspirin *n* አስፔሪን
assail *v* ማጥቃት
assailant *n* ደብዳቢ
assassin *n* ገዳይ
assassinate *v* መግደል
assassination *n* ግድያ
assault *n* ድብደባ
assault *v* መደብደብ
assemble *v* መገጣጠም
assembly *n* ስብሰባ
assent *v* ማረግ
assert *v* ማረጋገጥ
assertion *n* ማረጋገጫ
assess *v* መፈለግ
assessment *n* ፍልጋ
asset *n* ኃብት
assets *n* ኃብቶች
assign *v* መመደብ
assignment *n* የሥራ ድርሻ
assimilate *v* ማዋሃድ
assimilation *n* ተዋህዶ
assist *v* ማገዝ
assistance *n* ረዳት
associate *v* ማገናኘት
association *n* ማኅበር
assorted *adj* ቅይጥ
assortment *n* ድብልቅ
assume *v* መገመት
assumption *n* ግምት
assurance *n* ዋስትና
assure *v* ማረጋገጥ
asterisk *n* ምልክት
asteroid *n* የሕዋ አካላት
asthma *n* አስም
asthmatic *adj* የአስም በሽተኛ
astonish *v* ማድነቅ
astonishing *adj* አስደናቂ
astound *v* ማስገረም
astounding *adj* አስገራሚ
astray *v* መጥፋት
astrologer *n* ኮከብ ቆጣሪ
astrology *n* ኮከብ ቆጠራ

astronaut n ጠፈርተኛ

astronomer n አስትሮኖሚ (የህዋው/ ጠፈር አካላትን) የሚያጠና

astronomic adj ሥነ ፈለካዊ

astronomy n ሥነ ፈለክ

astute adj ፈጣን

asunder adv የተለያየ

asylum n ጥገኝነት

at pre በ

atheism n ሃይማኖት አልባነት

atheist n አላማኒ

athlete n አትሌት

athletic adj ጠንካራ

atmosphere n ከባቢ አየር

atmospheric adj የከባቢ አየር

atom n አተም

atomic adj አቶማዊ

atone v ጸጸትን ማሳየት

atonement n ይቅር መባል

atrocious adj ዘግናኝ

atrocity n ጭካኔ

atrophy v መመንመን

attach v ማያያዝ

attached adj የተያያዘ

attachment n አባሪ

attack n ጥቃት

attack v ማጥቃት

attacker n አጥቂ

attain v መብቃት

attainable adj ተደራሽ

attainment n ማግኘት

attempt v መሞከር

attempt n ሙከራ

attend v መሰሳተፍ

attendance n ተሳትፎ

attendant n ጠባቂ

attention n አትኩሮት

attentive adj ትኩረት የሚሰጥ

attenuate v ማዳከም

attenuating adj አደዳካሚ

attest v ማረጋገጥ

attic n ቆጥ

attitude n ዝንባሌ

attorney n ጠበቃ

attract v መሳብ

attraction n መስህብ

attractive adj የሚስብ

attribute v መገለጫ

auction n ጨረታ

auction v ማጫረት

auctioneer n አጫራች

audacious adj ደፋር

audacity n ድፍረት

audible adj የሚሰማ

audience n አድማጭ

audit v ቁጥጥር

auditorium n አዳራሽ

augment v መጠንን ማሳደግ

August n ነሐሴ

aunt n አክስት

auspicious adj በጎ ራዕይ

austere adj ያለልተንዛዛ

austerity n ድሎት አልባ

authentic adj እውነተኛ

authenticate *v* ማረጋገጥ
authenticity *n* ዕውነተኛነት
author *n* ደራሲ
authoritarian *adj* አምባገነን
authority *n* ባለ ሥልጣን
authorization *n* ፍቃድ
authorize *v* መፍቀድ
auto *n* ሞተር
autograph *n* ፊርማ
automatic *adj* አውቶማቲክ
automobile *n* መኪና
autonomous *adj* ራስአገዛዊ
autonomy *n* ራስአገዛዝ
autopsy *n* የአስከሬን ምርመራ
autumn *n* መጸው
auxiliary *adj* ረዳት
avail *v* ጥቅም ላይ ማዋል
availability *n* የተገኘ
available *adj* የሚገኝ
avalanche *n* የበረዶ ናዳ
avarice *n* መስገብገብ
avaricious *adj* ስግብገብነት
avenge *v* መበቀል
avenue *n* ጎዳና
average *n* አማካይ
averse *adj* መጥላት
aversion *n* ጥላቻ
avert *v* ማዳን
aviation *n* የበረራ እንቅስቃሴ
aviator *n* አውሮፕላን አብራሪ
avid *adj* ጉጉት
avoid *v* ማስወገድ
avoidable *adj* ተወጋጅ
avoidance *n* ማስወገድ
avowed *adj* ይፋዊ መግለጫ
await *v* መጠበቅ
awake *iv* መነንቃት
awake *adj* ቅስቀሳ
awakening *n* ንቃት
award *v* መሸለም
award *n* ሽልማት
aware *adj* የሚገነዘብ
awareness *n* ግንዛቤ
away *adv* ወዲያ
awe *n* አድናቆት
awesome *adj* አስደማሚ
awful *adj* አስቀያሚ
awkward *adj* አዳጋች
awning *n* መከለያ
ax *n* መጥረቢያ
axiom *n* መመሪያ
axis *n* ዛቢያ
axle *n* ተሽጋሪ ዘንግ

bang
B

B

babble *v* መንተባተብ
baby *n* ሕጻን
babysitter *n* ሞግዚት
bachelor *n* ያላገባ
back *n* ጀርባ
back *adv* ከጀርባ
back *v* መመለስ
back down *v* ሃሳብ መቀየር
back up *v* መደገፍ
backbone *n* የጀርባ አጥንት
backdoor *n* በጓሮ በር
backfire *v* የስህተት ውጤት
background *n* ታሪክ
backing *n* ድጋፍ
backlash *n* የተገላቢጦሽ ውጤት
backlog *n* ያለልተሰራ ክምችት
backpack *n* የሚታዘል ሻንጣ
backup *n* ኮፒ
backward *adj* ኋላ ቀር
backwards *adv* ወደ ኋላ
backyard *n* ጓሮ
bacon *n* ያሳማ ስጋ
bacteria *n* ባክቴርያ
bad *adj* መጥፎ
badge *n* ባጅ
badly *adv* በመጥፎ ሁኔታ
baffle *v* ግራ ማጋባት
bag *v* በቦርሳ ማሸግ/ማስቀመጥ
bag *n* ቦርሳ
baggage *n* ጓዝ
baggy *adj* ሰፊ
baguette *n* ረዥም ዳቦ
bail *n* ዋስትና
bail out *v* ዋስ መሆን
bailiff *n* ፍርድ አስፈጻሚ
bait *n* መሳቢያ
bake *v* መጋገር
baker *n* ጋጋሪ
bakery *n* ዳቦ ቤት
balance *v* ማመጣጠን
balance *n* የሐይል ሚዛን
balcony *n* በረንዳ
bald *adj* መላጣ
bale *n* ክምር
ball *n* ኳስ
balloon *n* ፊኛ
ballot *n* ድምጽ መስጫ
ballroom *n* የዳንስ አዳራሽ
balm *n* ቅባት
balmy *adj* ቅባታም
bamboo *n* ሸምበቆ
ban *n* ዕገዳ
ban *v* ማገድ
banality *n* ቺኮነት
banana *n* ሙዝ
band *n* ባንድ ፤ መደብ
bandage *n* ፋሻ
bandage *v* በፋሻ መጠገን
bandit *n* ወንበዴ
bang *v* ጠንካራ ምት መምታት
bang *n* ድንገተኛ ከፍተኛ ድምጽ

B

banish *v* ድምጥማጥ ማጥፋት
banishment *n* ማባረር
bank *n* ባንክ
bankrupt *v* መክሰር
bankrupt *adj* የከሰረ ሰው
bankruptcy *n* ኪሳራ
banner *n* ማስታወቂያ
banquet *n* ድግስ
baptism *n* ጥምቀት
baptize *v* ማጥመቅ
bar *n* ቡና ቤት
bar *v* ማገድ
barbarian *n* ሰው በላ
barbaric *adj* ሰው በላ
barbarism *n* ሰው በላተኝነት
barbecue *n* ባርቤኪው
barber *n* ጸጉር ቆራጭ
bare *adj* ራቁት
barefoot *adj* ባዶ እግር
barely *adv* ያለመኖር ያህል
bargain *n* መከራከር
bargain *v* ክርክር የዋጋ
bargaining *n* መከራከር
barge *n* ታንኳ
bark *v* ማቧረቅ
bark *n* ቡርቂያ
barley *n* ገብስ
barmaid *n* መጠጥ ቀጂ ሴት
barman *n* መጠጥ ቀጂ ወንድ
barn *n* ጋጣ
barometer *n* ባሮ ሜትር
barracks *n* የወታደሮች ካምፕ
barrage *n* ናዳ
barrel *n* ባሬላ
barren *adj* መሃን
barricade *n* ዙሪያ ከበባ
barrier *n* ግድብ
barring *pre* እገዳ
bartender *n* መጠጥ ቀጂ ወንድ
barter *v* እቃን በ እቃ መግዛት
base *n* መሰረት
base *v* መመስረት
baseball *n* ኳስ ጨዋታ
baseless *adj* መሰረት የለሽ
basement *n* ምድር ቤት
bashful *adj* አይናፋር
basic *adj* መሰረታዊ
basics *n* መሰረታዊ ነገሮች
basin *n* ፊት መታጠቢያ
basis *n* መሰረት
bask *v* ሜዳ ላይ ዘፍኖ መለመን
basket *n* ቅርጫት
basketball *n* የቅርጫት ኳስ
bass *n* ወፍራም ድምጽ (ሙዚቃ) ፤ የዓሣ ዘር
bastard *n* ዲቃላ
bat *n* የሌሊት ወፍ
batch *n* ግሩፕ
bath *n* ባኞ
bathe *v* ገላን መታጠብ
bathrobe *n* የባኞ ልብስ
bathroom *n* መታጠቢያ ቤት
bathtub *n* መታጠቢያ ገንዳ
baton *n* ዱላ
battalion *n* ባታሊዮን

batter *v* በዱቄት የተለወሰ
battery *n* ባትሪ
battle *n* ውጊያ
battle *v* መዋጋት
battleship *n* የውጊያ መርከብ
bay *n* ሰላጤ
bayonet *n* ሳንጃ
bazaar *n* ገበያ
be *iv* መሆን
be born *v* መወለድ
beach *n* ባህር ዳር
beacon *n* አርአያ
beak *n* ምንቃር
beam *n* ብርሃን
bean *n* ባቄላ
bear *iv* ልብ ማለት ፤ መታገስ
bear *n* ድብ
bearable *adj* የሚቻል
beard *n* ጢም
bearded *adj* ጢማም
bearer *n* አቅራቢ
beast *n* አውሬ
beat *iv* መመምታት
beat *n* የሙዚቃ ምት
beaten *adj* የተመታ
beating *n* ድብደባ
beautiful *adj* ቆንጆ
beautify *v* ማሳመር
beauty *n* ወውበት
beaver *n* አውሬ
because *c* ምክንያቱም
because of *pre* በዚህ ምክንያት
beckon *v* በጥቅሻ መጥራት
become *iv* መሆን
bed *n* አልጋ
bedding *n* የ አልጋ ልባሶች
bedroom *n* መኝታ ቤት
bedspread *n* የ አልጋ ልብስ
bee *n* ንብ
beef *n* የበሬ ስጋ
beef up *v* ማስባት
beehive *n* የንብ ቀፎ
beer *n* ቢራ
beet *n* ቀይ ስር
beetle *n* ጢንዚዛ
before *adv* የፊተኛ
before *pre* በፊት
beforehand *adv* ከዛ በፊት
befriend *v* መወዳጀት
beg *v* መለመን
beggar *n* ለማኝ
begin *iv* መጀመር
beginner *n* ጀማሪ
beginning *n* መጀመሪያ
beguile *v* ማታለል
behalf (on) *adv* በመወከል
behave *v* ጠባይ ማሳየት
behavior *n* ባህርይ
behead *v* አንገት መቅላት
behind *pre* በሁዋላ
behold *iv* ከልብ መመልከት
being *n* መሆን
belated *adj* የዘገየ
belch *v* ማግሳት

belch *n* ግሳት
belfry *n* ደወል መስቀያ
Belgian *adj* ቤልጅጋዊ
Belgium *n* ቤልጅግ ፤ ቤልጅየም
belief *n* እምነት
believable *adj* አሳማኝ
believe *v* ማመን
believer *n* አማኝ
belittle *v* ዝቅ ማረግ
bell *n* ቃጭል
bell pepper *n* የቁንዶ በርበሬ ዓይነት
belligerent *adj* ነትራካ
belly *n* ሆድ
belly button *n* እንብርት
belong *v* አባልነት
belongings *n* ንብለቶች
beloved *adj* ተወዳጅ
below *adv* ከታች
below *pre* ከበታች
belt *n* ቀበቶ
bench *n* አግዳሚ ወንበር
bend *iv* ማጉበጥ
bend down *v* ማጎንበስ
beneath *pre* ከስር
benediction *n* ቡራኬ
benefactor *n* ጠቃሚ
beneficial *adj* ጠቃሚ
beneficiary *n* ተጠቃሚ
benefit *n* ጥቅም
benefit *v* መጥቀም
benevolence *n* ቸርነት
benevolent *adj* ቸር
benign *adj* የማይጎዳ
bequeath *v* ማውረስ
bereaved *adj* ሃዘንተኛ
bereavement *n* ሃዘን
beret *n* ቆብ
berserk *adv* ቀውስ
berth *n* ቆጥ
beseech *iv* ልመና
beset *iv* ደጋግሞ ማጥቃት
beside *pre* ከጎን
besides *pre* በተጨማሪ
besiege *iv* አሸምቆ ማጥቃት
best *adj* የበለጠ
best man *n* ሚዜ
bestial *adj* እንስሳነት
bestiality *n* እንስሳነት
bestow *v* መስጠት
bet *iv* መወራረድ
bet *n* ወውርርድ
betray *v* መክዳት
betrayal *n* ክህደት
better *adj* የተሻለ
between *pre* መሃከል
beverage *n* መጠጥ
beware *v* መጠንቀቅ
bewilder *v* ግራ ማጋባት
bewitch *v* ማፍዘዝ
beyond *adv* ባሻገር
bias *n* ወገናዊነት
bible *n* መጽሐፍ ቅዱስ
biblical *adj* የመጽሐፍ ቅዱስ ፤ መጽሐፍ ቅዱሳዊ

bibliography *n* ሕይወት ታሪክ
bicycle *n* ብስክሌት
bid *n* ጨረታ
bid *iv* መጫረት
big *adj* ትልቅ
bigamy *n* ሁለት ትዳር
bigot *adj* ዘረኛ
bigotry *n* ዘረኝነት
bike *n* ብስክሌት
bile *n* ሐሞት
bilingual *adj* ሁለት ቋንቋ ተናጋሪ
bill *n* ደረሰኝ ፣ ረቂቅ
bill *v* ማስከፈል
billiards *n* ቢሊያርዶ
billion *n* ቢሊዮን
billionaire *n* ቢሊዮኔር
bimonthly *adj* በወር ሁለት ጊዜ
bin *n* ቆሻሻ መጣያ
bind *iv* ጠረዘ ፣ አሰረ
binding *adj* ጽኑ ፣ አስገዳጅ
binoculars *n* አቅራቢ መነፅር
biography *n* የሕይወት ታሪክ
biological *adj* ሥነ-ሕይወታዊ
biology *n* ሥነ ሕይወት
bird *n* ወፍ
birth *n* ልደት ፣ ትውልድ
birthday *n* ትውልድ ቀን
biscuit *n* ብስኩት
bishop *n* ጳጳስ
bit *n* ትንሽ
bite *n* ንክሻ ፣ ጉርሻ
bite *iv* መንከስ
bitter *adj* መራራ ፣ ክፉ
bitterly *adv* ተማርሮ ፣ አምርሮ
bitterness *n* ምሬት
bizarre *adj* ግራ አጋቢ
black *adj* ጥቁር
blackberry *n* ብላክቤሪ (የፍራፍሬ ዘር) ፣ አጋም መሰል
blackboard *n* ጥቁር ሰሌዳ
blackmail *n* ስም ማጥፋት
blackmail *v* ስም አጠፋ
blackness *n* ጠቋራነት
blackout *n* ራስን መሳት
blacksmith *n* ብረት ሠራተኛ
bladder *n* ፊኛ
blade *n* ስለት ፣ ቅጠል
blame *n* ወቀሳ
blame *v* መውቀስ
blameless *adj* እንከን የለሽ
bland *adj* ገር ፣ የዋህ
blank *adj* ባዶ
blanket *n* ብርድ ልብስ
blaspheme *v* ስም አጎደፈ
blasphemy *n* የአምላክን ስም በከንቱ መጥራት/መራገም
blast *n* ፈንጂ ሃይል
blaze *v* አሽበረቀ ፣ አበራ
bleach *n* ነጭነት ፣ ማንጣት
bleach *v* አነጣ
bleak *adj* ቀፈፊ ፣ ገላጣ
bleed *iv* ደማ
bleeding *n* ደም ፍሰት
blemish *n* እንከን ፣ ጉድለት

blemish *v* አሸማቀቀ
blend *n* ቅይጥ
blend *v* መደባለቅ
blender *n* ማደባለቂያ
bless *v* መባረክ
blessed *adj* የተባረከ ፣ ብሩክ
blessing *n* ባርኮት ፣ ምርቃት
blind *v* ማሳወር
blind *adj* ዕውር
blindfold *n* ዓይን መሸፈኛ
blindfold *v* ዓይን መሸፈን
blindly *adv* በጭፍን
blindness *n* ዕውርነት
blink *v* ዓይን ማርገብገብ
bliss *n* ደስታ
blissful *adj* አስደሳች
blister *n* ዉሃ የቋጠረ
blizzard *n* ቀዝቃዛ በረዶ
bloat *v* ሆድ መንፋት
bloated *adj* ያበጠ ፣ የተነረተ
block *n* ማዕዘን ፣ ግንድ
block *v* ማገድ
blockade *v* ማገድ
blockade *n* እገዳ
blockage *n* ዝጋት ፣ እገዳ ፣ ታዕቅቦ
blond *adj* ነጣያለ ጠጉር
blood *n* ደም
bloodthirsty *adj* ደም የጠማው
bloody *adj* ደም አፋሳሽ
bloom *v* አበበ ፣ ጎመራ
blossom *v* ማበብ
blot *n* እንጥብጣቢ
blot *v* ቀለም ማንጠብ
blouse *n* የሴት ሸሚዝ
blow *iv* መተንፈስ ፣ መንፈስ (ሌላ ነገር ላይ)
blow *n* ቡጢ
blow out *iv* ፈነዳ
blow up *iv* በንዴት መጦፍ
blowout *n* ፍንዳታ
bludgeon *v* መቀጥቀጥ
blue *adj* ሰማያዊ
blueprint *n* ንድፍ
bluff *v* መዋሸት
bluff *n* ከንቱ ፉከራ
blunder *n* ስህተት
blunt *adj* ደነዝ
bluntness *n* በቀጥታ መናገር
blur *v* ደበዘዘ
blurred *adj* ደብዛዛ
blush *v* አፈረ
blush *n* ሃፍረት
boar *n* ከርከሮ
board *n* ጣውላ ፣ ሰሌዳ
board *v* ተሳፈረ ፣ ለበጠ
boast *v* ጉራ መንዛት
boat *n* ጀልባ
bodily *adj* አካላዊ ፣ ሥጋዊ
body *n* ሰውነት
bog *n* አረንቋ
bog down *v* ሰመጠ ፣ ተጓተተ
boil *v* ቀቀለ ፣ አፈላ
boil down to *v* ማሳጠር
boil over *v* መገንፈል

31 **bound**

boiler *n* ማፍያ
boisterous *adj* ጉረኛ
bold *adj* ደፋር ፣ ሰድ
boldness *n* ድፍረት
bolster *v* ተደጋፈ ፣ ተንተተራሰ
bolt *n* መደንበር
bolt *v* ደነበረ
bomb *n* ቦምብ
bomb *v* በቦምብ መደብደብ
bombing *n* አይሮፕላን ድብደባ
bombshell *n* ያልተጠበቀ ፣ ቆንጆ
bond *n* ሰንሰለት ፣ ውል
bondage *n* ባርነት
bone *n* አጥንት
bone marrow *n* መቅኒ
bonfire *n* ደመራ
bonus *n* የገንዘብ ጉርሻ
book *n* መጽሐፍ
bookcase *n* መጽሐፍ መደርደሪያ
bookkeeper *n* የሒሳብ መዝገብ ያዥ
bookkeeping *n* የሒሳብ መዝገብ አያያዝ
booklet *n* ትንሽ መጽሐፍ
bookseller *n* መጽሐፍ ሻጭ
bookstore *n* መጽሐፍት መደብር
boom *n* ድንፋታ
boom *v* ፈጣን እድገት
boost *v* መጨመር
boost *n* መሻሻል
boot *n* ቦቲ
booth *n* ዳስ ፣ ድንኳን
booty *n* ምርኮ
booze *n* ስካር
border *n* ድንበር
border on *v* መምሰል
borderline *adj* መሰል
bore *v* ማሰልቸት
bored *adj* የደበረው
boredom *n* ድብርት
boring *adj* ደባሪ
born *adj* ተወላጅ
borough *n* ሰፈር
borrow *v* ተበደረ
bosom *n* ደረት
boss *n* አለቃ
boss around *v* ማንገላታት
bossy *adj* ልዘዝ ባይ
botany *n* ሥነ-አትክልት
botch *v* ማበላሸት
both *adj* ሁለቱም
bother *v* አስቸገረ
bothersome *adj* አሳሳቢ
bottle *n* ጠርሙስ
bottle *v* ጠርሙስ ማሸግ
bottleneck *n* ማነቆ
bottom *n* ሥር
bottomless *adj* የማያልቅ
bough *n* ቅርንጫፍ
boulder *n* ቋጥኝ
boulevard *n* ጎዳና
bounce *v* ማንጠር
bounce *n* መንጠር
bound *adj* ተዋሳኝ ፣ ተገዢ
bound *v* ማሰር

bound for *adj* ተገደደ
boundary *n* ድንበር
boundless *adj* ድንበር የለሽ
bounty *n* ቸሮታ
bourgeois *adj* ከበርቴ
bow *n* ቀስት
bow *v* ሰገደ
bow out *v* አቋረጠ
bowels *n* ሆድ ዕቃ
bowl *n* ጎድጓዳ ሳህን
bowl *v* በጎድጓዳ ሳህን ውስጥ ማስቀመጥ
box *v* በሳጥን ማሸግ ፤ በቦክስ መምታት
box *n* ሳጥን
box office *n* ትኬት መሸጫ
boxer *n* ቦክሰኛ
boxing *n* ቦክስ
boy *n* ብላቴና
boycott *v* ማገድ
boyfriend *n* ወንድ ጓደኛ
boyhood *n* ልጅነት
bra *n* ጡት ማስያዣ
brace for *v* መዘጋጀት
bracelet *n* አምባር
bracket *n* ቅንፍ
brag *v* መመፃደቅ
braid *n* ጉንጉን
brain *n* አንጎል
brainwash *v* ሃሳብ ማስለወጥ
brake *n* ፍሬን
brake *v* ፍሬን ያዘ
branch *n* ቅርንጫፍ
branch office *n* ቅርንጫፍ
branch out *v* ተስፋፋ
brand *v* ስም ማውጣት ፣ መሰየም
brand *n* ምልክት
brand-new *adj* አዲስ
brandy *n* አልኮል ፣ አረቂ
brat *n* ቀበጥ
brave *adj* ጎበዝ
bravely *adv* በደፋርነት
bravery *n* ድፍረት
brawl *n* ረብሻ ፣ ጥል
breach *n* መጣስ
bread *n* ዳቦ
breadth *n* ስፋት
break *n* ስባሪ ፣ ዕረፍት
break *iv* መስበር
break away *v* መለየት
break down *v* መስበር ፤ መከፋፈል
break free *v* ነፃ መውጣት
break in *v* ሰብሮ መግባት
break off *v* ተነጣጠለ
break open *v* ሰብሮ ከፈተ
break out *v* መፈንዳት ፣ ማምለጥ
break up *v* መለያየት
breakable *adj* ተሰባሪ
breakdown *n* ሁከት ፣ ብልሽት
breakfast *n* ቁርስ
breakthrough *n* አዲስ ግኝት
breast *n* ጡት
breath *n* ትንፋሽ
breathe *v* መተንፈስ
breathing *n* ዓየር
breathtaking *adj* ልብ የሚያጠፋ

breed *iv* ማርባት
breed *n* ዝርያ
breeze *n* ነፋስ ሽውታ
brethren *n* ወንድሞች
brevity *n* አጭር ንግግር
brew *v* ጠመቀ
brewery *n* መጥመቂያ
bribe *v* ጉቦ መስጠት
bribe *n* ጉቦ
bribery *n* ጉቦኛነት
brick *n* ጡብ
bricklayer *n* ግንበኛ
bridal *adj* የሙሽራ
bride *n* ሙሽሪት
bridegroom *n* ሙሽራ
bridesmaid *n* ሴትሚዜ
bridge *n* ድልድይ
bridle *n* ልጓም
brief *adj* አጭር
brief *v* አስረዳ
briefcase *n* ሳምሶናይት
briefing *n* ገለፃ
briefly *adv* በአጭሩ
briefs *n* ሙታንታ
brigade *n* ብርጌድ
bright *adj* ብሩሕ
brighten *v* አበራ
brightness *n* ብሩሕነት
brilliant *adj* ድንቅ
brim *n* ከፈፍ
bring *iv* ማምምጣት
bring back *v* መመለስ
bring down *v* መቀነስ
bring up *v* ማንሳት
brink *n* አፋፍ
brisk *adj* ፈጠን ያለ
Britain *n* ብሪታንያ
British *adj* ብሪታንያዊ
brittle *adj* በቀላሉ ተሰባሪ
broad *adj* ሰፊ
broadcast *v* በብዙሃን መገናኛ ማስተላለፍ
broadcast *n* የብዙሃን መገናኛ ሥርጭት
broadcaster *n* የሬዲዮ/የቴሌቪዥን ጋዜጠኛ
broaden *v* ማስፋት
broadly *adv* በሰፊው
broadminded *adj* አእምሮ ሰፊ
brochure *n* ብሮሹር
broil *v* መጥበስ
broiler *n* መጥበሻ
broke *adj* ባዶኪስ
broken *adj* የተሰበረ
bronchitis *n* የሳንባ ሕመም
bronze *n* ነሐስ
broom *n* መጥረጊያ
broth *n* ሾርባ
brothel *n* ሴትኛ አዳሪ ቤት
brother *n* ወንድም
brotherhood *n* ወንድማማችነት
brother-in-law *n* አማች
brotherly *adj* ወንድማዊ
brow *n* ግንባር
brown *adj* ቡናማ

browse *v* መፈለግ
browser *n* መፈለጊያ
bruise *n* ሰንበር
bruise *v* ሰንበር ማውጣት
brunch *n* ቁርስና ምሳ
brunette *adj* ባለቡኒ ፀጉር
brush *n* ብሩሽ
brush *v* መቦረሽ
brush aside *v* አለማተኮር
brush up *v* ማሻሻል
brusque *adj* ቁርጥ ያለ
brutal *adj* አረመኔያዊ
brutality *n* ጭካኔ
brutalize *v* ማሰቃየት
brute *adj* ጨካኝ
bubble *n* አረፋ
bubble gum *n* ማስቲካ
buck *n* ወንድ አውሬ
buck *v* አከርሮ መቃወም
bucket *n* ባልዲ
buckle *n* ዘለበት
buckle up *v* ቀበቶ መታጠቅ
bud *n* እምቡጥ
buddy *n* ጓደኛ
budge *v* መንቀሳቀስ
budget *n* በጀት
buffalo *n* ጎሽ
bug *n* ትኋን
bug *v* መረበሽ
build *iv* መገንባት
builder *n* ገንቢ
building *n* ሕንጻ ፣ ግንባታ
buildup *n* ማደራጀት
built-in *adj* አብሮ የተሰራ
bulb *n* አምፑል
bulge *n* እባጭ
bulk *n* ግዙፍነት
bulky *adj* ግዙፍ
bull *n* ኮርማ
bull fight *n* ከበሬ ትግል
bull fighter *n* ከበሬ ተፋላሚ
bulldoze *v* መዳመጥ
bullet *n* ጥይት
bulletin *n* ዕትም
bully *adj* ተሳዳቢ
bulwark *n* ግድብ
bum *n* መቀመጫ
bump *n* እብጠት
bump into *v* በአጋጣሚ መገናኘት
bumper *n* ፈረፋንጎ
bumpy *adj* አባጣ ጎርባጣ
bun *n* ክብ ኬክ
bunch *n* ዘለላ
bundle *n* እቅፍ
bundle *v* ማሰር
bunk bed *n* የቆጥ አልጋ
bunker *n* ምሽግ
buoy *n* ውሃ ላይ ተንሳፋፊ
burden *n* ሸክም
burden *v* መጫን
burdensome *adj* ሸክም
bureau *n* ቢሮ
bureaucracy *n* ቢሮክራሲ
bureaucrat *n* ቢሮክራት

burger *n* ሥጋ ሳንዱዊች
burglar *n* ሰርሳሪ ሌባ
burglarize *v* ገብቶ ዘረፈ
burglary *n* ዝርፊያ
burial *n* ቀብር
burly *adj* ግዙፍ ሰውነት
burn *iv* ማቃጠል
burn *n* ቃጠሎ
burp *v* ማግሳት
burp *n* ግሳት
burrow *n* ጉድጓድ
burst *iv* መፈንዳት
burst into *v* ዘሎ መግባት
bury *v* መቅበር
bus *n* አውቶቡስ
bus *v* አውቶቡስ አሳፈረ
bush *n* ቁጥቋጦ
busily *adv* በሥራ ተወጥሮ
business *n* ንግድ
businessman *n* ነጋዴ
bust *n* ደረት
bustling *adj* በሰው የተጨናንቀ
busy *adj* ሥራ የበዛበት
but *c* ነገር ግን
butcher *n* ሉካንዳ ነጋዴ
butchery *n* ሉካንዳ ቤት
butler *n* የእልፍኝ አሽከር
butt *n* ቁራጭ ፤ ሰደፍ
butter *n* ቅቤ
butterfly *n* ቢራቢሮ
button *n* አዝራር ፤ ቁልፍ
buttonhole *n* የቁልፍ ቀዳዳ
buy *iv* ገዛ
buy off *v* በገንዘብ መደለል
buyer *n* ገዢ
buzz *n* ጥዝዝዝ
buzz *v* ጥዝ ማለት
buzzard *n* ጥንብ አንሳ
buzzer *n* መደወያ
by *pre* በ ፤ ከ…
bye *e* ቻው
bypass *n* አቋራጭመንገድ
bypass *v* አልፎ መሄድ
by-product *n* ተረፈምርት
bystander *n* ተመልካች

C

cab *n* ታክሲ
cabbage *n* ጎመን
cabin *n* ልዩ ክፍል
cabinet *n* ካቢኔ ፤ ምክርቤት
cable *n* ሽቦ
cafeteria *n* ካፊቴሪያ
caffeine *n* አነቃቂ ንጥረነገር
cage *n* የወፍ ጎጆ
cake *n* ኬክ
calamity *n* መቅሰፍት
calculate *v* ማስላት ፤ ማሰብ
calculation *n* ሒሳብ ፤ ስሌት

C

calculator *n* ሒሳብ ማሽን
calendar *n* ቀን መቁጠሪያ
calf *n* ጥጃ ፣ ባት
caliber *n* ችሎታ
calibrate *v* ልኬትን ማስተካከል
call *n* ጥሪ
call *v* መጥራት
call off *v* መሰረዝ
call on *v* መጎብኘት
call out *v* መጣራት
calling *n* ዝንባሌ
callous *adj* ደንታቢስ
calm *adj* የተረጋጋ
calm *n* ርጋታ
calm down *v* መረጋጋት
calorie *n* በምግብ ውስጥ የሚገኝ የሃይል መጠን
calumny *n* ሐሜት
camel *n* ግመል
camera *n* ካሜራ
camouflage *v* መሰወር
camouflage *n* መሰወር
camp *n* ካምፕ
camp *v* መስፈር
campaign *v* መዝመት
campaign *n* ዘመቻ
campfire *n* የእሳት ዙሪያ ዝግጅት
can *iv* በቆርቆር መታሸግ ፣ በቆርቆር ማሸግ
can *n* ቆርቆሮ
can opener *n* ቆርቆሮ መክፈቻ
canal *n* ቦይ
canary *n* ቢጫ ወፍ
cancel *v* መሰረዝ
cancellation *n* ስረዛ
cancer *n* ነቀርሳ
cancerous *adj* ነቀርሳማ
candid *adj* እውነተኛ
candidacy *n* እጩነት
candidate *n* እጩ
candle *n* ሻማ
candlestick *n* መቅረዝ
candor *n* ግልጽነት
candy *n* ከረሜላ
cane *n* ከዘራ
canister *n* ትንሽ ሳጥን/ማሰሮ
canned *adj* በቆርቆሮ የታሸገ
cannibal *n* ሰው በላ
cannon *n* መድፍ
canoe *n* ታንኳ
canonize *v* ማጽደቅ
cantaloupe *n* ሃባብ ዓይነት ፍራፍሬ
canteen *n* ሚንስቤት
canvas *n* ሸራ
canvas *v* ማሰስ
canyon *n* ሸለቆ
cap *n* ውታፍ ፣ ቆብ
cap *v* ማጠቃለል
capability *n* ችሎታ
capable *adj* ብቁ
capacity *n* ብቃት
cape *n* ሰርጥምድር
capital *n* አሴት
capital letter *n* ትልቅ ፊደል
capitalism *n* ካፒታሊዝም

C

capitalize *v* መጠቀሚያ ማረግ
capitulate *v* እጅ መስጠት
capsize *v* መገልበጥ
capsule *n* የሚሟሟ ማስቀመጫ
captain *n* ሻምበል ፤ መሪ
captivate *v* መማረክ
captive *n* ምርኮኛ
captivity *n* ምርኮ
capture *v* መማረክ
capture *n* ምርኮ
car *n* መኪና
carat *n* ካራት
caravan *n* የበረሃ ተጓዦች
carburetor *n* ካርቦራቶር
carcass *n* ጥምብ
card *n* ካርድ
cardboard *n* ካርቶን
cardiac *adj* የልብ
cardiac arrest *n* ልብምት መቆም
cardiology *n* የልብ ሕክምና
care *n* እንክብካቤ
care *v* መንከባከብ
care about *v* መውደድ
care for *v* መጠበቅ
career *n* ሥራ
carefree *adj* ግድየለሽ
careful *adj* ጠንቃቃ
careless *adj* ደንታቢስ
carelessness *n* ደንታቢስነት
caress *n* መደባበስ
caress *v* መደባበስ
caretaker *n* ጠባቂ
cargo *n* ጭነት
caricature *n* አስቂኝ ስዕል
caring *adj* አሳቢ
carnage *n* እልቂት
carnal *adj* ሥጋ ነክ
carnation *n* መጌጫ አበባ
carol *n* የገና መዝሙር
carpenter *n* አናጢ
carpentry *n* እንጨት ሥራ
carpet *n* ምንጣፍ
carriage *n* ሰረገላ
carrot *n* ካሮት
carry *v* መሸከም
carry on *v* መቀጠል
carry out *v* መፈፀም
cart *n* ጋሪ
cart *v* መስገር
cartoon *n* አስቂኝ ስዕል
cartridge *n* ቀልሀ
carve *v* መቅረጽ
cascade *n* ፏፏቴ
case *n* ሳጥን ፤ ጉዳይ
cash *n* ጥሬ ገንዘብ
cashier *n* ገንዘብ ያዥ
casino *n* ካሲኖ
casket *n* ሬሳሳጥን
casserole *n* ድስት
cassock *n* የቄስ ቀሚስ
cast *n* የተጣለ ፤ የተወረወረ
cast *iv* ቅርጽ ማውጣት
castaway *n* የተገለለ
caste *n* ዘር

C

castle *n* ቤተመንግስት
casual *adj* በደንብ ያልሆነ
casualty *n* በአደጋ ሟች
cat *n* ድመት
cataclysm *n* መቅሰፍት
catacomb *n* መቃብር ዋሻ
catalog *n* ካታሎግ
catalog *v* መመዝገብ
cataract *n* የዓይን ስብ
catastrophe *n* መቅሰፍት
catch *iv* ተያዘ
catch up *v* መገናኘት
catching *adj* ማራኪ
catchword *n* ተደጋጋሚ ቃል
catechism *n* ትምህርተ ሃይማኖት
category *n* ምድብ
cater to *v* ለማሰብ መጣር
caterpillar *n* አባጨጓሬ
cathedral *n* ካቴድራል
catholic *adj* ካቶሊካዊ
Catholicism *n* ካቶሊክነት
cattle *n* ቀንድ ከብት
cauliflower *n* አበባ ጎመን
cause *n* ምክንያት
cause *v* ማስከተል
caution *n* ጥንቃቄ
cautious *adj* ጥንቁቅ
cavalry *n* ፈረሰኛ
cave *n* ዋሻ
cave in *v* መድረስ
cavern *n* ዋሻ
cavity *n* ቡርቡር
cease *v* ማቆም
cease-fire *n* ተኩስ ማቆም
ceaselessly *adv* ሳያቋርጥ
ceiling *n* ኮርኒስ
celebrate *v* ማክበር ፣ ማሞገስ
celebration *n* በዓል
celebrity *n* ስመጥር
celery *n* ለጋ ሽንኩርት
celestial *adj* ሰማያዊ
celibacy *n* ድንግልና
celibate *adj* ድንግላዊ
cell phone *n* ተንቀሳቃሽ ስልክ
cellar *n* ምድር ቤት
cement *n* ሲሚንቶ
cemetery *n* መካነ መቃብር
censorship *n* ሳንሱር
censure *v* ሳንሱር ማድረግ
census *n* ሕዝብ ቆጠራ
cent *n* ሳንቲም
centenary *n* መቶኛ ዓመት
center *n* ማዕከል
center *v* ማማከል
centimeter *n* ሴንቲሜትር
central *adj* ማዕከላዊ
centralize *v* ባንድ መጠቅለል
century *n* ክፍለ ዘመን
ceramic *n* ሴራሚክ
cereal *n* ጥራጥሬ
cerebral *adj* አንጎል ነክ
ceremony *n* በ ዓል
certain *adj* እርግጠኛ
certainty *n* እርግጠኛነት

certificate *n* ምስክር ወረቀት
certify *v* ማረጋገጥ
chagrin *n* ቅሬታ
chain *n* ሰንሰለት
chain *v* ማያያዝ
chainsaw *n* መጋዝ
chair *n* ወንበር
chair *v* ስብሰባ መምራት
chairman *n* ሊቀመንበር
chalet *n* ትንሽ ቤት
chalice *n* ጽዋ
chalk *n* ጠመኔ
chalkboard *n* ጥቁር ሰሌዳ
challenge *v* መጋፈጥ
challenge *n* ፈተና
challenging *adj* ፈታኝ
chamber *n* ክፍል
champ *n* ድል አድራጊ
champion *n* አሸናፊ
champion *v* ስለሰው መከራከር
chance *n* ዕድል
chancellor *n* ባለስልጣን
chandelier *n* የተጋጌጠ አምፖል (የተንጠለጠለ)
change *v* መለወጥ
change *n* ለውጥ
channel *n* መተላለፊያ
channel *v* ማስተላለፍ
chant *n* ዝማሬ ፣ ዜማ
chaos *n* ቀውስ
chaotic *adj* ቀውስ ፣ ነውጠኛ
chapel *n* ጸሎት ቤት
chaplain *n* ቄስ
chapter *n* ምዕራፍ
char *v* ማሳረር
character *n* ጠባይ ፣ ፊደል
characteristic *adj* ባሕሪያዊ
charade *n* ነጭ ውሸት
charbroil *adj* በከሰል የተጠበሰ
charcoal *n* ከሰል
charge *v* መክሰስ ፣ መጫን
charge *n* ክስ ፣ ጭነት ፣ ሙላት
charisma *n* ግርማሞገስ
charismatic *adj* ግርማሞገስ ያለው
charitable *adj* በጎ አድራጊ
charity *n* በጎ አድነት
charm *v* መሳብ
charm *n* አግባቢነት
charming *adj* ሳቢ
chart *n* ሰንጠረዥ
charter *n* መተዳደሪያ ደንብ
charter *v* መኮናተር
chase *v* ማሳደድ ፣ ማባረር
chase *n* ማሳደድ
chase away *v* ማሳደድ
chasm *n* መቃቃር ፣ ጠባብ ሸለቆ
chaste *adj* ድንግል
chastise *v* መቅጣት
chastisement *n* ወቀሳ
chastity *n* ድንግልና
chat *v* ማውጋት
chauffeur *n* ሾፌር
cheap *adj* ርካሽ
cheat *v* ማጭበርበር

C

cheater *n* አጭበርባሪ
check *n* ሂሳብ
check *v* ማረጋገጥ
check in *v* መግባት
check up *n* ምርመራ
checkbook *n* ቼክ
cheek *n* ጉንጭ
cheekbone *n* ጉንጭ አጥንት
cheeky *adj* ጥጋበኛ
cheer *v* ማድነቅ
cheer up *v* ማጽናናት
cheerful *adj* ደስተኛ
cheers *n* ለጤናችን
cheese *n* አይብ
chef *n* ወጥ ቤት
chemical *adj* ኬሚካላዊ
chemist *n* ቀማሚ
chemistry *n* ስነቅመማ
cherish *v* ዋጋ መስጠት
cherry *n* ፍሬ
chess *n* ቼዝ
chest *n* ደረት
chestnut *n* ለውዝ
chew *v* ማኘክ
chick *n* ጫጩት
chicken *n* ጫጩት
chicken out *v* ፈርቶ መተው
chicken pox *n* ኩፍኝ
chide *v* መገሰጽ
chief *n* ዋና
chiefly *adv* በዋንኛነት
child *n* ሕፃን
childhood *n* ልጅነት
childish *adj* እንደ ሕፃን
childless *adj* መሃን
children *n* ልጆች
chill *n* ብርድ
chill *v* ማቀዝቀዝ
chill out *v* መዝናናት
chilly *adj* ቀዝቃዛ
chimney *n* ጢስ መውጫ
chimpanzee *n* ዝንጀሮ
chin *n* አገጭ
chip *n* ሽራፊ
chisel *n* መሮ
chocolate *n* ቸኮላት
choice *n* ምርጫ
choir *n* መዝሙር ጓድ ፤ የመዘምራን ቡድን
choke *v* ትን ማለት
cholera *n* ኮሌራ
cholesterol *n* ኮሌስትሮል
choose *iv* መምረጥ
choosy *adj* መራጭ
chop *v* መፍለጥ
chop *n* ፈለጣ
chopper *n* ፈላጭ
chore *n* አስልቺ ስራ
chorus *n* አዝማች
christen *v* ክርስትና ማስነሳት
christening *n* ክርስትና ሥነስርዓት
Christian *adj* ክርስቲያናዊ
Christianity *n* ክርስትና
Christmas *n* ገና
chronic *adj* ስር የሰደደ

C

chronicle *n* ዜና መዋዓል
chronology *n* ቅደም ተከተል
chubby *adj* የፋፋ ፣ ድንቡጭ
chuckle *v* ሳቅ ማለት
chunk *n* ቁራጭ
church *n* ቤተክርስቲያን
chute *n* ፏፏቴ ፣ ማንሸራተቻ
cider *n* ቱፋ ጭማቂ
cigar *n* ሲጋር
cigarette *n* ሲጋራ
cinder *n* አመድ
cinema *n* ሲኒማ
cinnamon *n* ቀረፋ
circle *n* ክብ ፣ ክበብ
circle *v* ማከበብ ፣ ማዞር
circuit *n* ዑደት ፣ መስመር
circular *adj* ክብ ፣ ክበባዊ
circulate *v* ማስተላለፍ
circulation *n* ስርጭት ፣ መዟዟር
circumcise *v* መግረዝ
circumcision *n* ግርዛት
circumstance *n* ሁናቴ ፣ አጋጣሚ
circumstantial *adj* ሁኔተኛ ፣ መሳይ
circus *n* ሰርከስ
cistern *n* ውሃ ማጠራቀሚያ
citizen *n* ዜጋ
citizenship *n* ዜግነት
city *n* ከተማ
city hall *n* ማዘጋጃ ቤት
civic *adj* ሲቪክ ፣ ሥነ ዜግነታዊ
civil *adj* ሲቪል
civilization *n* ስልጣኔ
civilize *v* ማሰልጠን
claim *v* ይገባኛል ማለት
claim *n* ይገባኛል ጥያቄ
clam *n* ሚስጥራዊ/ዝምተኛ ሰው
clamor *v* ጮኾ መጠየቅ
clamp *n* ብረት ማያያዣ
clan *n* ነገድ ፣ ጎሳ
clandestine *adj* ምስጢራዊ
clap *v* ማጨብጨብ
clarification *n* ማብራሪያ
clarify *v* መግለጽ
clarinet *n* ክላራኔት
clarity *n* ግልጽነት
clash *n* ግጭት ፣ ፍጭት
clash *v* መጋጨት
class *n* ክፍል
classic *adj* የዱሮ ፣ የረቀቀ
classify *v* መለያየት
classmate *n* የክፍል ጓደኛ
classroom *n* መማሪያ ክፍል
classy *adj* ፋሽን ፣ ሞድ
clause *n* አንቀጽ ፣ ሐረግ
claw *n* ጥፍር
claw *v* በጥፍር መያዝ
clay *n* ሸክላ
clean *adj* ንፁህ
clean *v* ማንጻት
cleaner *n* ማንጫ
cleanliness *n* ንጹሕነት
cleanse *v* ማጽዳት
cleanser *n* ማንጫ
clear *adj* ግልጽ

clear *v* ማጽዳት
clearance *n* መልቀቂያ ፈቃድ
clear-cut *adj* በደንብ የተለየ
clearly *adv* በግልጽ
clearness *n* ግልጽነት
cleft *n* ስንጥቅ ፣ ስርጉድ
clemency *n* ርህራሄ
clench *v* መንከስ ፣ ጨምድዶ መያዝ
clergy *n* ካህናት
clergyman *n* ካህን
clerical *adj* የቄስ ፣ የጽሕፈት
clerk *n* ጸሐፊ ፣ ቄስ ፣ ሻጭ
clever *adj* ብልጥ ፣ ጎበዝ
click *v* ወጋ ማድረግ
client *n* ደንበኛ
clientele *n* ተከሳሽ ፣ ደንበኛ
cliff *n* ገደል
climate *n* የአየር ንብረት
climatic *adj* አየር ንብረታዊ
climax *n* ጡዘት ፣ መፋፋም
climb *v* ወደላይ መውጣት
climbing *n* ወደላይ መውጣት
clinch *v* አጥብቆ መያዝ
cling *iv* መጣበቅ ፣ አጥብቆ መያዝ
clinic *n* ክሊኒክ
clip *v* ማሳጠር ፣ መቁረጥ
clip *n* አጭር የፊልም ክፍል
clipping *n* ቁራጭ
cloak *n* ካባ
clock *n* ሰዓት
clog *v* መድፈን ፣ መሙላት
cloister *n* መተላለፊያ
clone *v* አስመስሎ መስራት/ማራባት
cloning *n* አስመስሎ የመስራት/ማራባት ሣይንስ
close *v* መዘዝ
close *adj* ዝግ
close to *pre* ቅርብ
closed *adj* የተዘጋ
closely *adv* ለትንሽ ፣ በቅርበት
closet *n* ቁምሳጥን
closure *n* መዘጋት
clot *n* ደም መርጋት
cloth *n* ጨርቅ
clothe *v* ማልበስ
clothes *n* ልብስ
clothing *n* ልብስ ፣ አልባሳት
cloud *n* ደመና
cloudless *adj* የጠራ ሰማይ
cloudy *adj* ደመናማ
clown *n* አስቂኝ ፣ ኮሚክ
club *n* ዱላ ፣ ክበብ
club *v* መምታት
clue *n* ፍንጭ
clumsiness *n* ገልጃጃነት
clumsy *adj* ገልጃጃ
cluster *n* አጀብ ፣ ስብስብ
cluster *v* መቧደን
clutch *n* ጠፍንጎ መያዣ
coach *v* ማሰልጠን
coach *n* አሰልጣኝ
coaching *n* ስልጠና
coagulate *v* መርጋት ፣ ማርጋት
coagulation *n* ማርጋት ፣ አረጋግ

coal *n* ድንጋይ ከሰል
coalition *n* ሕብረት
coarse *adj* የሻከረ
coast *n* ባሕር ዳርቻ
coast *v* ወደ ታች መንሸራተት
coastal *adj* ባሕር-ዳራዊ
coastline *n* ጠረፍ
coat *n* ኮት
coax *v* መለማመጥ ፣ ማባበል
cob *n* ቆርቆንዳ
cobblestone *n* ኮብልስቶን (በተፈጥሮው ክብ የሆነ የድንጋይ ዓይነት)
cobweb *n* ድር
cocaine *n* ኮኬይን
cock *n* አውራዶሮ
cockpit *n* የአይሮፕላን ጋቢና
cockroach *n* በረሮ
cocktail *n* ኮክቴል ፣ ድብልቅ
cocky *adj* ትምክህተኛ
cocoa *n* ካካዎ
coconut *n* ተምር
cod *n* ትልቅ ዓሣ
code *n* ኮድ ፣ ደንብ
codify *v* ደንብ ማውጣት
coefficient *n* መጠን መለኪያ (ሒሳብ ቀመር)
coerce *v* ማስገደድ
coercion *n* ግዳጅ ፣ ጭቆና
coexist *v* አብሮ መኖር
coffee *n* ቡና
coffin *n* ሬሳ ሳጥን
cohabit *v* አብሮ መኖር
coherent *adj* ተያያዥ
cohesion *n* ውሕደት ፣ ስምረት
coin *n* ሳንቲም ፣ ገንዘብ
coincide *v* መጋጠም
coincidence *n* አጋጣሚ
coincidental *adj* አጋጣሚ የሆነ
cold *adj* ብርዳማ
coldness *n* ብርድ
colic *n* ሆድ ቁርጠት
collaborate *v* መተባበር
collaboration *n* ትብብር
collaborator *n* ተባባሪ
collapse *v* መውደቅ ፣ መፈረስ
collapse *n* ውድቀት
collar *n* ኮሌታ
collarbone *n* ማጅራት አጥንት
collateral *adj* ዋስትና መያዣ
colleague *n* የሥራ ባልደረባ
collect *v* መሰብሰብ
collection *n* ስብስብ
collector *n* ሰብሳቢ
college *n* ኮሌጅ
collide *v* መጋጨት
collision *n* ግጭት ፣ ፍጭት
cologne *n* ጥሩ ሽታ ያለው ፈሳሽ
colon *n* ሁለት ነጥቦች (:)
colonel *n* ኮረኔል
colonial *adj* ቅኝ ግዛታዊ
colonization *n* ቅኝ ግዛት መያዝ
colonize *v* ቅኝ መግዛት
colony *n* ቅኝ ግዛት
color *n* ቀለም

C

color *v* ማቅለም
colorful *adj* በቀለም ያሸበረቀ
colossal *adj* ግዙፍ
colt *n* የፈረስ ግልገል
column *n* አምድ ፣ ረድፍ
coma *n* ህሊና መሳት
comb *n* ማበጠሪያ ፣ ሚዶ
comb *v* ማበጠር
combat *n* ውጊያ
combat *v* መዋጋት
combatant *n* ተዋጊ
combination *n* ውህድ
combine *v* ማዋሃድ
combustible *n* ተቀጣጣይነት
combustion *n* የማቃጠል ሂደት
come *iv* መምጣት
come about *v* መሆን መቻል
come across *v* በአጋጣሚ መገናኘት
come apart *v* መወላለቅ
come back *v* መመለስ
come down *v* መውረድ ፣ መውደቅ
come forward *v* ትብብር ማድረግ
come from *v* የ … ነዋሪ/ዜጋ መሆን
come in *v* መግባት
come out *v* ብቅ ማለት
come over *v* ቀለል ያለ ጉብኝት (ጓደኛን)
come up *v* መድረስ
comeback *n* መልሶ መነሳት
comedian *n* ቀልደኛ ፣ ኮሜዲያን ፣ በቀልድ የሚያዝናና
comedy *n* አስቂኝ ቲያትር
comet *n* ጅራታም ኮከብ
comfort *n* ምቾት
comfortable *adj* ምቹ
comforter *n* አጽናኝ ፣ ምቾት
comical *adj* አስቂኝ
coming *n* መምጣት
coming *adj* በቅርቡ
comma *n* ነጠላ ሰረዝ
command *v* ማዘዝ
commander *n* አዛዥ ፣ ኮማንደር
commandment *n* ትእዛዝ
commemorate *v* መዘከር
commence *v* መጀመር
commend *v* ማመስገን
commendation *n* ምስጋና
comment *v* አስተያየት መስጠት
comment *n* አስተያየት
commerce *n* ጅምሮ
commercial *adj* ንግዳዊ
commission *n* ኮሚሽን
commit *v* መፈጸም
commitment *n* ዝግጁነት ፣ ታዳሚነት
committed *adj* ተነሳሽነት ያለው
committee *n* ኮሚቴ
common *adj* የተለመደ
commotion *n* ሽብር ፣ ብጥብጥ
communicate *v* መገኛኘት
communication *n* ግንኙነት
communion *n* ቁርባን ፣ ትስስር
communism *n* ኮሚኒዝም
communist *adj* ኮሚኒስት
community *n* ማህበረሰብ

C

commute *v* ዘወትር ከከተማ ውጭ ወደ ከተማ መጓዝ (ለስራ)
compact *v* አጠጋግቶ ማያያዝ/ማሸግ
compact *adj* ረቀቅ ማለት
companion *n* አጃቢ ፣ ጓደኛ
companionship *n* አብሮነት
company *n* ኩባንያ ፣ ጓደኛ
comparable *adj* ተነፃፃሪ
comparative *adj* ተወዳዳሪ
compare *v* ማነጻጸር
comparison *n* ንፅፅር
compartment *n* ክፍል ፣ ስፍራ
compass *n* ብኮል
compassion *n* ርህራሄ
compassionate *adj* ርህሩህ
compatibility *n* ተስማሚነት
compatible *adj* የተስማማ ፣ ቋሚ ፣ ምቹ
compatriot *n* ወገን
compel *v* ማስገደድ
compelling *adj* አስገደዳጅ
compendium *n* የመረጃ ስብስብ
compensate *v* መካስ
compensation *n* ካሳ
compete *v* መወዳደር
competence *n* ብቃት ፣ ብቁነት
competent *adj* ብቁ
competition *n* ውድድር
competitive *adj* ለውድድር በቂ
competitor *n* ተወዳዳሪ
compile *v* መጠርነፍ
complain *v* ቅራኔ ማቅረብ ፣ ማማረር
complaint *n* ቅሬታ
complement *n* ምሉነት
complete *adj* የተሟላ
complete *v* ማሟላት
completely *adv* በሙሉ
completion *n* ሙሌት ፣ ሙላት
complex *adj* ውስብስብ
complexion *n* መልክ
complexity *n* ውስብስብነት
compliance *n* ተገዢነት
compliant *adj* ታዛዥ
complicate *v* ማወሳሰብ
complication *n* ውስብስብነት
complicity *n* ግብረአበርነት
compliment *n* ምስጋና
complimentary *adj* አሞጋሽ
comply *v* እሺ ማለት ፣ መገዛት
component *n* አካል
compose *v* ማዘጋጀት ፣ ማቀናበር
composed *adj* የረጋ ፣ የተቀናበረ
composer *n* አቀናባሪ
composition *n* ድርሰት
compost *n* ብስባሽ ማዳበሪያ
composure *n* ርጋታ
compound *n* ቅይጥ ፣ ውህድ
compound *v* መቀየጥ ፣ ማዋሃድ
comprehend *v* መረዳት ፣ መገንዘብ
comprehensive *adj* ሁሉን ያጠቃለለ
compress *v* ማመቅ ፣ መጭመቅ
compression *n* እምቅነት
comprise *v* መጠቅለል ፣ መያዝ
compromise *n* አሰታራቂ ሀሳብ

C

compromise *v* መቻቻል
compulsion *n* ካለፍላጎት ፣ ግዳጅ
compulsive *adj* አስገዳጅ
compulsory *adj* የግዴታ
compute *v* አስቦ መድረስ
computer *n* ኮምፒውተር
comrade *n* ጓድ
con man *n* አታላይ ፣ አጭበርባሪ
conceal *v* መደበቅ ፣ መሸሸግ
concede *v* ማመን
conceited *adj* ትእቢተኛ
conceive *v* ማሰብ ፣ መወጠን
concentrate *v* ማሰባሰብ
concentration *n* አትኩሮት
concentric *adj* ባንድ ያማከለ
concept *n* ጽንሰ ሀሳብ
conception *n* ንድፍ
concern *n* ጭንቀት ፣ አሳሳቢ ጉዳይ
concern *v* ማሳሰብ
concerning *pre* በተመለከተ
concert *n* የሙዚቃ ትዕይንት
concession *n* ፈቃድ
conciliate *v* ማስታረቅ
conciliatory *adj* አስታራቂ
concise *adj* ምጥን ፣ ሁሉን አቀፍ
conclude *v* መደምደም
conclusion *n* ድምዳሜ
conclusive *adj* ደምዳሚ
concoct *v* ማዘጋጀት ፣ ማቀናበር
concoction *n* ዝግጅት
concrete *n* ኮንክሪት ሲምንቶ
concrete *adj* ተጨባጭ
concur *v* መስማማት
concurrent *adj* ባንዴ
concussion *n* የጭንቅላት ስብራት
condemn *v* ማውገዝ
condemnation *n* ውግዘት
condensation *n* የውሀ ጡዘት
condense *v* ማስጠር
condescend *v* ራስን ዝቅ ማድረግ
condiment *n* ቅመም
condition *n* ሁኔታ ግዴታ
conditional *adj* እንደ ሁኔታው
conditioner *n* ኮንዲሽነር
condo *n* ኮንደሚኒየም
condolences *n* የሀዘን መግለጫ
condone *v* ችላ ማለት
conducive *adj* ምቹ
conduct *n* አመል ፣ ጠባይ
conduct *v* ማካሄድ ፣ መምራት
conductor *n* መሪ ፣ አስተላላፊ
cone *n* ኮን (ክብ መሰረትና ሹል ጫፍ ያለው ቅርጽ)
confer *v* ማእረግ መስጠት
conference *n* ኮንፈረስ ስብሰባ
confess *v* መናዘዝ
confession *n* ኑዛዜ
confessional *n* ኑዛዜ
confessor *n* ንስሀ አባት
confidant *n* ታማኝ ፣ እርግጠኛ
confide *v* ምስጢር ማካፈል
confidence *n* በራስ መተማመን
confident *adj* የታመነ ፣ እርግጠኛ
confidential *adj* ምስጢራዊ

47 consolation

C

confine *v* መወሰን ፣ ማገድ
confinement *n* እስራት
confirm *v* ማጽደቅ ፣ ማረጋገጥ
confirmation *n* ማረጋገጫ
confiscate *v* መውረስ
confiscation *n* ውርሰት
conflict *v* መጋጨት ፣ መጣላት
conflict *n* ግጭት
conflicting *adj* እርስ በርስ የሚጋጭ
conform *v* ማስማማት
conformist *adj* አሜን ባይ
conformity *n* ስምምነት
confound *v* ማስከፋት ፣ ማዋረድ
confront *v* መጋፈጥ
confrontation *n* ውጥረት ፣ መጋረጥ
confuse *v* ማደናገር
confusing *adj* አደናጋሪ
confusion *n* ድንግርት
congenial *adj* ተወዳጅ
congested *adj* ንፍጣም
congestion *n* መጨናነቅ
congratulate *v* ደስታን መግለጽ
congratulations *n* እንኳን ደስ አለህ
congregate *v* መሰብሰብ
congregation *n* ጉባኤ
congress *n* ምክር ቤት
conjecture *n* ግምት
conjugal *adj* ጋብቻዊ
conjugate *v* ግስ ማረባት
conjunction *n* አያያዥ ቃላት
conjure up *v* በዓይነ ልቦና መሳል
connect *v* ማገናኘት
connection *n* ግንኙነት ፣ ዝምድና
connive *v* መመሳጠር
connote *v* ማሳሰብ
conquer *v* ድል መንሳት
conqueror *n* ድል ነሺ ፣ ገዢ
conquest *n* ድል
conscience *n* ህሊና
conscious *adj* ሆን ብሎ ፣ ንቁ
consciousness *n* ንቃተ ህሊና
conscript *n* ለውትድርና አገልግሎት መመልመል
consecrate *v* ማዋል
consecration *n* መቀደስ ፣ መለየት
consecutive *adj* ተከታታይ
consensus *n* ስምምነት
consent *v* መስማማት
consent *n* ፈቃድ
consequence *n* ተከታይ ውጤት
consequent *adj* ተከታይ ውጤት
conservation *n* ጥበቃ
conservative *adj* ወግ አጥባቂ
conserve *v* መቆጠብ ፣ መጠበቅ
conserve *n* በቆርቆሮ የታሸገ
consider *v* በጥንቃቄ ማሰብ ፣ ቦታ መስጠት
considerable *adj* ከፍተኛ
considerate *adj* አሳቢ
consideration *n* ጥንቁቅ ሃሳብ
consignment *n* አሳልፎ መስጠት
consist *v* ማካተት ፣ መያዝ
consistency *n* ይዘት
consistent *adj* ጽኑ ፣ የማይለዋወጥ
consolation *n* መጽናኛ

C

console *v* ማጽናናት
consolidate *v* ማጠናከር
consonant *n* ተነባቢ ጽሁፍ
conspicuous *adj* ዓይነተኛ
conspiracy *n* ሴራ
conspirator *n* አድመኛ ፣ ሴረኛ
conspire *v* ማሴር
constancy *n* እርጋታ ፣ ጽናት
constant *adj* የማያቋርጥ
constellation *n* ህብረ ኮከብ
consternation *n* በሽብር መሞላት
constipate *v* ሆድ መድረቅ
constipated *adj* ሆዱ የደረቀ
constipation *n* ሆድ ድርቀት
constitute *v* መመስረት ፣ መሾም
constitution *n* ሕገ መንግስት
constrain *v* ማስገደድ ፣ መግታት
constraint *n* ግዴታ ፣ ችግር
construct *v* መገንባት ፣ መስራት
construction *n* ግንባታ
constructive *adj* ገንቢ
consul *n* ቆንሲል
consulate *n* ቆንሱላ
consult *v* ማማከር
consultation *n* ምክክር ፣ ምክር
consume *v* መጠጣት ፣ መጠቀም
consumer *n* ተጠቃሚ
consumption *n* መብል
contact *v* መጠየቅ ፣ መገናኘት
contact *n* ግንኙነት
contagious *adj* ተላላፊ
contain *v* መያዝ ፣ ማካተት
container *n* መያዣ
contaminate *v* መበከል
contamination *n* ብክለት
contemplate *v* ማሰላሰል
contemporary *adj* ጊዜያዊ
contempt *n* ንቀት
contend *v* መወዳደር ፣ መከራከር
contender *n* ተወዳዳሪ
content *v* መጣም ፣ መደሰት
content *adj* ፍሬ ነገር
contentious *adj* ጸበኛ
contents *n* ፍሬ ነገሮች
contest *n* ውድድር
contestant *n* ተወዳዳሪ
context *n* አግባብ
continent *n* አህጉር
continental *adj* አህጉራዊ
contingency *n* ለአጋጣሚ/ዕድል የተተወ
contingent *adj* ድንገተኛ
continuation *n* ቅጣይ
continue *v* መቀጠል
continuity *n* ቀጣይነት
continuous *adj* ቀጣይ
contour *n* ቅርጽ
contraband *n* ኮንትሮባንድ
contract *v* መዋዋል
contract *n* ውል
contraction *n* ምጥ
contradict *v* መጻረር ፣ መቃረን
contradiction *n* ተቃርኖ
contrary *adj* ተቃራኒ
contrast *v* ማነጻጸር ፣ ማወዳደር

contrast *n* ንጽጽር
contribute *v* አስተዋጽኦ ማድረግ
contribution *n* አስተዋጽኦ
contributor *n* አስተዋጽኦ አድራጊ
contrition *n* ጸጸት
control *n* ቁጥጥር
control *v* መቆጣጠር
controversial *adj* አወዛጋቢ
controversy *n* ዉዝግብ ሙግት
convalescent *adj* ገመምተኛ
convene *v* ስብሰባ መጥራት
convenience *n* ምቾት ፣ ምቹ
convenient *adj* ምቹ
convent *n* የሴት ገዳም
convention *n* ስምምነት
conventional *adj* መመሪያውን የጠበቀ ፣ የተመቸ
converge *v* አንድ ነጥብ/መስመር ላይ መገናኘት
conversation *n* ወሬ ፣ ጭውውት
converse *v* በንግግር ሃሳብን መለዋወጥ
conversely *adv* በተቃራኒው
conversion *n* መለወጥ
convert *v* መለወጥ ፣ ማሳመን
convert *n* የተለወጠ ፣ ያመነ
convey *v* ማጓጓዝ ፣ ማቀረብ
convict *v* መፍረድ
conviction *n* የተፈረደበት ወንጀለኛ
convince *v* ማሰመን
convincing *adj* አሳማኝ
convoluted *adj* ውስብስብ
convoy *n* አጀብ
convulse *v* በሳቅ መፍጀት
convulsion *n* መንዘፍዘፍ
cook *n* አብሳይ ፣ ወጥ ቤት
cook *v* ማብሰል
cookie *n* ብስኩት ፣ ኩኪስ
cooking *n* ምግብ ማብሰል
cool *adj* ቀዝቃዛ
cool *v* ማቀዝቀዝ
cool down *v* ማቀዝቀዝ
cooling *adj* የሚቀዘቅዝ
coolness *n* ቅዝቃዜ ፣ ርጋታ
cooperate *v* መተባበር
cooperation *n* ትብብር
cooperative *adj* የኅብረት ድርጅት
coordinate *v* ማስተባበር
coordination *n* ቅንጅት
coordinator *n* አስተባባሪ
cop *n* ፖሊስ
cope *v* መቋቋም
copier *n* ማባዣ
copper *n* መዳብ
copy *v* ኮፒ አደረገ ፣ ኮረጀ
copy *n* ቅጅ ፣ ግልባጭ
copyright *n* የቅጅ መብት
cord *n* ሲባጎ ገመድ
cordial *adj* ልባዊ
cordless *adj* ገመድ አልባ
cordon *n* ጓድ
cordon off *v* በፖሊስ ማጠር
core *n* ማዕከል
cork *n* ኮርኪ
corn *n* በቆሎ

C

corner *n* ጥግ
corner *v* ጥግ ማስያዝ
cornerstone *n* መሰረት ድንጋይ
cornet *n* ኮርኔት
corollary *n* የማይቀር ውጤት
coronary *adj* የልብ
coronation *n* የዘውድ በዓል
corporal *adj* አካላዊ
corporal *n* አስር አለቃ
corporation *n* ማህበር
corpse *n* አስከሬን
corpulent *adj* ወፍራም
corpuscle *n* ቀጭን ህዋስ
correct *v* ማስተካከል ፣ ማረም
correct *adj* ትክክለኛ ፣ ልክ
correction *n* እርማት
correlate *v* ማዛመድ
correspond *v* መመሳሰል
correspondent *n* በድብዳቤ ግንኙነት የሚያደርግ
corresponding *adj* ተዛማጅ
corridor *n* መተላለፊያ
corroborate *v* ማረጋገጥ
corrode *v* መዛግ
corrupt *v* ማበላሸት
corrupt *adj* ምግባረ ብልሹ
corruption *n* ጉቦ
cosmetic *n* መኳኳያ
cosmic *adj* ፈለካዊ
cosmonaut *n* ጠፈር ተጓዥ
cost *iv* ማውጣት
cost *n* ዋጋ
costly *adj* ውድ
costume *n* ልብስ
cottage *n* ጎጆ
cotton *n* ጥጥ
couch *n* መከዳ
cough *n* ሳል
cough *v* ማሳል
council *n* ምክር ቤት
counsel *n* ምክር ፣ ጠበቃ
counsel *v* መምከር
counselor *n* ጠበቃ ፣ አማካሪ
count *v* መቁጠር
count *n* ቆጠራ
countdown *n* ቁልቁል ቆጠራ
countenance *n* ግርማ ሞገስ
counter *n* ባንኮኒ
counter *v* መቃወም
counteract *v* መልሶ ማጥቃት
counterfeit *v* አስመስሎ መስራት
counterfeit *adj* የውሸት
counterpart *n* ተቃራኒ
countess *n* ሴት ወይዘሮ
countless *adj* የማይቆጠር
country *adj* ሃገራዊ ፣ ገጠራማ
country *n* ሀገር
countryman *n* የሀገር ሰው ፣ ባላገር
countryside *n* ሀገር ቤት ፣ ገጠር
county *n* ክፍለሐገር
coup *n* አድማ
couple *n* ባለትዳሮች
coupon *n* ኩፖን ፣ ትኬት
courage *n* ጀግንነት ፣ ድፍረት

courageous *adj* ጀግና
courier *n* መልእክተኛ
course *n* ኮርስ ፣ መስመር ፣ ሂደት
court *n* ፍርድ ቤት ፣ ችሎት
court *v* ማሽኮርመም
courteous *adj* ትሁት
courtesy *n* አክብሮት
courthouse *n* ፍርድ ቤት
courtship *n* ለትዳር ማግባባት
courtyard *n* አጥር ግቢ
cousin *n* የአክስት ልጅ
cove *n* ሽርጥ
covenant *n* ቃል ኪዳን
cover *n* መሸፈን
cover *v* መደበቅ
cover up *v* ሽፋን
coverage *n* የተከለከለ
covert *adj* ምስጢራዊ
cover-up *n* ማስመሰያ
covet *v* መተመን
cow *n* ላም
coward *n* ፈሪ
cowardice *n* ፈሪነት
cowardly *adv* በፍርሀት
cowboy *n* እረኛ
cozy *adj* የሚያምር
crab *n* ሸርጣን
crack *n* ስንጥቅ
crack *v* መሰንጠቅ
cradle *n* የህፃን አልጋ
craft *n* ሙያ
craftsman *n* ባለሙያ
cram *v* ማጨቅ
cramp *n* መሸማቀቅ
cramped *adj* የተሸማቀቀ
crane *n* መቆንጠጫ ማሽን
crank *n* ማሽን ማሽከርከሪያ እጀታ
cranky *adj* ነጭናጫ
crash *n* ግጭት
crash *v* መጋጨት
crass *adj* የደደበ
crater *n* የእሳተጎመራ አናት
crave *v* መውደድ
craving *n* ጉጉት
crawl *v* መዳኽ
crayon *n* እርሳስ
craziness *n* እብደት
crazy *adj* እብድ
creak *v* መንቋቋት
creak *n* ስጥ ሲጥታ
cream *n* ክሬም
creamy *adj* ቅባታማ
crease *n* ጨምዳዳ
crease *v* ማጨማደድ
create *v* መፍጠር
creation *n* ፍጡር ፣ ፈጠራ
creative *adj* ፈጠራ
creativity *n* ፈጠራ
creator *n* ፈጣሪ
creature *n* ፍጥረት
credibility *n* ታማኝነት
credible *adj* የሚታመን
credit *n* ብድር ፣ ጥሩ ስም
credit *v* ማመን ፣ ጥሩ ስም መስጠት

C

creditor *n* አበዳሪ
creed *n* እምነት
creek *n* ጅረት
creep *v* መዳህ
creepy *adj* የሚያስደነግጥ
cremate *v* ማቃጠል
crematorium *n* ሬሳ ማቃጠያ
crest *n* ጉትዬ
crevice *n* የግድግዳ ስንጥቅ
crew *n* የበረራ አባላት
crib *n* የህጻን አልጋ
cricket *n* ፌንጣ ፣ ክሪኬት
crime *n* ወንጀል
criminal *adj* ወንጀለኛ
cripple *adj* ሽባ
cripple *v* ማሰናከል
crisis *n* ጠንቅ ፣ ውዝግብ
crisp *adj* ጥቅል
crispy *adj* አጭር
crisscross *v* ማጠላለፍ
criterion *n* መመዘኛ
critical *adj* ወሳኝ
criticism *n* ሂስ
criticize *v* መተቸት
critique *n* ሀያሲ
crockery *n* ድስታድስት
crocodile *n* አዞ
crony *n* አጫፋሪ
crook *n* ቆልማማ ዱላ
crooked *adj* ጠማማ ፣ ተንኮለኛ
crop *n* ሰብል ፣ እህል
crop *v* ማጨድ ፣ ከላዩ መቁረጥ
cross *n* መስቀል
cross *adj* መስቀለኛ
cross *v* ማቋረጠ
cross out *v* መሰረዝ
crossfire *n* ድብልቅልቅ ተኩስ
crossing *n* ማቋረጫ
crossroads *n* መስቀለ ኛ መንገድ
crosswalk *n* የእግረኛ መንገድ
crossword *n* የቃላት ጨዋታ
crouch *v* ማድፈጥ
crow *n* ቁራ
crow *v* መጮኸ
crowbar *n* የብረት መፈልቀቂያ
crowd *n* የተሰበሰበ ህዝብ
crowd *v* ማጎር
crowded *adj* የታጎረ
crown *n* ዘውድ
crown *v* ዘውድ መጫን
crowning *n* ዘውድ አጫጫን
crucial *adj* ወሳኝ
crucifix *n* ስቅለት
crucifixion *n* ስቅለት
crucify *v* መስቀል
crude *adj* ባለጌ
cruel *adj* ጨካኝ
cruelty *n* ጭካኔ
cruise *v* በመርከብ መንሸራሸር
crumb *n* ፍርፋሪ
crumble *v* መፈርፈር
crunchy *adj* ተቆርጣሚ
crusade *n* መስቀል ጦርነት
crusader *n* መስቀለኛ ተዋጊ

C

crush *v* መደቆስ ፣ መፍጨት
crushing *adj* ደቋሽ
crust *n* ቅርፊት
crusty *adj* ቅርፊታም
crutch *n* ምርኩዝ
cry *n* ለቅሶ
cry *v* ማልቀስ
cry out *v* መጣራት
crying *n* አስላቀሽ
crystal *n* መስታወት ድንጋይ
cub *n* የአንበሳ ግልገል
cube *n* አንኳር
cubic *adj* ኩብ
cubicle *n* ትንሽየ ክፍል
cucumber *n* የፈረንጅ ዱባ
cuddle *v* ማቀፍ
cuff *n* እጅጌ
cuisine *n* ምግብ
culminate *v* መደምደም
culpability *n* ተወቃሽነት
culprit *n* አጥፊ
cult *n* አምልኮ
cultivate *v* ማልማት
cultivation *n* ልማት
cultural *adj* ባህላዊ
culture *n* ባህል
cumbersome *adj* ለመያዝ የማይመች
cunning *adj* ብልጥ
cup *n* ስኒ ፣ ዋንጫ
cupboard *n* ቁም ሳጥን
curable *adj* የሚድን
curator *n* የሙዚየም ኃላፊ
curb *v* መግታት
curb *n* የመንገድ ጠርዝ
curdle *v* መርጋት
cure *v* ማዳን
cure *n* መድሃኒት
curfew *n* ሰአት እላፊ
curiosity *n* ጉጉት
curious *adj* ጉጉ
curl *v* መሸብለል
curl *n* ጥቅልል
curly *adj* ፍርፍር ፀጉር
currency *n* ገንዘብ
current *n* ፍሰት ፣ ሂደት (የውሃ/ነፋስ) ፣ የተንሰራፋ/የገነነ
current *adj* ወቅታዊ
currently *adv* በአሁኑ ጊዜ
curse *v* መርገም
curtail *v* መቀነስ ፣ ማቆም
curtain *n* መጋረጃ
curve *n* መጠምዘዝ
curve *v* መታጠፍ
cushion *n* ትራስ
cushion *v* መደገፍ
cuss *v* ክፉ መናገር
custard *n* ጣፋጭ ምግብ
custodian *n* ጠባቂ
custody *n* ማረፊያ ቤት
custom *n* ልማድ
customary *adj* የተለመደ
customer *n* ደንበኛ
custom-made *adj* በራስ የተሰራ
customs *n* ቀረጥ ፣ ጉምሩክ

C
D

cut *n* ቆረጣ
cut *iv* መቁረጥ
cut back *v* መቀነስ
cut down *v* መቀነስ
cut off *v* መቀንጠብ
cut out *v* ቆርጦ ማውጣት
cute *adj* የደስ ደስ ያለው
cutlery *n* ቢላና ሹካ
cutter *n* መቁረጫ
cyanide *n* ሃይለኛ መርዝ
cycle *n* ዑደት
cycle *v* ማፈራረቅ
cyclist *n* ብስክሌተኛ
cyclone *n* አውሎ ንፋስ
cylinder *n* ስሊንደር
cynic *adj* አጠራጣሪ
cynicism *n* ተጠራጣሪነት
cypress *n* ጥድ መሰል ዛፍ
cyst *n* ዕብጠት
czar *n* የሩስያ አፄ

D

dad *n* አባባ
dagger *n* ጩቤ
daily *adv* በየእለቱ
dairy farm *n* የወተት ማምረቻ
daisy *n* ቢጫና ነጭ የሆነ የአበባ ዘር
dam *n* ግድብ
damage *n* ጉዳት
damage *v* መጉዳት
damaging *adj* ጎጂ
damn *v* መርገም
damnation *n* ርግማን
damp *adj* ደደብ
dampen *v* ማርጠብ ፣ መደደብ
dance *n* ዳንስ
dance *v* መደነስ
dancing *n* ዳንስ
dandruff *n* ፎሮፎር
danger *n* አደጋ
dangerous *adj* አደገኛ
dangle *v* ማባበያ መስጠት
dare *v* መድፈር
dare *n* ድፍረት
daring *adj* ደፋር
dark *adj* ጨለማ
darken *v* ማጨለም
darkness *n* ጨለማ
darling *adj* ተወዳጅ ፣ ሆዴ
darn *v* መደረት
dart *v* በፍጥነት መወርወር/መንቀሳቀስ
dart *n* ድርት
dash *v* መጣደፍ
dashing *adj* መልከመልካም
data *n* ዳታ
database *n* መረጃ ከምችት
date *n* ዕለት
date *v* ማውጣት
daughter *n* ሴት ልጅ

daughter-in-law *n* የልጅ ሚስት
daunt *v* ማደናገጥ
daunting *adj* አርበትባች
dawn *n* ጎህ
day *n* ቀን
daydream *v* በቁም መቃዠት
daze *v* ማደንዘዝ
dazed *adj* የደነበረ
dazzle *v* በጨረር መጋረድ
dazzling *adj* አስደናቂ
deacon *n* ዲያቆን
dead *adj* የሞተ
dead end *n* ማለፊያ የሌለው ዝግ የሆነ መንገድ
deaden *v* ማስታገስ ፣ ማርገብ
deadline *n* ማስረከቢያ ሰአት
deadlock *adj* ያልተፈታ
deadly *adj* ገዳይ
deaf *adj* ደንቆሮ
deafen *v* ማደንቆር
deafening *adj* አደንቋሪ
deafness *n* ድንቁርና
deal *n* ስምምነት ፣ ድርድር
deal *iv* በብቃት መያዝ
dealer *n* ነጋዴ
dealings *n* ድርድር
dean *n* ዲን
dear *adj* ውድ
dearly *adv* በውድ
death *n* ሞት
death toll *n* የሟቾች ቁጥር
death trap *n* የሞት ቀጠና
deathbed *n* መሞቻ አልጋ
debase *v* ማዋረድ
debatable *adj* አከራካሪ
debate *v* መከራከር
debate *n* ክርክር
debit *n* ተቀናሽ
debrief *v* በኦፊሴል መጠየቅ
debris *n* ስብርባሪ
debt *n* ዕዳ
debtor *n* ተበዳሪ
debunk *v* ሃቁን መግለጽ
debut *n* የመጀመሪያ ትዕይንት
decade *n* አስርት ዓመት
decadence *n* ጋጠወጥነት
decaf *adj* ካፌን የሌለው
decapitate *v* አንገት መሰየፍ
decay *v* መበስበስ
decay *n* ብስባሽ
deceased *adj* የሞተ
deceit *n* ማጭበርበር
deceitful *adj* አጭበርባሪ
deceive *v* ማጭበርበር
December *n* ታህሳስ
decency *n* ጨዋነት
decent *adj* ጨዋ
deception *n* ማጭበርበር
deceptive *adj* ግራ የሚያጋባ
decide *v* መወሰን
deciding *adj* ወሳኝ
decimal *adj* አስርዮሻዊ
decimate *v* መፍጀት
decipher *v* ፈልፍሎ መረዳት

decision *n* ውሳኔ
decisive *adj* ወሳኝ
deck *v* ማልበስ ፣ ማጌጥ
deck *n* የመርከብ ደረት
declaration *n* ዲክላራሲዬን
declare *v* ማወጅ
declension *n* ዝንባሌ
decline *v* ማዘንበል
decline *n* ማዘንበል
decompose *v* መበስበስ
décor *n* ጌጥ
decorate *v* ማጌጥ
decorative *adj* አስጊያጭ
decorum *n* ትሁት ስነምግባር
decrease *v* መቀነስ
decrease *n* ቅናሽ
decree *n* አዋጅ
decree *v* ማወጅ
decrepit *adj* የጃጀ
dedicate *v* መስጠት
dedication *n* ስጦታ
deduce *v* ነገር መጭመቅ
deduct *v* መቀነስ
deductible *adj* ተቀናሽ
deduction *n* ቅነሳ
deed *n* ተግባር
deem *v* መባል ፣ መታሰብ
deep *adj* ጥልቅ
deepen *v* ማስፋት
deer *n* ኢጋዘን
deface *v* መቾከቾክ
defame *v* ስም ማጥፋት
defeat *v* ማሸነፍ
defeat *n* ሽንፈት
defect *n* ክህደት
defect *v* መካድ
defection *n* ክህደት
defective *adj* ካሀዲ
defend *v* መከላከል
defendant *n* ተከሳሽ
defender *n* ተከላካይ
defense *n* መከላከያ
defenseless *adj* ተከላካይ አልባ
defer *v* ማዘግየት
defiance *n* በግልጽ አሻፈረኝ ማለት
defiant *adj* አሻፈረኝ ባይ
deficiency *n* እጥረት
deficient *adj* ያጠረው
deficit *n* ኪሳራ
defile *v* ማቆሸሽ ፣ ማርከስ
define *v* ማብራራት ፣ መግለጽ
definite *adj* እርግጠኛ
definition *n* ገለጻ
definitive *adj* ቋሚ
deflate *v* አየር ማስወጣት
deform *v* ቅርጽ ማበላሸት
deformity *n* ቅርጽ ብልሽት
defraud *v* አታሎ ገንዘብ ማግኘት
defray *v* ወጪን መሸፈን
defrost *v* ማሞቅ
deft *adj* ፈጣንና ያማረ
defuse *v* ማስረጨት
defy *v* አሻፈረኝ ማለት
degenerate *v* ማሽቆልቆል

D

degenerate *adj* ሞራል የለሽ
degeneration *n* ኋላ ቀርነት
degradation *n* ማነቋሸሽ
degrade *v* ማንቋሸሽ
degrading *adj* አዋራጅ
degree *n* ዲግሪ
dehydrate *v* ውሃ ማጠጣት
deign *v* ዝቅ ማድረግ
deity *n* አማልክት
dejected *adj* የከፋው
delay *v* መዘግየት
delay *n* መዘግየት
delegate *v* መወከል ፣ መላክ
delegate *n* ወኪል
delegation *n* ተልዕኮ
delete *v* መሰረዝ
deliberate *v* አጢኖ ማሰብ
deliberate *adj* ሆን ብሎ
delicacy *n* ጥሩ ምግብ
delicate *adj* በቀላሉ ተሰባሪ
delicious *adj* ጣፋጭ
delight *n* ደስታ
delight *v* መደሰት
delightful *adj* አስደሳች
delinquency *n* አደገኛ ባሕሪ
delinquent *adj* አጥፊ
deliver *v* ማድረስ
delivery *n* አቅርቦት
delude *v* እንዳያምን ማድረግ
deluge *n* ድንገተኛ ዶፍ
delusion *n* ለራስ የተሳሳተ ግምት
deluxe *adj* ዘመናዊ ፣ የምቾት
demand *v* መጠየቅ
demand *n* ጥያቄ
demanding *adj* ጨቅጫቃ ፣ ነዝናዛ
demean *v* ራስን ማዋረድ
demeaning *adj* ክብረነክ
demeanor *n* አቀራረብ
demented *adj* ወፈፌ
demise *n* ውድቀት
democracy *n* ዲሞ ክራሲ
democratic *adj* ዲሞክራቲክ
demolish *v* ማፍረስ
demolition *n* ማፍረስ
demon *n* ጋኔን
demonstrate *v* ማሳየት
demonstrative *adj* ገላጭ
demoralize *v* ሞራል መስበር
demote *v* ዝቅ ማድረግ
den *n* ዋሻ
denial *n* ክህደት
denigrate *v* ያላግባብ መተቸት
Denmark *n* ዴንማርክ
denominator *n* አካፋይ ቁጥር
denote *v* መጠቆም
denounce *v* ማወጋገድ
dense *adj* ጥቅጥቅ
density *n* ጥቅጥቅነት
dent *v* መጨፍለቅ
dent *n* ጭፍልቅ
dental *adj* ጥርስ ነክ
dentist *n* ጥርስ ሀኪም
dentures *n* የሚገጠም ጥርስ
deny *v* መካድ

D

deodorant *n* ዲዮዶራንት
depart *v* ለጉዞ መነሳት
department *n* ክፍል
departure *n* መነሻ
depend *v* መመርኮዝ
dependable *adj* አስተማማኝ
dependence *n* ጥገኝነት
dependent *adj* ጥገኛ
depict *v* ማስቀመጥ
deplete *v* ሀሃይልን መቀነስ
deplorable *adj* ተቀባይነት የለሽ
deplore *v* በጽኑ መቃወም
deploy *v* ማስፈር
deployment *n* ሰፈራ
deport *v* ከሃገር ማባረር
deportation *n* ከሃገር ማባረር
depose *v* ከስልጣን ማስወገድ
deposit *n* ተቀማጭ
depot *n* መጋዘን
deprave *adj* በሞራል የተጎዳ
depravity *n* በሞራል መጎዳት
depreciate *v* ጥራት መቀነስ
depreciation *n* የጥራት መቀነስ
depress *v* መደበት
depressing *adj* ደባች
depression *n* ድብርት
deprivation *n* መቀማት
deprive *v* ማሳጣት
deprived *adj* የተቀማ
depth *n* ጥልቀት
derail *v* መገልበጥ
derailment *n* ግልበጣ
deranged *adj* ወፈፌ
derelict *adj* የተጎሳቆለ
deride *v* መተረብ
derivative *adj* ርቢ
derive *v* ማግኘት
derogatory *adj* ክብረነክ
descend *v* መውረድ
descendant *n* ተወላጅ
descent *n* ጨዋ
describe *v* መግለጽ
description *n* ገለጻ
descriptive *adj* ገላጭ
desecrate *v* ማርከስ
desegregate *v* ልዩነትን ማስወገድ
desert *n* በርሃ
desert *v* ከጦርሜዳ መጥፋት
deserted *adj* ባዶ
deserter *n* ከሃዲ
deserve *v* መገባት
deserving *adj* ተገቢ
design *n* ዲዛይን
designate *v* መሾም መመደብ
desirable *adj* ተፈላጊ
desire *v* መፈለግ ፣ መሻት
desire *n* ፍላጎት
desist *v* ማቆም
desk *n* ዴስክ
desolate *adj* ባድማ
desolation *n* ብቸኝነት ስሜት
despair *n* ተስፋ መቁረጥ
desperate *adj* ተስፋ የቆረጠ
despicable *adj* አስቀያሚ

D

despise *v* መጥላት
despite *c* ምንም እንኳን
despondent *adj* የከፋው
despot *n* ፈላጭ ቆራጭ
despotic *adj* ፍጹም ገዢ
dessert *n* ጣፋጭ ምግብ
destination *n* መድረሻ
destiny *n* ዕጣ ፋንታ
destitute *adj* መናጢ ድሃ
destroy *v* ማውደም
destroyer *n* አውዳሚ
destruction *n* ውድመት
destructive *adj* አውዳሚ
detach *v* መነጠል
detachable *adj* የሚነጣጠል
detail *n* ዝርዝር
detail *v* መዘርዘር
detain *v* ማሰር
detect *v* መመርመር
detective *n* መርማሪ
detector *n* መመርመሪያ
detention *n* እስራት
deter *v* ማገድ
detergent *n* ሳሙና
deteriorate *v* መበላሸት
deterioration *n* ብልሽት
determination *n* ቆራጥነት
determine *v* መወሰን
deterrence *n* መቃወሚያ ፣ መግፊያ
detest *v* መጥላት
detestable *adj* የተጠላ
detonate *v* ማምከን
detonation *n* ማምከን
detonator *n* ማምከኛ
detour *n* ተለዋጭ መንገድ
detriment *n* ጎጂ ምግባር
detrimental *adj* ጎጂ
devaluation *n* ዋጋ ቅነሳ
devalue *v* ዋጋ ማውረድ
devastate *v* ማውደም
devastating *adj* አውዳሚ
devastation *n* ውድመት
develop *v* ማሳደግ
development *n* ልማት
deviation *n* ከዋናው ዕቅድ መሳት
device *n* መሳሪያ
devil *n* ሰይጣን
devious *adj* አታላይ
devise *v* ማቀድ
devoid *adj* ያጣ
devote *v* ራስን መስጠት
devotion *n* ራስን መስጠት
devour *v* መቦጫጨቅ
devout *adj* ከልቡ አማኝ
dew *n* የውሃ ጠብታ
diabetes *n* የስኳር በሽታ
diabetic *adj* የስኳር በሽተኛ
diabolical *adj* አበሳጭ
diagnose *v* መመርመር
diagnosis *n* የጤና ምርመራ
diagonal *adj* ጎንዮሻዊ
diagram *n* ስዕል
dial *n* የሰዓት አካል
dial *v* መደወል

D

dial tone *n* የስልክ ድምጽ
dialect *n* ልሳን
dialogue *n* ንግግር
diameter *n* መንፈቅ
diamond *n* አልማዝ
diaper *n* ሽንት ጨርቅ
diarrhea *n* ተቅማጥ
diary *n* ዕለታዊ መዝገብ
dice *n* ዳይ
dice *v* በኩብ ቅርጽ መቁረጥ
dictate *v* በስልጣን ማዘዝ ፤ ሌላው እንዲጽፍ በቃል ማንበብ
dictator *n* አምባገነን
dictatorial *adj* አምባገነናዊ
dictatorship *n* አምባገነንነት
dictionary *n* መዝገበቃላት
die *v* መሞት
die out *v* ሕልውና ማቆም
diet *n* ምግብ መቀነስ
diet *v* ምግብን በቁጥጥር መብላት (ክብደት ለመቀነስ)
differ *v* መለየት
difference *n* ልዩነት
different *adj* ልዩ
difficult *adj* ከባድ
difficulty *n* ችግር
diffuse *v* መስፋፋት
dig *iv* ትራፊ
digest *v* ማላም
digestion *n* የምግብ ልመት
digestive *adj* በቀላሉ የሚፈጭ
digit *n* ቁጥር
dignify *v* ማክበር
dignitary *n* ባለስልጣን
dignity *n* ክብር
digress *v* ከአርዕስት መውጣት
dike *n* ወንዝ መገደቢያ
dilapidated *adj* ያረጀ
dilemma *n* ቅዠት
diligence *n* ጥንቃቄ
diligent *adj* ጠንቃቃ
dilute *v* ማቅጠን
dim *adj* ጨለማ
dim *v* ማጨለም
dime *n* ሳንቲም
dimension *n* ስፋት
diminish *v* ማጥፋት
dine *v* መብላት
diner *n* ተመጋቢ
dining room *n* ገበታ ቤት
dinner *n* እራት
dinosaur *n* ዳይኖሰር
diocese *n* ቁምስና
diphthong *n* ባለሁለት አናባቢ
diploma *n* ዲፕሎም
diplomacy *n* ዲፕሎማሲ
diplomat *n* ዲፕሎማት
diplomatic *adj* ዲፕሎማታዊ
dire *adj* ከባድ
direct *adj* ቀጥተኛ
direct *v* መምራት
direction *n* አቅጣጫ
director *n* ርዕሰ መምህር
directory *n* ማውጫ

D

dirt *n* ቆሻሻ
dirty *adj* ቆሻሻ
disability *n* ችሎታ ማጣት
disabled *adj* አካለ ጎደሎ
disadvantage *n* መጥፎ ጎን
disagree *v* መቃወም
disagreeable *adj* የማይስማማ
disagreement *n* አለመስማማት
disappear *v* መጥፋት
disappearance *n* መጥፋት
disappoint *v* ማስከፋት
disappointing *adj* አስቀያሚ
disappointment *n* ቅሬታ ፣ ቅያሜ
disapproval *n* አለመስማማት
disapprove *v* ውድቅ ማድረግ
disarm *v* ጦር መፍታት
disarmament *n* ጦር መፍታት
disaster *n* አደጋ
disastrous *adj* አደገኛ
disband *v* ቡድን መበተን
disbelief *n* አለመማመን
disburse *v* ድርሻ መከፈል
discard *v* ማስወገድ
discern *v* ማወቅ ፣ መረዳት
discharge *v* ማስወጣት ፣ መልቀቅ
discharge *n* ማስወጣት ፣ መልቀቅ
disciple *n* ደቀ መዝሙር
discipline *n* ዲሲፕሊን ፣ ስርአት
disclaim *v* በይፋ መካድ
disclose *v* መግለጽ
discomfort *n* አለመመቸት
disconnect *v* መለያየት
discontent *adj* ቅር ያለው
discontinue *v* ማቋረጥ
discord *n* አለመስማማት
discordant *adj* የማይስማማ
discount *n* የዋጋ ቅናሽ
discount *v* ዋጋ መቀነስ
discourage *v* ተስፋ ማስቆረጥ
discouragement *n* ተስፋ መቁረጥ
discouraging *adj* ተስፋ አስቆራጭ
discourtesy *n* ጨዋነት ማጣት
discover *v* ማግኘት ፣ መፈልሰፍ
discovery *n* አዲስ ግኝት
discredit *v* ዋጋ ማሳጣት
discreet *adj* ሚስጥራዊ
discrepancy *n* ጉድለት
discretion *n* ጠንቃቃነት
discriminate *v* ማዳላት
discrimination *n* የዘር ልዩነት
discuss *v* መወያየት ፣ ማጥናት
discussion *n* ውይይት
disdain *n* ንቀት ፣ ማንቋሸሽ
disease *n* በሽታ
disembark *v* መውረድ (ከአውቶቡስ/መርከብ/አውሮፕላን)
disenchanted *adj* ስሜት ያጣ
disentangle *v* መፈታታት
disfigure *v* መልክ ማጥፋት
disgrace *n* እፍረት ፣ ክብር ማጣት
disgrace *v* ማሳፈር ፣ ማዋረድ
disgraceful *adj* አሳፋሪ
disgruntled *adj* የተበሳጨ
disguise *v* መልክ ፣ ድምፅ መለወጥ

D

disguise *n* መልክ ፣ ድምፅ መለወጥ
disgust *n* ጥላቻ ፣ መጸየፍ
disgusting *adj* አጸያፊ ፣ ማስጠሎ
dish *n* ሳህን ፣ ምግብ
dishearten *v* ማስፈራራት
dishonest *adj* አታላይ ፣ ወስላታ
dishonesty *n* አታላይነት
dishonor *n* ማዋረድ
dishonorable *adj* ወራዳ ፣ ክብር ያልተገባው
dishwasher *n* ሳህን አጣቢ
disillusion *n* እምነትን ማጠራጠር
disinfect *v* ከበሽታ ማንጻት
disinfectant *v* ፀረ ተባይ
disinherit *v* ውርስ መከልከል
disintegrate *v* መገነጣጠል
disintegration *n* ግንጠላ ፣ ብተና
disinterested *adj* የሚያደላ
disk *n* ዲስክ
dislike *v* አለመውደድ
dislike *n* አለመውደድ
dislocate *v* መለያየት ፣ ማናወጥ
dislodge *v* ማስለቀቅ
disloyal *adj* የማይታመን ፣ ከሃዲ
disloyalty *n* ክህደት
dismal *adj* የጨፈገገ ፣ ያዘነ
dismantle *v* መፈታታት
dismay *v* ማሰናበት ፣ ማባረር
dismay *n* ተስፋ መቁረጥ
dismiss *v* ስንብት ፣ መባረር
dismissal *n* መውረድ ፣ መፍረስ
dismount *v* እምቢተኝነት
disobedience *n* የማይታዘዝ
disobedient *adj* አለመታዘዝ
disobey *v* ነውጥ ፣ ህውከት
disorder *n* ነውጥ ፣ ህውከት
disorganized *adj* መደበላለቅ
disoriented *adj* ግራ የገባው
disown *v* ውርስ ማገድ
disparity *n* ልዩነት
dispatch *v* መላክ
dispel *v* መበታተን
dispensation *n* እደላ
dispense *v* ማደል ፣ መስጠት
dispersal *n* ብትንትን
disperse *v* መበታተን (ተበታተነ)
displace *v* ቦታ መልቀቅ
display *n* ማሳያ
display *v* ማሳየት
displease *v* ማስከፋት
displeasing *adj* አስቀያሚ
displeasure *n* ቅሬታ ፣ ቂም
disposable *adj* ቆሻሻ መጣያ
disposal *n* ቆሻሻ መጣል
dispose *v* ቆሻሻ መጣል
disprove *v* ውድቅ ማድረግ
dispute *n* ጥል ፣ ክርክር
dispute *v* መጣላት ፣ መከራከር
disqualify *v* ከውድድር ማስወጣት
disregard *v* ችላ ማለት
disrepair *n* የተረሳ መንገድ ፣ ሕንፃ
disrespect *n* አለማክበር
disrespectful *adj* የማያከብር ፣ ባለጌ
disrupt *v* መበጥበጥ ፣ ማወክ

disruption *n* ብጥብጥ ፣ ሁከት
dissatisfied *adj* ያላረካ ፣ ቅር ያለው
disseminate *v* ማሰራጨት
dissent *v* ማፈንገጥ
dissident *adj* አፈንጋጭ
dissimilar *adj* የማይመሳሰል
dissipate *v* ማባከን ፣ ማስወገድ
dissolute *adj* አውደልዳይ
dissolution *n* መበተን ፣ መለያየት
dissolve *v* መሟሟት
dissonant *adj* ጥዕመ ቢስ ፣ ሻካራ
dissuade *v* መገፋፋት
distance *n* ርቀት
distant *adj* ሩቅ
distaste *n* ጥላቻ ፣ አለመጣም
distasteful *adj* ለዛቢስ ፣ ጣዕመ ቢስ
distill *v* ውሀ ማጣራት
distinct *adj* የተለየ ፣ ልዩ
distinction *n* ባለማዕረግነት ፣ መለየት
distinctive *adj* ልዩ
distinguish *v* ለይቶ ማወቅ
distort *v* ማጣመም ፣ ማወላገድ
distortion *n* መበረዝ
distract *v* ሃሳብን መበተን
distraction *n* ሃሳብ መበታተን
distraught *adj* ፍጹም የተበሳጨ
distress *v* መጨነቅ ፣ ማዘን
distress *n* ጭንቅ ሀዘን
distressing *adj* አስጨናቂ ፣ አሳሳቢ
distribute *v* ማደል ፣ ማዳረስ
distribution *n* ዕደላ
district *n* ወረዳ
distrust *n* ሰው አለማመን
distrust *v* ሰው አለማመን
distrustful *adj* ሰው የማያምን
disturb *v* መረበሽ ፣ መበጥበጥ
disturbance *n* ረብሻ ፣ ብጥብጥ
disturbing *adj* ረባሽ ፣ በጥባጭ
disunity *n* ልዩነት ማጣት
disuse *n* ከአገልግሎት ውጭነት
ditch *n* ቦይ
dive *v* ዘሎ መጥለቅ
diver *n* ውሀ ጠላቂ
diverse *adj* የተለያየ
diversify *v* አለያየ ፣ አስፋፋ
diversion *n* አቅጣጫ ለውጥ
diversity *n* ልዩነት
divert *v* ማስለወጥ ፣ መለወጥ
divide *v* መከፈል ፣ መከፋፈል
dividend *n* ድርሻ የአክስዮን ክፍያ
divine *adj* መለኮታዊ
diving *n* መስጠም
divinity *n* መለኮት
divisible *adj* ተካፋይ
division *n* ክፍል ፣ ዲቪዝዮን
divorce *v* ሚስት ፣ ባል መፍታት
divorce *n* ፍቺ
divorcee *n* የተፈታ ፣ ፈት
divulge *v* ምስጢር ማውጣት
dizziness *n* ራስ መክበድ
dizzy *adj* የከበደው ፣ የታወከ
do *iv* መስራት ፣ ማድረግ
docile *adj* ተላማጅ ፣ ተግባቢ
docility *n* ታዛገርነት

D

dock *n* ወደብ
dock *v* መርከብ ማቆም
doctor *n* ሀኪም
doctrine *n* ዶግማ ፣ ቀኖና
document *n* ሰነድ
documentary *n* ጥናታዊ ጽሁፍ ፣ ስራ
documentation *n* ሰነድ አያያዝ
dodge *v* ማምለጥ ፣ መትረፍ
dog *n* ውሻ
dogmatic *adj* ቀኖናዊ
dole out *v* ማደል
doll *n* አሻንጉሊት
dollar *n* ዶላር
dolphin *n* ዶልፊን
dome *n* ክብ ጣራ
domestic *adj* የቤት ውስጥ የሆነ ፤ ለማዳ
domesticate *v* እንስሳ ማልመድ
dominate *v* መግዛት
domination *n* አገዛዝ
domineering *adj* በጉልበት የሚገዛ
dominion *n* ስላጣን ፣ ግዛት
donate *v* መስጠት
donation *n* ስጦታ ፣ እርዳታ
donkey *n* አህያ
donor *n* ለጋሽ
doom *n* ፍርድ
doomed *adj* የተፈረደበት
door *n* በር
doorbell *n* የበር ደውል
doorstep *n* የበር ደረጃ
doorway *n* የበ ር መዝጊያ
dope *n* ሐሺሽ
dope *v* ሐሺሽ መውሰድ
dormitory *n* የመኝታ አዳራሽ
dosage *n* መጠን
dossier *n* ዶሴ ፣ ፋይል
dot *n* ነቁጥ ፣ ነጥብ
double *v* ማጠፍ ፣ መደረብ
double *adj* እጥፍ
double-check *v* ዳግም ማረጋገጥ
double-cross *v* ጓደኛን አሳልፎ መስጠት
doubt *n* ጥርጣሬ
doubt *v* መጠራጠር
doubtful *adl* አጠራጣሪ
dough *n* ሊጥ
dove *n* እርግብ
down *adj* ወደ ታች ፣ ዝቅ ያለ
down *adv* ወደታች
down payment *n* ቀብድ
downcast *adj* መንፈስ ደካማ
downfall *n* ውድቀት
downhill *adv* ቁልቁል
downpour *n* ዶፍ ዝናብ
downsize *v* ማሳነስ
downstairs *adv* ታችቤት
down-to-earth *adj* ተግባቢ
downtown *n* መሃል ከተማ
downtrodden *adj* ንብረትአልባ
downturn *n* ማቀቆልቆል
dowry *n* ጥሎሽ
doze *n* ማሸለብ
doze *v* ማሸለብ
dozen *n* ደርዘን
draft *n* ረቂቅ ፣ ንድፍ

draft *v* ማርቀቅ ፣ መንደፍ
draftsman *n* ነዳፊ
drag *v* መጎተት
dragon *n* ድራጉን
drain *v* ማፍሰስ
drainage *n* የፍሳሽ መሄጃ
dramatic *adj* አስገራሚ
dramatize *v* በትዕይንት ማቅረብ
drape *n* ልባስ
drastic *adj* ፍፁማዊ
draw *iv* መሳል ፣ መሳብ
draw *n* አቻነት
drawback *n* እንቅፋት
drawer *n* መሳቢያ
drawing *n* ስዕል
dread *v* መፍራት
dreaded *adj* የተፈራ
dreadful *adj* አስፈሪ
dream *iv* ማለም
dream *n* ህልም
dress *n* ቀሚስ
dress *v* መልበስ
dresser *n* አልባሽ ፣ ረዳት ሀኪም
dressing *n* መልበሻ
dried *adj* የደረቀ
drift *v* መዋለል
drift apart *v* መራራቅ
drifter *n* ብቸኛ
drill *v* መሰርሰር ፣ መብሳት
drill *n* መብሻ ፣ መሰርሰሪያ
drink *iv* መጠጣት
drink *n* መጠጥ
drinkable *adj* የሚጠጣ
drinker *n* ጠጪ
drip *v* መንጠብጠብ
drip *n* ጠብታ
drive *iv* መንዳት ፣ ማባረር
drive *n* ንቃት
drive at *v* ማለት መፈለግ
drive away *v* ርቆ መሄድ
driver *n* ሾፌር
driveway *n* መኪና ማቆሚያ
drizzle *v* ማካፋት
drizzle *n* ካፊያ
drop *n* ጠብታ
drop *v* መጣል
drop in *v* ብቅ ማለት
drop off *v* ሸለብ ማድረግ
drop out *v* መተው ፣ ማቋረጥ
drought *n* ድርቅ
drown *v* መስጠም
drowsy *adj* ያንቀላፋ
drug *n* መድሃኒት
drug *v* መድሃኒት ማብላት
drugstore *n* መድሃኒት ቤት
drum *n* ከበሮ
drunk *adj* ሰካራም
drunkenness *n* ስካር
dry *v* መድረቅ
dry *adj* ደረቅ
dry-clean *v* በደረቁ ማጠብ
dryer *n* ማድረቂያ
dual *adj* ሁለትዮሽ
dubious *adj* ጠርጣራ

D E

duchess *n* ሴት ወይዘሮ
duck *n* ዳክዬ
duck *v* ማጎንበስ
duct *n* ትቦ
due *adj* ዕዳ
duel *n* ፍልሚያ
dues *n* ዕዳ
duke *n* መስፍን
dull *adj* ደደብ
dull *v* ማዶልዶም
duly *adv* በአግባቡ
dumb *adj* ድዳ
dummy *n* ባምቡላ
dummy *adj* እውነት መሳይ
dump *v* ቆሻሻ መጣል
dump *n* ቆሻሻ መጣያ
dung *n* እበት
dungeon *n* ወህኒ ቤት
dupe *v* መሸወድ
duplicate *v* ማባዛት
duplication *n* ማባዛት
durable *adj* ዘላቂ
duration *n* ቆይታ
during *pre* በ---ጊዜ ውስጥ
dusk *n* ምሽት
dust *n* አቧራ
dusty *adj* አቧራማ
Dutch *adj* ሆላንዳዊ
duty *n* የስራ ግዴታ
dwarf *n* ድንክ
dwell *iv* መኖር
dwelling *n* መኖሪያ
dwindle *v* መቀነስ
dye *v* ቀለም መንከር
dye *n* ማቅለሚያ
dying *adj* ሟች
dynamic *adj* ንቁ ፣ ፈጣን
dynamite *n* ደማሚት
dynasty *n* ሥረወ መንግስት

E

each *adj* እያንዳንዱ
each other *adj* ርስ በርስ
eager *adj* ጉጉ
eagerness *n* ጉጉት
eagle *n* ንስር
ear *n* ጆሮ
earache *n* ጆሮ ህመም
eardrum *n* ጆሮ ታምቡር
early *adv* በማለዳ በጊዜ
earmark *v* መመደብ
earn *v* ማፍራት
earnestly *adv* በቁምነገር
earnings *n* ገቢ
earphones *n* ጆሮ ማዳመጫ
earring *n* ጉትቻ
earth *n* መሬት
earthquake *n* መሬት መንቀጥቀጥ
earwax *n* ኩክኒ

ease *n* ምቾት ፣ መዝናናት
ease *v* ማመቻቸት
easily *adv* በቀላሉ
east *n* ምስራቅ
eastbound *adj* ምስራቃዊ
Easter *n* ፋሲካ
eastern *adj* ምስራቃዊ
easterner *n* ምስራቃዊ
eastward *adv* ወደ ምስራቅ
easy *adj* ቀላል
eat *iv* መብላት
eat away *v* ቀስ በቀስ ማበላሸት
eavesdrop *v* መስለል
ebb *v* ቀስ በቀስ መድከም
eccentric *adj* ወፈፌ
echo *n* ገደል ማሚቶ
eclipse *n* የፀሀይ ግርዶሽ
ecology *n* ምህዳረ ምድር
economical *adj* ቆጣቢ ፣ ርካሽ
economize *v* መቆጠብ
economy *n* ኢኮኖሚ
ecstasy *n* ሐሴት
ecstatic *adj* ፍንዱቅ
edge *n* ጠርዝ
edge *v* ስለት መሳል
edgy *adj* ደንባራ
edible *adj* የሚበላ
edifice *n* ታላቅ ህንፃ
edit *v* ማረም
edition *n* ዕትም
educate *v* ማስተማር
educational *adj* ትምህርታዊ
eerie *adj* እንግዳ ፣ ግራአጋቢ
effect *n* ውጤት
effective *adj* ውጤታማ
effectiveness *n* ውጤታማነት
efficiency *n* ብቃት
efficient *adj* ብቁ
effigy *n* ምስል ሀውልት
effort *n* ጥረት ትግል
effusive *adj* ስሜታዊ
egg *n* እንቁላል
egg white *n* የእንቁላል ውሀ
egoism *n* ራስ ወዳድነት
egoist *n* ራስ ወዳድ
eight *adj* ስምንት
eighteen *adj* አስራ ስምንት
eighth *adj* ስምንተኛ
eighty *adj* ሰማንያ
either *adj* ከሁለት አንዱ
either *adv* ወይንም
eject *v* ማስፈንጠር
elapse *v* የጊዜ ማለፍ
elastic *adj* የላስቲክ
elated *adj* በጣም የተደሰተ
elbow *n* ክርን
elder *n* ታላቅ
elderly *adj* አዛውንት
elect *v* መምረጥ
election *n* ምርጫ
electric *adj* ኤሌክትሪካዊ
electrician *n* ኤሌክትሪክ ሰራተኛ
electricity *n* ኤሌክትሪክ
electrify *v* ማብራት

E

electrocute *v* በኤሌትሪክ ማቃጠል
electronic *adj* ኤሌክትሮኒካዊ
elegance *n* ዘናጭነት
elegant *adj* ዘናጭ
element *n* ነገር ፣ አባል
elementary *adj* የመጀመሪያ ደረጃ
elephant *n* ዝሆን
elevate *v* ከፍ ማድረግ
elevation *n* ከፍታ
elevator *n* አሳንሳር
eleven *adj* አስራ አንድ
eleventh *adj* አስራ አንደኛ
eligible *adj* ብቁ ፣ ተገቢ
eliminate *v* ማስወገድ
elm *n* ዛፍ
eloquence *n* አንደበተ ርቱዕነት
else *adv* አለበለዚያ
elsewhere *adv* በሌላ ቦታ
elude *v* ማምለጥ
elusive *adj* የመያዝ
emaciated *adj* የመነመነ ፣ የከሳ
emanate *v* ማንጸባረቅ
emancipate *v* ነፃ ማውጣት
embalm *v* በድን ማድረቅ
embark *v* መሳፈር
embarrass *v* ማሳፈር
embassy *n* ኤምባሲ
embellish *v* ማጌጥ
embers *n* ፍም
embezzle *v* በአደራ የተሰጠን ገንዘብ/ ዕቃ ለራስ መጠቀም
embitter *v* ማስመረር
emblem *n* አርማ
embody *v* ማካተት ፣ ማዋል
emboss *v* ማስታወቂያ መለጠፍ
embrace *v* ማቀፍ
embrace *n* እቅፍ ማቀፍ
embroider *v* ጥልፍ መጥለፍ
embroidery *n* ጥልፍ ስራ
embroil *v* ግራ ማጋባት ፣ ጥል ውስጥ መክተት
embryo *n* ሽል ጽንስ
emerald *n* ባሉር ፣ አረንጓዴ
emerge *v* ብቅ ማለት
emergency *n* ድንገተኛ
emigrant *n* ከዳተኛ
emigrate *v* መሰደድ
emission *n* ጭስ ፣ ከሰውነት የወጣ ፈሳሽ
emit *v* ማመንጨት ፣ ማስረጽ
emotion *n* ስሜት
emotional *adj* ስሜታዊ
emperor *n* ንጉሰ ነገስት
emphasis *n* ትኩረት ፣ አጽዕኖት
emphasize *v* አጉልቶ ማሳየት
empire *n* የንጉስ ግዛት
employ *v* መቅጠር
employee *n* ተቀጣሪ ፣ ሰራተኛ
employer *n* ቀጣሪ ፣ አሰሪ
employment *n* ስራ ፣ ቅጥር
empress *n* እቴጌ ንግስት
emptiness *n* ባዶነት
empty *adj* ባዶ
empty *v* ባዶ ማድረግ

enable *v* ማስቻል
enchant *v* ማስደሰት
enchanting *adj* አስደሳች
encircle *v* መከብብ
enclave *n* ነጠል ያለ ቦታና ህዝብ
enclose *v* ማጠር
enclosure *n* አጥር ፣ ግቢ
encompass *v* ብዙ ነገር ማካተት
encounter *v* መግጠም ፣ ማጋጠም
encounter *n* ገጠመኝ ፣ አጋጣሚ
encourage *v* ማበረታታት
encroach *v* ከተገቢው ውስን ክልል አልፎ መሄድ
encyclopedia *n* ኢንሳይክሎፒዲያ
end *n* መጨረሻ
end *v* መጨረስ
end up *v* ማጠናቀቅ
endanger *v* አደጋ ላይ መጣል
endeavor *n* ሙከራ ፣ ጥረት
endeavor *v* በጣም መሞከር
ending *n* ማቆሚያ ፣ መድረሻ
endless *adj* ማለቂያ ቢስ
endorse *v* መደገፍ ፣ መፈረም
endorsement *n* ድጋፍ
endure *v* መቋቋም ፣ መታገስ
enemy *n* ጠላት
energetic *adj* ሃይለኛ
energy *n* ኃያል
enforce *v* ማስገደድ
engage *v* መታጨት ፣ ማጨት
engaged *adj* መታጨት ፣ የተጠመደ
engagement *n* መተጫጨት
engine *n* ሞተር
engineer *n* መሐንዲስ
England *n* እንግሊዝ
English *adj* እንግሊዛዊ
engrave *v* ፈልፍሎ መጻፍ ፣ መሳል
engraving *n* ፍልፍል ጽሁፍ ፣ ስዕል
engrossed *adj* በነገር መመሰጥ
engulf *v* ሙሉ በሙሉ መሸፈን
enhance *v* ማሳደግ ፣ ማበልጸግ
enjoy *v* መደሰት
enjoyable *adj* አስደሳች
enjoyment *n* ደስታ ፣ መዝናኛ
enlarge *v* ማስፋት
enlargement *n* ማስፋፋት
enlighten *v* ማብራራት
enlist *v* ማሳመን
enormous *adj* በጣም ግዙፍ ስራ
enough *adv* በቂ
enrage *v* ማስቆጣት
enrich *v* ማበልጸግ
enroll *v* መመዝገብ
enrollment *n* ምዝገባ
ensure *v* ማረጋገጥ
entail *v* ዝርዝር መጠየቅ
entangle *v* ማወሳሰብ
enter *v* መግባት
enterprise *n* ድርጅት ፣ አስፈላጊ ዕቅድ
entertain *v* ማጫወት ፣ ማስተናገድ
entertaining *adj* አጭዋች
entertainment *n* መዝናኛ
enthrall *v* ማስደሰት
enthralling *adj* አስደሳች

E

enthuse *v* በስሜት መናገር
enthusiasm *n* ታላቅ ፍላጎት
entice *v* ለማሳሳት መሞከር
enticement *n* ለማሳሳት መሞከር
enticing *adj* አሳሳች
entire *adj* ድፍን ሙሉ
entirely *adv* በድፍኑ በሙሉ
entrance *n* መግቢያ
entreat *v* መለማመጥ
entree *n* መግቢያ ምግብ
entrenched *adj* የጸና
entrepreneur *n* ሥራ ፈጣሪ
entrust *v* ኃላፊነት መስጠት
entry *n* መግቢያ
enumerate *v* ስም ዝርዝር ማውጣት
envelop *v* በፖስታ ማሸግ
envelope *n* ኢንቨሎፕ ፖስታ
envious *adj* ቅናተኛ
environment *n* አካባቢ
envisage *v* መገመት
envoy *n* መልክተኛ
envy *n* ምቀኝነት
envy *v* መመቅኘት
epidemic *n* ተላላፊ በሽታ
epilepsy *n* የሚጥል በሽታ
episode *n* ተከታይ ሁሌታ
epistle *n* መልዕክት
epitaph *n* የመቃብር ጽሁፍ
epitomize *v* አብነት መሆን
epoch *n* ዘመን
equal *adj* እኩል ፣ አቻ
equality *n* እኩልነት
equate *v* አንድ አርጎ ማሰብ
equation *n* ማስተካከያ
equator *n* የምድር ወገብ
equilibrium *n* ሚዛን
equip *v* ማስታጠቅ
equipment *n* ዕቃ ፣ መሳሪያ
equivalent *adj* ተመሳሳይ
era *n* ዘመን
eradicate *v* ነቅሎ ማጥፋት
erase *v* መሰረዝ ፣ ማጥፋት
eraser *n* ላጲስ
erect *v* ቀጥ ማድረግ ፣ ማቆም
erect *adj* ቀጥ ያለ
err *v* መሳሳት
errand *n* ተላላኪነት ሥራ
erroneous *adj* የተሳሳተ
error *n* ስህተት
erupt *v* እሳተ ጎመራ መፈንዳት
eruption *n* ፍንዳት
escalate *v* መፋፋም
escalator *n* አፋፋሚ
escapade *n* ማምለጫ
escape *v* ማምለጥ
escort *n* አጀብ
esophagus *n* ከጉሮሮ እስከ ጨጓራ ያለ ቧንቧ
especially *adv* በተለይም
espionage *n* ከለላ
essay *n* ጹሑፍ
essence *n* ይዘት ፣ ምንነት
essential *adj* አስፈላጊ
establish *v* መመስረት

estate *n* ርስት
esteem *v* ማክበር
estimate *v* መገመት
estimation *n* ግምት
estranged *adj* ከትዳሩ የተለያየ
estuary *n* ወንዝ ፡ ባህር መግቢያ
eternity *n* ዘለዓለማዊነት
ethical *adj* ሥነምግባራዊ
ethics *n* ሥነምግባር
etiquette *n* ተገቢ የሆነ/የሚጠበቅ ሥነ-ስርዓት
euphoria *n* ወረት
Europe *n* አውሮፓ
European *adj* አውሮፓዊ
evacuate *v* ማስለቀቅ ፡ መልቀቅ
evade *v* መውረር
evaluate *v* መገመት
evaporate *v* መትነን
evasion *n* ማምለጥ
evasive *adj* ማምለጫ
eve *n* ዋዜማ
even *adj* እኩል ፡ ለጥ ያለ
even if *c* ቢሆን እንኳ
even more *c* እንዲያውም በተጨማሪ
evening *n* ምሽት ፡ ማታ
event *n* ዝግጅት ፡ ድርጊት
eventuality *n* አይቀሬነት
eventually *adv* በስተመጨረሻ
ever *adv* መቼም
everlasting *adj* ዘለዓለማዊነት
every *adj* እያንዳንዱ
everybody *pro* እያንዳንዱ ሰው
everyday *adj* በየቀኑ
everyone *pro* እያንዳንዱ
everything *pro* እያንዳንዱ
evict *v* ማስወገድ
evidence *n* ማስረጃ
evil *n* ክፋት
evil *adj* ክፉ
evoke *v* ማስታወስ
evolution *n* የዕድገት ሂደት
evolve *v* ቀስ በቀስ ማደግ
exact *adj* ትክክለኛ
exaggerate *v* ማጋነን
exalt *v* መግነን
examination *n* ፈተና
examine *v* መፈተን
example *n* ምሳሌ
exasperate *v* ማበሳጨት
excavate *v* መቆፈር
exceed *v* መብለጥ ፡ መላቅ
exceedingly *adv* በበለጠ
excel *v* መምጠቅ
excellence *n* ጥሩነት ፡ መላቅ
excellent *adj* የላቀ ፡ ምሉዕ
except *pre* በስተቀር
exception *n* ልዩነት ፡ ህግ አለመከተል
exceptional *adj* የተለየ ፡ ያልተለመደ
excerpt *n* አስተዋፅኦ ፡ አጭር ንባብ
excess *n* ከልክ ማለፍ ፡ መትረፍረፍ
excessive *adj* ትርፍ ፡ የተትረፈረፈ
exchange *v* መለዋወጥ
excite *v* ማስደሰት
excitement *n* ደስታ

E

E

exciting *adj* አስደሳች
exclaim *v* በድንጋጤ መጮኽ
exclude *v* ለይቶ ማስቀረት
excruciating *adj* አሰቃይ
excursion *n* ሽርሽር
excuse *n* ይቅርታ ፣ ምክንያት
excuse *v* ይቅርታ መጠየቅ
execute *v* መፈፀም
executive *n* ባለስልጣን
exemplary *adj* አብነታዊ
exemplify *v* አብነት መሆን
exempt *adj* ከግዴታ ነፃ
exemption *n* ከግዴታ ነፃ መሆን
exercise *v* መለማመድ ፣ መስራት
exercise *n* ልምምድ መስራት
exert *v* ሥራ ላይ ማዋል
exertion *n* ሥራ ላይ ማዋል
exhaust *v* ማድከም
exhausting *adj* አድካሚ
exhaustion *n* ድካም
exhibit *v* ማሳየት
exhibition *n* ኤግዚብሽን
exhilarating *adj* አስደሳች
exhort *v* ለማሳመን መልፋት
exile *v* ማጋዝ
exile *n* ግዞት
exist *v* ግዞት መሄድ
existence *n* ህላዌ
exit *n* መውጫ
exodus *n* ምጽአት
exonerate *v* ከጥፋትነጻ ማረግ
exorbitant *adj* ከፍተኛ
exorcist *n* ጋኔን አባራሪ
exotic *adj* ያልተለመደ ፤ ውብ
expand *v* መለጠጥ
expansion *n* ቅጥያ
expect *v* መጠባበቅ
expectancy *n* መጠባበቅ
expectation *n* ተስፋ
expediency *n* ጉዞ
expedient *adj* ተጓዥ
expedition *n* ጉዞ
expel *v* ማስወገድ
expenditure *n* ወጪ
expense *n* ወጪ
expensive *adj* ውድ
experience *n* ልምድ
experiment *n* ሙከራ
expert *adj* ባለሙያ
expiate *v* ቅጣትን መቀበል
expiation *n* ቅጣትን መቀበል
expiration *n* ጊዜ ማብቃት
expire *v* ጊዜ ማብቃት
explain *v* ማስረዳት
explicit *adj* በግልጽ
explode *v* መረዳዳት
exploit *v* መበዝበዝ
exploit *n* የተመዘበረ
exploitation *n* ብዝበዛ
explore *v* ማሰስ
explorer *n* አሳሽ
explosion *n* ፍንዳት
explosive *adj* የሚፈነዳ
export *v* ወደ ውጭ መላክ

expose *v* ማጋለጥ
exposed *adj* የተጋለጠ
express *adj* ፈጣን
expression *n* አባባል
expressly *adv* በግልጽ
expropriate *v* አደራ መብላት
expulsion *n* መባረር
exquisite *adj* ፍጹም ውብ
extend *v* መቀጠል
extension *n* ቅጥያ
extent *n* ደረጃ
extenuating *adj* ጥፋትን የሚያቃልል
exterior *adj* ውጫዊ
exterminate *v* መፍጀት
external *adj* ውጫዊ
extinct *adj* ዘሩ የጠፋ
extinguish *v* እሳት ማጥፋት
extort *v* በማስፈራራት መቀማት
extortion *n* ገንዘብ/መረጃ በማስፈራሪያ ከሌላ መንጠቅ
extra *adv* ተጨማሪ
extract *v* መንቀል ፣ ማውጣት
extradite *v* ወንጀለኛን መመለስ
extradition *n* ወንጀለኛ አመላለስ
extraneous *adj* ተዛማጅ ያልሆነ
extravagance *n* አባካኝነት
extravagant *adj* አባካኝ
extreme *adj* ጽንፋዊ
extremist *adj* ጽንፈኛ
extremities *n* ከልክ በላይ
extricate *v* ማምለጥ ፣ ማስመለጥ
extroverted *adj* ግልጽ ፣ ተግባቢ
exude *v* መንጠባጠብ
exult *v* በጣም መደሰት
eye *n* አይን
eyebrow *n* ቅንድብ
eye-catching *adj* አይን የሚስብ
eyeglasses *n* መነጽር
eyelash *n* ሽፋሽፍት
eyelid *n* የአይን ቆብ
eyesight *n* የአይን ብርሀን
eyewitness *n* የአይን ምስክር

F

fable *n* ተረት
fabric *n* ጨርቅ
fabricate *v* ማምረት ፣ መፈብረክ
fabulous *adj* ድንቅ
face *n* ፊት
face up to *v* አሜን ብሎ መቀበል
facet *n* ገፅታ
facilitate *v* ማቀላጠፍ
facing *pre* ... ፊት
fact *n* ሐቅ
factor *n* ምክንያት
factory *n* ፋብሪካ
factual *adj* ተጨባጭ
faculty *n* ፋክሊቲ
fad *n* ወረት

F

fade *v* መደብዘዝ
faded *adj* የደበዘዘ
fail *v* መውደቅ
failure *n* ውድቀት
faint *v* ራስን መሳት
faint *n* ራስን መሳት
faint *adj* የማይታይ
fair *n* ትርዒት
fair *adj* አድሎ የለሽ
fairness *n* ፍትሃዊነት
fairy *n* ተረት ተረት
faith *n* እምነት
faithful *adj* ታማኝ
fake *adj* የውሸት ፣ ሐሰተኛ
fake *v* ማስመሰል
fall *n* መውደቅ ፣ መከስከስ ፤ ነፋሻማ የዓመት ወቅት
fall *iv* መውደቅ
fall back *v* ወደኋላ መውደቅ
fall behind *v* ከኋላ መቅረት
fall down *v* መገርሰስ ፣ መውደቅ
fall through *v* አለመሳከት
fallacy *n* መዛባት ፣ ውሸት
fallout *n* ከፍንዳታ በኋላ ወደ መሬት የሚረግፉ ብናኞች
falsehood *n* ውሸታማነት
falsify *v* ውሸት መፈብረክ
falter *v* ፈራ ተባ ማለት
fame *n* ዝና
familiar *adj* የታወቀ ፣ የተለመደ
family *n* ቤተሰብ
famine *n* ረሀብ
famous *adj* ታዋቂ ፣ ስመጥር
fan *n* ማራገቢያ
fanatic *adj* መንቻካ ፣ አክራሪ
fancy *adj* ቅዠት
fang *n* ክራንቻ
fantastic *adj* ድንቅ ፣ ግሩም
fantasy *n* ቅዠት
far *adv* በርቀት
faraway *adj* ከሩቅ
farce *n* ቧልት
fare *n* ትርዒት
farewell *n* መሰናበቻ
farm *n* እርሻ
farm *v* ማረስ
farmer *n* ገበሬ
farming *n* እርሻ ስራ
farmyard *n* እርሻ መሬት
farther *adv* በርቀት ፣ በሩቅ
fascinate *v* ማስደነቅ
fashion *n* ሞድ ፣ ፋሽን
fashionable *adj* ቄንጠኛ
fast *adj* ፈጣን
fast *v* መጾም
fasten *v* ማሰር ፣ ማጥበቅ
fat *n* ስብ ፣ ጮማ
fat *adj* ወፍራም
fatal *adj* ገዳይ
fate *n* ዕጣ ፋንታ
fateful *adj* ነጃሳ
father *n* አባት
fatherhood *n* አባትነት
father-in-law *n* ወንድ አማች

fatherly *adj* አባታዊ
fatherly *adj*
fatigue *n* ዝለት ፣ ድካም
fatten *v* አደለበ ፣ አሰባ
fatty *adj* ስባም
faucet *n* ፎሴት
fault *n* ስህተት
faulty *adj* ስህተታም
favor *n* ውለታ
favorable *adj* ተስማሚ
favorite *adj* ተወዳጅ ፣ ተመራጭ
fear *n* ፍርሀት
fearful *adj* ፈሪ ፣ አስፈሪ
feasible *adj* ሊሆን የሚችል
feast *n* ፌሽቲያ ፣ ግብዣ
feat *n* ጀብዱ
feather *n* ላባ
feature *n* ጠባይ ፣ መልክ
February *n* የካቲት
fed up *adj* የበቃው ፣ የመረረው
federal *adj* ፌዴራላዊ
fee *n* ክፍያ
feeble *adj* ደካማ
feed *iv* መገበ
feedback *n* አስተያየት
feel *iv* መስማት
feeling *n* አሜት
feelings *n* ስሜቶች
feet *n* እግር ፣ ጫማ
feign *v* ማስመሰል
fellow *n* ቢጤ
fellowship *n* ጓደኝነት ፣ ወዳጅነት
felon *n* ከባድ ወንጀለኛ
felony *n* ከባድ ወንጀለል
felt *n* ያልተሸመነ ለስላሳ ጨርቅ
felt *v* ያልተሸመነ ለስላሳ ጨርቅ መስራት
female *n* እንስት ፣ ሴት
feminine *adj* እንስታዊ ፣ አንስታይ
fence *n* አጥር
fence *v* አጥር ማጠር
fencing *n* ማጠር
fend *v* ራስን መቻል
fend off *v* ራስን መከላከል
fender *n* ከጎማ የሚፈናጠቅ ጭቃ/ግጭት የመኪና መከላከያ
ferment *v* መፍላት ፣ መቡካት
ferment *n* ፖለቲካዊ ብጥብጥ
ferocious *adj* ጨካኝ ፣ አውሬ
ferocity *n* ጨካኝነት
ferry *n* መርከብ
fertile *adj* ለም
fertility *n* ልማት ፣ ወላድነት
fertilize *v* ማራባት
fervent *adj* ሃቀኛ ስሜት
fester *v* መነፍረቅ
festive *adj* ድል ያለ ፣ የሞቀ
festivity *n* የበዓል ዝግጅቶች
fetid *adj* የጠነባ ፣ ግማታም
fetus *n* ሽል
feud *n* ጥቁር ደም ፣ የቆየ ፀብ
fever *n* ትኩሳት
feverish *adj* ትኩሳታም
few *adj* ጥቂት
fewer *adj* እጅግ ጥቂት

F

fiancé *n* እጮኛ
fiber *n* ቃጫ ፣ ቃጫ መሰል ቁስ
fickle *adj* ከዳተኛ ፣ ተገለባባጭ
fiction *n* ልብ ወለድ
fictitious *adj* ልብ ወለዳዊ ፈጠራ
fiddle *n* ጨዋታ
fidelity *n* ታማኝነት
field *n* ሜዳ ፣ መስክ
field *v* በሜዳ ማሰማራት (ወታደራዊ)
fierce *adj* ጨካኝ አውሬ
fiery *adj* እሳት መሰል
fifteen *adj* አስራ አምስት
fifth *adj* አምስተኛ
fifty *adj* ሃምሳ
fifty-fifty *adv* ሃምሳ በሃምሳ
fig *n* በለስ ፣ ቁልቋል
fight *iv* መዋጋት ፣ መታገል
fight *n* ውጊያ ፣ ትግል
fighter *n* ተዋጊ ፣ ታጋይ
figure *n* አሃዝ ፣ መልክ
figure out *v* አስቦ ማግኘት
file *v* መሞረድ ፣ ማስመዝገብ
file *n* ፋይል ፣ ሞረድ
fill *v* መሙላት
filling *n* ጥርስ ሙላት
film *n* ፊልም
film *v* በተንቀሳቃሽ ምስል ካሜራ መቀረጽ
filter *n* ማጣሪያ
filter *v* ማጣራት
filth *n* ተውሳክ ፣ ጉድፍ
filthy *adj* እድፋም ፣ ቆሻሻ
fin *n* የዓሳ ክንፍ
final *adj* የመጨረሻ
finalize *v* መጨረስ
finance *v* ገንዘብ መስጠት
financial *adj* ፋይናንሳዊ
find *iv* ማግኘት
find out *v* አስቦ ማግኘት
fine *adj* ጥሩ ፣ መላካም
fine *n* ቅጣት
fine *v* መቅጣት
fine *adv* በጥሩ
fine print *n* ትንሽ ሕትመት
finger *n* ጣት
fingernail *n* ጥፍር
fingerprint *n* አሻራ
fingertip *n* የጣት ጫፍ
finish *v* መጨረስ ፣ ማጠናቀቅ
Finland *n* ፊንላንድ
Finnish *adj* ፊንላንዳዊ
fire *v* ተኮሰ ፣ ለኮሰ
fire *n* እሳት
firearm *n* ጠመንጃ
firecracker *n* ርችት
firefighter *n* እሳት አደጋ ሰራተኛ
fireman *n* እሳት አደጋ ሰራተኛ
fireplace *n* እሳት ቦታ ፣ ምድጃ
firewood *n* ማገዶ
fireworks *n* ርችት
firm *adj* ጽኑ ፣ ጠንካራ
firm *n* ድርጅት ፣ ተቋም
firmness *n* ጽኑነት ፣ ጠንካራነት
first *adj* ቀዳሚ ፣ አንደኛ
fish *n* ዓሳ

fish *v* ዓሳ ማጥመድ
fisherman *n* ዓሳ አጥማጅ
fishy *adj* አጠራጣሪ
fist *n* ጡቻ ፣ ቡጢ
fit *n* ስምምነት ፣ ብቃት
fit *v* መስማማት
fit *adj* ብቁ
fitness *n* የአካል ብቃት
fitting *adj* ተስማሚ ፣ ብቁ
five *adj* አምስት
fix *v* መጠገን ፣ መለጠፍ
fjord *n* በሁለት ተራሮች መካከል ያለ የባህር አካል
flag *n* ሰንደቅ ዓላማ
flagpole *n* ሰንደቅ ዓላማ መስቀያ
flamboyant *adj* እዩኝ እዩኝ ባይ
flame *n* ነበልባል
flammable *adj* ተቀጣጣይ
flank *n* ሸንጥ
flare *n* የሙያ ፍቅር ፣ ቡግታ
flare-up *v* ቡግ ማለት
flash *n* ብልጭ ማለት
flashlight *n* ብልጭታ ብርሃን
flashy *adj* ብልጭታማ
flat *adj* ጥፍጥፍ ፣ ድፍጥጥ
flat *n* ፎቅ
flatten *v* መዳመጥ
flatter *v* ማመጻደቅ
flattery *n* ቁልምጫ ፣ ምጽድቅ
flaunt *v* አለመታዘዝ
flavor *n* ጣዕም መዓዛ
flaw *n* እንከን
flawless *adj* እንከን የለሽ
flea *n* ቁንጫ
flee *iv* መሸሽ
fleece *n* የበግ ጠጉር
fleet *v* በፍጥነት ማለፍ ፣ መብረር
fleet *n* የጦር መርከቦች
fleeting *adj* ፈጣን
flesh *n* ሥጋ
flex *v* ማጠፍና መዘርጋት
flexible *adj* ተጣጣፊመ
flicker *v* መደብዘዝ
flier *n* አብራሪ
flight *n* በረራ
flimsy *adj* ስስ ፣ ቀጭን
flip *v* መገልበጥ ፣ መሽብለል
flirt *v* መማገጥ
float *v* መንሳፈፍ
flock *n* መንጋ
flog *v* መግረፍ
flood *v* መጉረፍ
flood *n* ጎርፍ
floodgate *n* የውሃ ፍሰት መቆጣጠሪያ
flooding *n* ጎርፋማነት
floodlight *n* ፓውዛ
floor *n* ወለል ፣ ፎቅ
flop *n* ፊልም
floss *n* ጥርስ በክር ማጽዳት
flour *n* ዱቄት
flourish *v* ማማር ፣ መስመር
flow *v* መፍሰስ
flow *n* ፍሰት
flower *n* አበባ

F

F

flowerpot *n* የአበባ ማስቀመጫ
flu *n* እንፍሉዌንዛ
fluctuate *v* ከፍ ዝቅ ማለት
fluently *adv* አቀላጥፎ
fluid *n* ፈሳሽ
flunk *v* መንጨት
flush *v* መቅላት ፣ ጠርጎ መሄድ
flute *n* ዋሽንት
flutter *v* ብርብር ማለት
fly *iv* መብረር
fly *n* ዝንብ
foam *n* አረፋ
focus *n* ትኩረት
focus on *v* ማተኮር
foe *n* ጠላት ፣ ባላንጣ
fog *n* ጉም ፣ ጭጋግ
foggy *adj* ጭጋጋማ
foil *v* ወንጀል ማስቀም
fold *v* ማጠፍ
folder *n* ዶሴ
folks *n* ህዝቦች ፣ ወገኖች
folksy *adj* ቀላል ፣ ወዳጃዊ
follow *v* መከተል
follower *n* ተከታይ
folly *n* ጅልነት
fond *adj* ማፍቀር
fondle *v* መጎንተል
fondness *n* ርህራሄ ቢስ
food *n* ምግብ
foodstuff *n* ምግብ
fool *v* ማሞኘት
fool *adj* ሞኝ
foolproof *adj* በደንብ የተሰራ ማሽን
foot *n* እግር
football *n* የ እግር ኳስ
footnote *n* የግርጌ ማስታወሻ
footprint *n* ኮቴ
footstep *n* የኮቴ ድምጽ
footwear *n* ጫማ
for *pre* ለ
forbid *iv* መከልከል
force *n* ሐይል
force *v* ማስገደድ
forceful *adj* ጉልበተኛ
forcibly *adv* በጉልበት
forecast *iv* መተንበይ
forefront *n* የፊት እግሮች
foreground *n* ቅርብ እይታ
forehead *n* ግንባር
foreign *adj* ባዕድ
foreigner *n* የውጭ ዜጋ
foreman *n* ሃላፊ
foremost *adj* ቀዳሚ
foresee *iv* መተንበይ
foreshadow *v* ቀድሞ መጠቆም
foresight *n* አርቆ ማሰብ
forest *n* ጫካ
foretaste *n* ጅምር ተመክሮ
foretell *v* ቀድሞ ማወቅ
forever *adv* ለዘለዓለም
forewarn *v* ማስጠንቀቅ
foreword *n* መግቢያ (መጽሐፍ)
forfeit *v* መቅረት
forge *v* ማስመሰል

forgery *n* የውሸት ዶሴዎችን ማዘጋጀት
forget *v* መርሳት
forgivable *adj* ይቅር የሚባል
forgive *v* ይቅር ማለት
forgiveness *n* ይቅር ባይነት
fork *n* ሹካ
form *n* ቅጽ ፣ ቅርጽ
formal *adj* መደበኛ
formality *n* ስርአት
formalize *v* ሕጋዊ ማድረግ
formally *adv* በደንብ መሰረት
format *n* ቅርጽ
formation *n* መመስረት
former *adj* ቀዳሚ ፣ የድሮ
formerly *adv* በድሮ
formidable *adj* አዳጋች
formula *n* ቀመር
forsake *iv* መተው
fort *n* ምሽግ
forthcoming *adj* በቅርቡ የሚሆን
forthright *adj* ታማኝ ፣ ቀጥተኛ
fortify *v* መደገፍ
fortitude *n* ጽናት
fortress *n* ምሽግ
fortunate *adj* ዕድለኛ
fortune *n* ሐብት
forty *adj* አርባ
forward *adv* ወደፊት
fossil *n* ቅሪተ አካል
foster *v* ማሳደግ
foul *adj* ግም
foundation *n* መሰረት
founder *n* መስራች
foundry *n* የብረት ቅርጽ ማውጫ
fountain *n* ምንጭ
four *adj* አራት
fourteen *adj* አስራ አራት
fourth *adj* አራተኛ
fox *n* ቀበሮ
foxy *adj* አታላይ
fraction *n* ቁራጭ
fracture *n* ስንጥቅ
fragile *adj* ልፍስፍስ
fragment *n* ክፋይ
fragrance *n* ሽቶ
fragrant *adj* የሚሸት
frail *adj* ደካማ
frailty *n* የድካም
frame *n* ክፈፍ
frame *v* በሃሰት መወንጀል
framework *n* አጽመ ህንጻ
France *n* ፈረንሳይ
franchise *n* የመሸጥ ፍቃድ
frank *adj* ግልጥ
frankly *adv* በግልጥ
frankness *n* ግልጥነት
frantic *adj* ችኩል
fraternal *adj* የወንድማማችነት
fraternity *n* ወንድማማችነት
fraud *n* ማጭበርበር
fraudulent *adj* አታላይ
freckle *n* ጠቃጠቆ (ፊት ላይ)
freckled *adj* ነጠብጣባማ
free *v* ነጻ

F

free *adj* የነጻ
freedom *n* ነጻነት
freeway *n* ሰፊ ባቡርመንገድ
freeze *iv* ደንግጦ መቆም
freezer *n* በረዶ ቤት
freezing *adj* በረዶ ቤት መከተት
freight *n* ጭነት
French *adj* ፈረንሳዊ
frenetic *adj* አስደሳች
frenzied *adj* የ ዕብደት ስራ
frenzy *n* እንደ ዕብድ መሆን
frequency *n* ድግግሞሽ
frequent *adj* ተደጋጋሚ
frequent *v* መደገጋገም
fresh *adj* ትኩስ
freshen *v* መጽዳት
freshness *n* ንጽህና
friar *n* መነኩሴ
friction *n* ግጭት
Friday *n* ቅዳሜ
fried *adj* የተጠበሰ
friend *n* ጓደኛ
friendship *n* ጓደኝነት
fries *n* ድንች ጥብስ
frigate *n* አጃቢ ጀልባ
fright *n* ፈርሃት
frighten *v* መፍራት
frightening *adj* አስፈሪ
frigid *adj* በቅዝቃዜ የደረቀ
fringe *n* ዘርፍ
frivolous *adj* ደካማ ሃሳብ
frog *n* እንቁራሪት
from *pre* ከ
front *n* ፊት
front *adj* ቀዳሚ
frontage *n* ፊት ለፊት
frontier *n* ድንበር
frost *n* ውሽንፍር
frostbite *n* በውርጭ መጎዳት
frostbitten *adj* በውርጭ የተጎዳ
frosty *adj* ቀዝቃዛ
frown *v* ግንባር መቋጠር
frozen *adj* በበረዶ የረጋ
frugal *adj* ስስታም
frugality *n* ስስት
fruit *n* ፍራፍሬ
fruitful *adj* ፍሬያማ
fruity *adj* ፍሬ ያለው
frustrate *v* ተስፋ ማስቁረጥ
frustration *n* ተስፋ መቁረጥ
fry *v* መጥበስ
frying pan *n* መጥበሻ
fuel *n* ነዳጅ
fuel *v* ማጋጋል
fugitive *n* ስደተኛ
fulfill *v* ማሟላት
fulfillment *n* ርካታ
full *adj* ሙሉ
fully *adv* በሞላ
fumes *n* ፍም ፡ ጭስ
fumigate *v* በጭስ ማጠን
fun *n* ቀልድ
function *n* ተግባር
fund *n* ገንዘብ

fund *v* ገንዘብ መስጠት
fundamental *adj* መሰረታዊ
funds *n* ርዳታ
funeral *n* ቀብር
fungus *n* ፈንገስ
funny *adj* አስቂኝ
fur *n* የ እንሰሳ ጸጉር
furious *adj* ቁጡ
furiously *adv* በቁጣ
furnace *n* ብረት ማቅለጫ
furnish *v* የቤትዕቃ መሙላት
furnishings *n* የቤት ጌጦች
furniture *n* የቤት ዕቃ
furor *n* የሕዝብ ቁጣ
furrow *n* ትልም
furry *adj* የበግ ጠጉራማ
further *adv* በተጨማሪ
furthermore *adv* ከዚህ በላይ
fury *n* ንዴት
fuse *n* ማቀጣጠያ
fusion *n* ተወዋህዶ
fuss *n* የተጋነነ ተግባር
fussy *adj* ጣጠኛ
futile *adj* ፍሬ ቢስ
futility *n* ፍሬ ቢስነት
future *n* ወደፊት
fuzzy *adj* ብዥ ያለ

G

gadget *n* እቃ
gag *n* አፍ መለጎሚያ
gag *v* አፍ መለጎም
gage *v* ለጦርነት ለመጋበዝ የሚወረወር (እንደ ጓንት)
gain *v* ማግኘት
gain *n* ግኝት
gal *n* ልጃገረድ
galaxy *n* የከዋከብት ክምችት
gale *n* ሃይለኛ ንፋስ
gall bladder *n* የሃሞት ጠጠር
gallant *adj* ጀግና
gallery *n* የስዕል አዳራሽ
gallon *n* ጋሎን
gallop *v* መጋለብ
gallows *n* ወንጀለኛ መስቀያ
galvanize *v* ብረትን በዚንክ መሸፈን
gamble *v* መቆመር
game *n* ጨዋታ
gang *n* ጋንግ
gangrene *n* የሚቆምጥ ቁስል
gangster *n* ጋንግ
gap *n* ክፍተት
garage *n* ጋራዥ
garbage *n* ቆሻሻ
garden *n* አትክልት ቦታ
gardener *n* አትክልተኛ
gargle *v* መጉመጥመጥ
garland *n* የ አበባ ጌጥ

garlic *n* ነጭ ሽንኩርት
garment *n* ልብስ
garnish *v* ማስጌጥ
garnish *n* ጌጥ
garrison *n* የወታደር ካምብ
garrulous *adj* መቀባጠር
garter *n* የስቶኪንግ ማሰሪያ
gas *n* ጋዝ
gash *n* ጠጥልቅ ቁስል
gasoline *n* ጋዝ
gasp *v* በሃይል መተንፈስ
gastric *adj* ጨጓራ
gate *n* የውጭ በር
gather *v* መሰብሰብ
gathering *n* ስብሰባ
gauge *v* መለካት
gauze *n* ፋሻ
gaze *v* አተኩሮ ማየት
gear *n* ማርሽ
geese *n* ዝዮዎች
gem *n* ክቡር ድንጋይ
gender *n* ጾታ
gene *n* ዘር
general *n* አጠቃላይ ፤ ጄነራል
generalize *v* ማጠቃለል
generate *v* መፍጠር
generation *n* ትውልድ
generator *n* ጀነሬተር
generic *adj* አጠቃላይ
generosity *n* ደግነት
genetic *adj* የዘር
genial *adj* ፈገግተኛ
genius *n* ብሩህ
genocide *n* የዘር እልቂት
genteel *adj* ስልጡን
gentle *adj* ለስላሳ
gentleman *n* ረጋ ያለ
gentleness *n* ርጋታ
genuflect *v* መንበርከክ
genuine *adj* እውነተኛ
geography *n* ጂኦግራፊ
geology *n* ጂኦሎጂ
geometry *n* ጂኦሜትሪ
germ *n* ጀርም
German *adj* ጀርመናዊ
Germany *n* ጀርመን
germinate *v* ማጎንቆል
gerund *n* ከግስ የሚገነባ ስም (ቋንቋ)
gestation *n* የእርግዝና ግዜ
gesticulate *v* እጅን ማወናጨፍ
gesture *n* የፊት ዕንቅስቃሴ
get *iv* ማግኘት
get along *v* መግባባት
get away *v* መሄድ ፤ ማምለጥ
get back *v* መመለስ
get by *v* ማብቃቃት
get down *v* ማጎንበስ
get down to *v* መጀመር
get in *v* መግባት
get off *v* መውረድ
get out *v* መውጣት
get over *v* መቋቋም ፡ መወጣት
get together *v* መሰባሰብ
get up *v* መነሳት

geyser *n* ፍልውሃ
ghastly *adj* አስፈሪ
ghost *n* አጽም
giant *n* ግዙፍ
gift *n* ስጦታ
gifted *adj* የታደለ
gigantic *adj* በጣም ትልቅ
giggle *v* መፍለቅለቅ
gimmick *n* ማባበያ ፣ መሳቢያ
ginger *n* ´ጅንጅብል
gingerly *adv* በጥንቃቄ
giraffe *n* ቀጭኔ
girl *n* ልጃገረድ
girlfriend *n* የሴት ጓደኛ
give *iv* መስጠት
give away *v* ሊጋብቻ መስጠት
give back *v* መመለስ
give in *v* እጅ መስጠት
give out *v* ፍጻሜ መድረስ
give up *v* ተስፋ መቁረጥ
glacier *n* የበረዶ ግግር
glad *adj* ደስተኛ
gladiator *n* ተፋላሚ
glamorous *adj* ዘናጭ
glance *v* መመልከት
glance *n* እይታ
gland *n* ዕጢ
glare *n* ነጸብራቅ
glass *n* ብርጭቆ
glasses *n* መነጽር
glassware *n* መስታወት
gleam *n* ጭላንጭል
gleam *v* ማብረቅረቅ
glide *v* መንሸራተት
glimmer *n* ጭላንጭል
glimpse *n* ውልብታ
glimpse *v* በጨረፍታ ማየት
glitter *v* ማብረቅረቅ
globe *n* ግሎብ
globule *n* ጡብ
gloom *n* የማዘን ስሜት
gloomy *adj* ጭጋጋማ
glorify *v* ማጋነን
glorious *adj* ታላቅ
glory *n* ጸጋ
gloss *n* ብርቅርቅ
glossary *n* ቃላት
glossy *adj* አንጸባራቂ
glove *n* ጓንት
glow *v* ማብራት
glucose *n* ግሉኮስ
glue *n* ማጣበቂያ
glue *v* ማጣበቅ
glut *n* ሆዳም
glutton *n* ሆዳም
gnaw *v* መቆረጣጠም
go *iv* መሄድ
go ahead *v* መጀመር
go away *v* ርቆ መሄድ
go back *v* መመለስ
go down *v* መውረድ
go in *v* መግባት
go on *v* መቀጠል
go out *v* መውጣት

go over *v* ማጥናት
go through *v* በ ማለፍ
go under *v* መስመጥ
go up *v* ወደላይ መነሳት
goad *v* መነትነት
goal *n* ግብ
goalkeeper *n* ግብ ጠባቂ
goat *n* ፍየል
gobble *v* በችኮላ መብላት
God *n* እግዚአብሔር
goddess *n* ሴት አምለክ
godless *adj* አምላክ የለሽ
goggles *n* የዋና መነጽር
gold *n* ወርቅ
golden *adj* ወርቃማ
good *adj* ጥሩ
good-looking *adj* ቆንጮ
goodness *n* ጥሩነት
goods *n* ዕቃዎች
goodwill *n* መልካም ፈቃድ
goof *v* መሳሳት
goof *n* ደደብ ስህተት
goose *n* ዝዩ
gorge *n* ሸለቆ
gorgeous *adj* ቆንጆ
gorilla *n* ገመሬ ዝንጀሮ
gory *adj* ደም አፋሳሽ
gospel *n* ወንጌል
gossip *v* ማማት
gossip *n* ሐሜት
gout *n* እብጠት
govern *v* ማስተዳደር
government *n* መንግስት
governor *n* ገዢ
gown *n* ረዥም ቀሚስ
grab *v* አፈፍ ማድረግ
grace *n* ጸጋ
graceful *adj* ባለግርማ ሞገስ
gracious *adj* ቸር
grade *n* ደረጃ
grade *v* ደረጃ መስጠት
gradual *adj* ዝግተኛ
graduate *v* መመረቅ
graduation *n* ምርቃት
graft *n* አትክልት ከትባት ፤ ጥረት
graft *v* አትክልት መከተብ
grain *n* ጥራጥሬ
gram *n* ግራም
grammar *n* ሰዋሰው
grand *adj* ታላቅ
grandchild *n* የልጅ ልጅ
granddad *n* ወንድ አያት
grandfather *n* ወንድ አያት
grandmother *n* ሴት አያት
grandparents *n* አያቶች
grandson *n* የልጅ ልጅ
grandstand *n* ሰገነት
granite *n* ጥቁር አለት
granny *n* ሴት አያት
grant *v* መስጠት
grant *n* ስጦታ
grape *n* ወይን
grapefruit *n* ትርንን
grapevine *n* የወሬ ወሬ

graphic *adj* ግራፊካዊ
grasp *v* አጥብቆ መያዝ ፣ መረዳት
grasp *n* ጥብቅ ይዞታ
grass *n* ሳር
grassroots *adj* ተራው ሕዝብ
grateful *adj* ባለውለታ
gratify *v* ማስደት
gratifying *adj* አስደሳች
gratitude *n* ምስጋና
gratuity *n* ጉርሻ ፣ ስጦታ
grave *adj* ከባድ ፣ አዋኪ
grave *n* መቃብር
gravel *n* ጠጠር
gravely *adv* በጠጠር ተሞልቶ
gravestone *n* የመቃብር ድንጋይ
graveyard *n* መካነ መቃብር
gravitate *v* መሳብ
gravity *n* የመሬት ስበት
gravy *n* የሥጋ ቅባት
gray *adj* ግራጫ
grayish *adj* ግራጫማ
graze *v* መጋጥ
graze *n* ጭረት
grease *n* ሞራ ፣ ግሪስ
grease *v* ሞራ መቀባት
greasy *adj* ቅባትማ ፣ አዳለጭ
great *adj* ታላቅ
greatness *n* ታላቅነት
Greece *n* ግሪክ
greed *n* ስግብግብነት
greedy *adj* ስግብግብ
Greek *adj* ግሪካዊ
green *adj* አረንጓዴ
green bean *n* አረንጓዴ ባቄላ
greenhouse *n* እጽዋትን ማብቀያ ልዩ ቤት
Greenland *n* ግሪን ላንድ
greet *v* ሰላም ማለት
greetings *n* ሰላምታ
gregarious *adj* ተግባቢ
grenade *n* የእጅ ቦምብ
greyhound *n* ሰለግ ውሻ
grief *n* መሪር ሐዘን
grievance *n* አቤቱታ
grieve *v* ማዘን
grill *v* መጥበስ
grill *n* መጥበሻ
grim *adj* ኮስታራ ፣ የማያስደስት
grimace *n* የጥላቻ ፊት
grime *n* እድፍ
grin *n* ትንሽ ፈገግታ
grin *v* በትንሹ ፈገግ ማለት
grind *iv* መፍጨት
grip *v* መጨበጥ
grip *n* አጥብቆ መጨበጥ
gripe *n* የሆድ ቁርጠት
grisly *adj* ሰቅጣጭ
groan *v* መጓጎር
groan *n* ሲቃ
groceries *n* ሸቀጣሸቀጦች
groin *n* ንፍፊት
groom *n* ፈረስ ጠባቂ
groove *n* ስንጥቅ
gross *adj* ባለጌ
grossly *adv* አስቀያሚ

G

G

grotesque *adj* አብግን
grotto *n* አርቴፊሻል ዋሻ
grouch *v* መነጫነጭ ፣ ማማረር
grouchy *adj* ነጭናጫ ፣ አማራሪ
ground *n* መሬት
ground floor *n* መሬት ፎቅ
groundless *adj* መሠረተቢስ
groundwork *n* መሠረት ፣ መነሻ
group *n* ቡድን
grow *iv* ማሳደግ
grow up *v* ማደግ
growl *v* መጓጎር
grown-up *n* አዋቂ ሰው
growth *n* ዕድገት
grudge *n* ምንቀኝነት
grudgingly *adv* በምንቀኝነት
grueling *adj* አድካሚ
gruesome *adj* አሰቃቂ ፣ ዘግናኝ
grumble *v* ማጉረምረም
grumpy *adj* ቁጡ
guarantee *v* ዋስትና መስጠት
guarantee *n* ዋስትና
guarantor *n* ዋስ
guard *n* ዘበኛ
guard *v* መጠበቅ
guardian *n* ሞግዚት ፣ አሳዳጊ
guerrilla *n* ሽምቅ ውጊያ
guess *v* መገመት
guess *n* ግምት
guest *n* እንግዳ
guidance *n* መመሪያ ፣ ምክር
guide *v* መምራት ፣ ማስጎብኘት
guide *n* መሪ ፣ አስጎብኚ
guidebook *n* መመሪያ መጽሐፍ
guidelines *n* መርሆዎች
guild *n* የሙያ ማሕበር
guile *n* ጮሌነት ፣ አታላይነት
guillotine *n* አንገት መቅያ (መግደያ) ተንሸራታች ስለት
guilt *n* ጥፋተኝነት ፣ ጸጸት
guilty *adj* ጥፋተኛ
guise *n* አስመሳይነት
guitar *n* ጊታር
gulf *n* ባሕረሰላጤ
gull *n* በቀላሉ የሚታለል ሰው
gullible *adj* የዋህ
gulp *v* መጎንጨት
gulp *n* ጉንጭ ሙሉ
gulp down *v* በትልቁ መዋጥ
gum *n* ድድ ፣ ማጣበቂያ
gun *n* ሽጉጥ
gun down *v* ተኩሶ መጣል
gunfire *n* ተኩስ
gunman *n* ነፍጠኛ
gunpowder *n* ባሩድ
gunshot *n* የተተኮሰ ጥይት
gust *n* የነፋስ ሽውታ
gusto *n* የማድረግ ፍቅር
gusty *adj* ነፋሳማ
gut *n* አንጀት
guts *n* ወኔ
gutter *n* አሸንዳ
guy *n* ሰው
guzzle *v* የመጠጥ መግጥም

gymnasium *n* ጂምናዚየም
gynecology *n* የማሕፀን ሕክምና
gypsy *n* መረን ከቦታ ቦት የሚጓዙ ህዝቦች

H

habit *n* ልማድ
habitable *adj* የሚለመድ
habitual *adj* ልማዳዊ
hack *v* መቆራረጥ
haggle *v* መደራደር ፣ መከራከር
hail *n* ጠጣር በረዶ
hail *v* መጣራት
hair *n* ፀጉር
hairbrush *n* የፀጉር ብሩሽ
haircut *n* ፀጉር መቆረጥ
hairdo *n* ፀጉር ስራ
hairdresser *n* ፀጉር ሰሪ
hairpiece *n* አርቴፊሻል ፀጉር
hairy *adj* ፀጉራማ
half *n* ግማሽ
half *adj* ግማሽ
hall *n* አዳራሽ
hallucinate *v* በቁም መቃዠት
hallway *n* አዳራሽ
halt *v* ማስቆም
halve *v* ማጋመስ
ham *n* የአሳማ ሥጋ
hamburger *n* ሃምበርገር
hamlet *n* ትንሽ መንደር
hammer *n* መዶሻ
hammer *v* በመዶሻ መምታት
hammock *n* የዛፍ ላይ አልጋ
hand *n* እጅ
hand down *v* ማስተላለፍ
hand in *v* ማስረከብ
hand out *v* መመጽወት
hand over *v* ማስረከብ
handbag *n* የሴት ቦርሳ
handbook *n* መማሪያ መጽሐፍ
handcuff *v* በካቴና ማሰር
handcuffs *n* ካቴና
handful *n* እፍኝ
handgun *n* ሽጉጥ
handicap *n* አካለጎዶሎ
handkerchief *n* መሐረብ
handle *v* መቆጣጠር መቻል
handle *n* እጀታ
handmade *adj* በእጅ የተሰራ
handout *n* ምፅዋት
handrail *n* በደረጃ ዙሪያ የሚተከል የእጅ ድጋፍ
handshake *n* መጨባበጥ
handsome *adj* ውብ
handwriting *n* እጅ ጽሑፍ
handy *adj* ቀላል ፣ ምቹ
hang *iv* መስቀል
hang around *v* ጊዜ ማሳለፍ
hang on *v* አጥብቆ መያዝ
hang up *v* ስልክ መዝጋት

G H

hanger *n* መስቀያ
hang-up *n* በራስ ማፈር
happen *v* መሆን
happening *n* ሁኔታ ፣ አጋጣሚ
happiness *n* ደስታ
happy *adj* ደስተኛ
harass *v* ማንገላታት
harassment *n* ማንገላታት
harbor *n* ወደብ
hard *adj* ከባድ ፣ ሃይለኛ
harden *v* ማጠንከር
hardly *adv* በጭራሽ
hardness *n* ከባድነት ፣ ጠንካራነት
hardship *n* መከራ ፣ ስቃይ
hardware *n* የኮምፒውተር አካላት
hardwood *n* ወፍራም እንጨት
hardy *adj* ቻይ ፣ ጀግና
hare *n* ጥንቸል
harm *v* መጉዳት
harm *n* ጉዳት
harmful *adj* ጎጂ
harmless *adj* ጉዳተቢስ
harmonize *v* ማጣጣም
harmony *n* ስምምነት
harp *n* በገና
harpoon *n* ገመድ የታሰረበት የዓሳ ነባሪ አደን ጦር
harrowing *adj* ዘግናኝ
harsh *adj* አስቸጋሪ
harshly *adv* በሸካራው
harshness *n* ሸካራነት
harvest *n* ሰብል
harvest *v* ማምረት
hashish *n* ሃሺሽ
hassle *v* መነዝነዝ
hassle *n* ጸብ
haste *n* ችኮላ
hasten *v* ቶሎ መናገር
hastily *adv* ቶሎ ቶሎ
hasty *adj* ችኩል
hat *n* ባርኔጣ
hatchet *n* ጥልቆ ፣ ገጀራ
hate *v* መጥላት
hateful *adj* አስጠሊታ
hatred *n* ጥላቻ
haughty *adj* ኩራተኛ
haul *v* መጎተት
haunt *v* ደጋግሞ ማጥቃት
have *iv* መኖር (አለው)
have to *v* መኖር (አለበት)
haven *n* መሸሸጊያ
havoc *n* ብጥብጥ ፣ ሽብር
hawk *n* ጭልፊት
hay *n* ድርቆሽ
haystack *n* የድርቆሽ ክምር
hazard *n* አደጋ
hazardous *adj* አደገኛ
haze *n* ስስ ደመና
hazelnut *n* ለውዝ
hazy *adj* በደመና የተጋረደ
he *pro* እሱ
head *n* ራስ ፣ ሹም
head for *v* ማምራት
headache *n* ራስምታት

H

heading *n* አርዕስት
head-on *adv* በፊት ለፊት
headphones *n* ማዳመጫ መሳሪያ
headquarters *n* ዋናው መሥሪያቤት
headway *n* ወደፊት ማምራት
heal *v* መፈወስ
healer *n* ፈዋሽ
health *n* ጤና
healthy *adj* ጤናማ
heap *n* ቁልል
heap *v* መቆለል
hear *iv* መሰማት
hearing *n* የመስማት ችሎታ
hearsay *n* አሉባልታ
hearse *n* የሬሳ መኪና
heart *n* ልብ
heartbeat *n* የልብ ምት
heartburn *n* ቃር
hearten *v* ማፅናናት
heartfelt *adj* ከልብ
hearth *n* ምድጃ
heartless *adj* ጨካኝ
hearty *adj* ልባዊ
heat *v* ማሞቅ
heat *n* ሙቀት
heat wave *n* ሀሩር
heater *n* ማሞቂያ
heathen *n* አረመኔ
heating *n* ሙቀት
heatstroke *n* በሀሩር መታመም
heaven *n* ገነት
heavenly *adj* መንግስተሰማያዊ
heaviness *n* ከባድነት
heavy *adj* ከባድ
heckle *v* መዘባረቅ
hectic *adj* ፋታቢስ
heed *v* ማስተዋል
heel *n* ተረከዝ
height *n* እርዝማኔ
heighten *v* ማስረዘም
heinous *adj* አስፀያፊ
heir *n* ወራሽ
heiress *n* ሴት ወራሽ
heist *n* ዝርፊያ
helicopter *n* ሄሊኮፕተር
hell *n* ገሃነም
hello *e* ሰላም
helm *n* ጥሩር
helmet *n* ብረት ኮፍያ
help *v* መርዳት
help *n* እርዳታ
helper *n* ረዳት
helpful *adj* አጋዥ
helpless *adj* እርዳታየለሽ
hem *n* የልብስ ጠርዝ
hemisphere *n* ንፍቀከበብ
hemorrhage *n* ውስጣዊ ደምፍሰት
hen *n* ሴት ዶሮ
hence *adv* በመሆኑ ፣ ስለዚህ
henchman *n* ታማኝ ተከታይ
her *adj* የሷ
herald *v* መጪውን መጠቆም
herald *n* ጠቋሚ
herb *n* ቅጠላቅጠል

H

here *adv* በዚህ
hereafter *adv* ከዚህ በመቀጠል
hereby *adv* በዚህ መሰረት
hereditary *adj* ከዘር የሚተላለፍ
heresy *n* መናፍቅነት
heretic *adj* መናፍቃዊ
heritage *n* ውርስ
hermetic *adj* የታመቀ
hermit *n* ባህታዊ
hernia *n* የሆድ እበጥ
hero *n* ጀግና
heroic *adj* ጀግንነታዊ
heroin *n* ሄሮይን
heroism *n* ጀግንነት
hers *pro* የሷ
herself *pro* ራሷ
hesitant *adj* አወላዋይ
hesitate *v* ማወላወል
hesitation *n* ጥርጣሬ
heyday *n* ገናናነት ዘመን
hiccup *n* ስቅታ
hidden *adj* ድብቅ
hide *iv* መደበቅ
hideaway *n* መደበቂያ ቦታ
hideous *adj* እጅግ አስቀያሚ
hierarchy *n* የስልጣን ተዋረድ
high *adj* ከፍተኛ
highlight *n* ዋና ዋና ነጥብ
highly *adv* በከፍተኛ ደረጃ
Highness *n* ግርማዊነት
highway *n* አውራ ጎዳና
hijack *v* አይሮፕላን መጥለፍ
hijack *n* አይሮፕላን ጠለፋ
hijacker *n* አይሮፕላን ጠላፊ
hike *v* በእግር መጓዝ
hike *n* ረዥም የግር ጉዞ
hilarious *adj* በጣም አስቂኝ
hill *n* ጉብታ ፣ ኮረብታ
hillside *n* ኮረብታ ጎን
hilltop *n* ኮረብታ አናት
hilly *adj* ኮረብታማ
hilt *n* የጩቤ እጀታ
hinder *v* ማደናቀፍ
hindrance *n* እንቅፋት
hindsight *n* ያለፈ ነገር
hinge *v* በማጠፊያ ማያያዝ
hinge *n* ማጠፊያ
hint *n* ፍንጭ
hint *v* ፍንጭ መስጠት
hip *n* ዳሌ
hire *v* መቅጠር ፣ መከራየት
his *adj* የሱ
his *pro* የሱ
Hispanic *adj* ሂስፓኒክ
hiss *v* እስ ማለት
historian *n* የታሪክ ምሁር
history *n* ታሪክ
hit *n* ምት
hit *iv* መመታት
hit back *v* መልሶ መምታት
hitch *n* አዘግይ
hitch up *v* መሰብሰብ
hitchhike *n* ሊፍት መጠየቅ
hitherto *adv* እስካሁን ድረስ

H

hive *n* የንብ ቀፎ
hoard *v* ማከማቸት
hoarse *adj* ጎርናና
hoax *n* ማሞኘት
hobby *n* ትርፍ ጊዜ ማሳለፊያ
hog *n* የተኮላሸ ዓሣማ
hoist *v* ተንገዳግዶ መነሳት
hoist *n* ተንገዳግዶ መነሳት
hold *iv* መያዝ
hold back *v* መከላከል
hold on to *v* ይዞ መቆየት
hold out *v* ማለቅ
hold up *v* ጠንክሮ መቀጠል
holdup *n* ለጊዜው መግታት
hole *n* ቀዳዳ
holiday *n* በዓል ፣ ዕረፍት ቀን
holiness *n* ብጹዕነት
Holland *n* ሆላንድ
hollow *adj* ውስጡ ባዶ ፣ ቡርቡር
holocaust *n* ጅምላ ጭፍጨፋ
holy *adj* ቅዱስ
homage *n* አክብሮት
home *n* ቤት
homeland *n* ሃገርቤት
homeless *adj* ቤትአልባ
homely *adj* እንግዳ ተቀባይ
homemade *adj* ቤት ሠራሽ
homesick *adj* ሃገሩ የናፈቀው
hometown *n* ትውልድ ቦታ
homework *n* የቤት ሥራ
homicide *n* ነፍስ ግድያ
homily *n* ማስጠንቀቂያ
honest *adj* ታማኝ
honesty *n* ታማኝነት
honey *n* ማር
honeymoon *n* ጫጉላ
honk *v* ክላክስ ማድረግ
honor *n* ክብር
hood *n* የልብስ ኮፍያ
hoodlum *n* አደገኛ ወንጀለኛ
hoof *n* የፈረስ ኮቴ
hook *n* ሜንጦ
hooligan *n* አሸባሪ
hop *v* እንጣጥ እንጣጥ ማለት
hope *n* ተስፋ
hope *v* ተስፋ ማድረግ
hopeful *adj* ተስፈኛ
hopefully *adv* በተስፋ
hopeless *adj* ተስፋቢስ
horizon *n* አድማስ
horizontal *adj* አግድም
hormone *n* ሆርሞን
horn *n* ቀንድ
horrendous *adj* እጅግ አስቃቂ
horrible *adj* አስፈሪ
horrify *v* ማስፈራራት
horror *n* ሽብር
horse *n* ፈረስ
hose *n* ውሃ ማጠጫ ጎማ
hospital *n* ሆስፒታል
hospitality *n* እንግዳ ተቀባይነት
hospitalize *v* ሆስፒታል መግባት
host *n* አስተናጋጅ
hostage *n* በመያዣነት የተያዘ ሰው

H

hostess *n* አስተናጋጅ
hostile *adj* የጠላት
hostility *n* ጥላቻ
hot *adj* ሙቅ ፣ ትኩስ
hotel *n* ሆቴል
hound *n* የአደን ውሻ
hour *n* ሰዓት
hourly *adv* በሰዓቱ
house *n* ቤት
household *n* የቤት ዕቃ
housekeeper *n* የቤት ሰራተኛ
housewife *n* የቤት እመቤት
housework *n* የቤት ውስጥ ሥራ
hover *v* ማንዣበብ
how *adv* እንዴት
however *c* ሆኖም ፣ ቢሆንም
howl *v* በሃይል ጮኸ
howl *n* የውሻ ጩኸት
hub *n* የመንኮራኩር ክፍል
huddle *v* መታፈግ
hug *v* ማቀፍ
hug *n* እቅፍ
huge *adj* ግብዲያ ፣ ግዙፍ
hull *n* ታችኛ ክፍል
hum *v* ለራስ ማንጎራጎር
human *adj* ሰብዓዊ
human being *n* ሰው
humanities *n* ሰብዓዊ ጥናቶች
humankind *n* የሰው ዘር
humble *adj* ትሑት
humbly *adv* በትህትና
humid *adj* እርጥብ
humidity *n* እርጥበት
humiliate *v* ማዋረድ
humility *n* ውርደት
humor *n* ቀልድ
humorous *adj* ቀልደኛ
hump *n* ሻኛ
hunch *n* መሸማቀቅ
hunchback *n* ጎባጣ
hunched *adj* ጎባጣ
hundred *adj* መቶ
hundredth *adj* መቶኛ
hunger *n* ረሃብ
hungry *adj* የራበው
hunt *v* ማደን
hunter *n* አዳኝ
hunting *n* አደን
hurdle *n* መሰናክል
hurl *v* በሃይል መወርወር
hurricane *n* አውሎንፋስ
hurriedly *adv* በችኮላ
hurry *v* መቸኮል
hurry up *v* ቶሎ ማለት
hurt *iv* መጎዳት
hurt *adj* የተጎዳ
hurtful *adj* ጎጂ
husband *n* ባል
hush *n* ፀጥታ
hush up *v* ፀጥ ማለት
husky *adj* ወፍራም ድምጽ
hustle *n* ፈጥኖ መሄድ
hut *n* ጎጆ
hydraulic *adj* የውሃ

hydrogen *n* ሃይድሮጅን
hyena *n* ጅብ
hygiene *n* ንጽሕና
hymn *n* መዝሙር
hyphen *n* አግድም ሰረዝ
hypnosis *n* መደንዝ
hypnotize *v* ማደንዘዝ
hypocrisy *n* ለራስማድላት
hypocrite *adj* ለራስ አዳሊ
hypothesis *n* መላምት
hysteria *n* ነውጠኝነት
hysterical *adj* ነውጠኛ

I

I *pro* እኔ
ice *n* በረዶ
ice *v* በረዶ ማድረግ
ice cream *n* ጀላቲ
ice cube *n* በረዶ
ice skate *v* በረዶ መንሸራተት
iceberg *n* በረዶ ግግር
icebox *n* ፍሪጅ
ice-cold *adj* ቀዝቃዛ
icon *n* ታዋቂ ሰው
icy *adj* በረዶማ
idea *n* ሃሳብ
ideal *adj* እንከን የለሽ
identical *adj* ተመሳሳይ
identify *v* መለየት
identity *n* ማንነት
ideology *n* ርዕዮተዓለም
idiom *n* ዘይቤ
idiot *n* ደደብ
idiotic *adj* ደደብ
idle *adj* ሥራፈት ፣ ቦዘኔ
idol *n* ጣኦት
idolatry *n* የጣኦት አምልኮ
if *c* ከ. . . ሆነ ፣ ቢ. . .
ignite *v* መለኮስ
ignorance *n* ድንቁርና
ignorant *adj* ማሃይም
ignore *v* ቸል ማለት
ill *adj* የታመመ
illegal *adj* ሕገወጥ
illegible *adj* የማይነበብ
illegitimate *adj* ዲቃላ
illicit *adj* ሕገወጥ
illiterate *adj* ማሃይም
illness *n* በሽታ
illogical *adj* ያልተቀነባበረ
illuminate *v* ማብራት
illusion *n* ለዓይን መመስል
illustrate *v* መግለጽ
illustration *n* ስዕል
illustrious *adj* ዝነኛ
image *n* ስዕል
imagination *n* ሃሳባዊ ግምት
imagine *v* መገመት
imbalance *n* መድልዎ

imitate *v* መኮረጅ
imitation *n* ኩረጃ
immaculate *adj* ንጹሕ
immature *adj* ያልበሰለ
immaturity *n* አለመብሰል
immediately *adv* ወዲያው
immense *adj* በጣም ሰፊ
immensity *n* በጣም ሰፊነት
immerse *v* መዝፈቅ ፣ ማጥመቅ
immersion *n* ዝፍቀት
immigrant *n* ስደተኛ
immigrate *v* መሰደድ
immigration *n* ስደት
imminent *adj* የማይቀር
immobile *adj* የማይንቀሳቀስ
immobilize *v* ማደንዘዝ ፣ እንዳይንቀሳቀስ ማድረግ
immoral *adj* ግብረገብ የለሽ
immorality *n* ግብረገብ ማጣት
immortal *adj* ዘለዓለማዊ ፣ የማይሞት
immortality *n* ዘለዓለማዊነት ፣ አለመሞት
immune *adj* ከበሽታ የታቀበ
immunity *n* ከ……ነጻ
immunize *v* መከተብ
immutable *adj* የማይለወጥ
impact *n* ግጭት ፣ ተፅዕኖ
impact *v* ተፅዕኖ ማሳደር
impair *v* ማበላሸት
impartial *adj* ገለልተኛ
impatience *n* አለመታገስ
impatient *adj* ትዕግስት የለሽ
impeccable *adj* እንከንአልባ
impediment *n* እንቅፋት
impending *adj* አስጊ
imperfection *n* ጉድለት
imperial *adj* ንጉሠ ነገሥታዊ
imperialism *n* ኢምፔሪያሊዝም
impersonal *adj* የማያደላ
impertinence *n* አዋኪነት
impertinent *adj* ባለጌ
impetuous *adj* ችኩል
implacable *adj* ችኮ ፣ መንቻካ
implant *v* መትከል
implement *v* ስራ ላይ ማዋል
implicate *v* መወንጀል
implication *n* እንደምታ
implicit *adj* ግልጽ
implore *v* መለመን
imply *v* በተዘዋዋሪ መጠቆም
impolite *adj* ትህትና የሌለው
import *v* ማስመጣት
importance *n* አስፈላጊነት
importation *n* አስመጪነት
impose *v* ማስገደድ
imposing *adj* አስገዳጅ
imposition *n* ማስገደድ
impossibility *n* አለመቻል
impossible *adj* የማይቻል
impotent *adj* ወሲብ የማይችል
impound *v* ቀምቶ መውረስ
impoverished *adj* የደኸየ
impractical *adj* የማይመስል
imprecise *adj* ትክክል ያልሆነ

impress *v* መመሰጥ
impressive *adj* አስደማሚ
imprison *v* ወሕኒ መጣል
improbable *adj* የሚያጠራጥር
impromptu *adv* ያልተዘጋጁበት
improper *adj* ያልተገባ ፣ ባለጌ
improve *v* ማሻሻል
improvement *n* መሻሻል
improvise *v* ማሻሻል
impulse *n* ምኞት
impulsive *adj* ስሜታዊ
impunity *n* ከቅጣት ነፃነት
impure *adj* ያልነፃ
in *pre* ውስጥ
in depth *adv* ጥልቅ
inability *n* ችሎታ ማነስ
inaccessible *adj* የማይደረስበት
inaccurate *adj* ያልተስተካከለ
inadequate *adj* በቂ ያልሆነ
inadmissible *adj* ተቀባይነት የሌለው
inappropriate *adj* ተገቢ ያልሆነ
inasmuch as *c* ቢሆንም እንኳን ፣ እስከሆነ ድረስ
inaugurate *v* መመረቅ
inauguration *n* ምርቃት
incalculable *adj* የማይቆጠር
incapable *adj* የማይችል
incapacitate *v* ሰላም ማሳጣት
incarcerate *v* እስርቤት ማስገባት
incense *n* እጣን
incentive *n* ማነቃቂያ ፣ ጉርሻ
inception *n* ጅማሮ
incessant *adj* የማያቋርጥ
inch *n* ኢንች
incident *n* አጋጣሚ ፣ ድርጊት
incidentally *adv* በነገሩ ላይ
incision *n* መቆረጥ (በተለይ ለቀዶ ጥገና ህክምና)
incite *v* መገፋፋት
incitement *n* ማነሳሻ
inclination *n* ዝንባሌ
incline *v* ማዘንበል
include *v* መጨመር
inclusive *adv* ጨምሮ
incoherent *adj* ተያያዥነት የሌለው
income *n* ገቢ
incoming *adj* መጪ
incompatible *adj* የማይጣጣም
incompetence *n* ብቃት ማጣት
incompetent *adj* ብቃት የለሽ
incomplete *adj* ያልተሟላ
inconsistent *adj* ወጥ ያልሆነ
incontinence *n* ከቁጥጥር ውጪ መሆን (ወሲባዊ)
inconvenient *adj* የማይመች
incorporate *v* ማካተት
incorrect *adj* ትክክል ያልሆነ
incorrigible *adj* የማይስተካከል
increase *v* መጨመር
increase *n* ጭማሪ
increasing *adj* የሚጨምር
incredible *adj* አስደናቂ
increment *n* ጭማሪ
incriminate *v* ጥፋተኛ ማድረግ

incur *v* ችግር ማምጣት
incurable *adj* የማይድን
indecency *n* ብልግና
indecision *n* ማመንታት
indecisive *adj* የማይወስን
indeed *adv* በርግጥ
indefinite *adj* ያልተወሰነ
indemnify *v* መካስ
indemnity *n* ዋስትና
independence *n* ነፃነት
independent *adj* ነፃ
index *n* ማውጫ
indicate *v* መጠቆም
indication *n* ጥቆማ
indict *v* መከሰስ
indifference *n* ግድየለሽነት
indifferent *adj* ግድየለሽ
indigent *adj* መናጢ ድሃ
indigestion *n* ምግብ አለመሸራሸር
indirect *adj* በተዘዋዋሪ
indiscreet *adj* ምስጢር የማይደብቅ
indiscretion *n* ምስጢር ማውጣት
indispensable *adj* ሊተው የማይቻል
indisposed *adj* ህመምተኛ
indisputable *adj* የማያከራክር
indivisible *adj* የማይከፋፈል
indoctrinate *v* በግድ ማሳመን
indoor *adv* በቤት ውስጥ
induce *v* ማሳመን
indulge *v* ፍላጎትን ማርካት
indulgent *adj* ቀበጥ
industrious *adj* ትጉሕ ሠራተኛ
industry *n* ኢንዱስትሪ
ineffective *adj* የማይረባ
inefficient *adj* የማያጠግብ
inept *adj* ጉልድፍ ፣ ቀጥቃጣ
inequality *n* መድልዎ
inevitable *adj* የማይቀር
inexcusable *adj* ይቅርታ የሌለው
inexpensive *adj* ርካሽ
inexperienced *adj* ልምድ የሌለው
inexplicable *adj* ሊገለጽ የማይችል
infallible *adj* እንከንአልባ
infamous *adj* ተንኮለኛ
infancy *n* ጨቅላነት
infant *n* ጨቅላ
infantry *n* እግረኛ ወታደር
infect *v* መበከል
infection *n* ብክለት ፣ በሽታ
infectious *adj* በካይ
infer *v* አስተውሎ መናገር
inferior *adj* ዝቅተኛ
infertile *adj* እርባናቢስ
infested *adj* የተበከለ
infidelity *n* ታማኝነት
infiltrate *v* ሰርጎ መግባት
infiltration *n* ሰርጎ ገብነት
infinite *adj* ገደብ የለሽ
infirmary *n* ሆስፒታል
inflammation *n* የሚያቃጥል እብጠት
inflate *v* መንፋት
inflation *n* የዋጋ ውጣውረድ
inflexible *adj* ችኮ ፣ ገገማ
inflict *v* ማጥቃት ፣ መጉዳት

influence *n* አግባብ ፣ ተጽኢኖ
influential *adj* ተሰሚነት ያለው
influenza *n* ኢንፉሉዌንዛ
influx *n* በብዛት መጉረፍ
inform *v* ማስታወቅ
informal *adj* ይፋ ያልሆነ
informality *n* ይፋ አለመሆን
informant *n* መረጃ ሰጪ
information *n* መረጃ
informer *n* ሰላይ
infraction *n* ሕግ ጥሰት
infrequent *adj* የማያዘወትር
infuriate *v* ማናደድ
infusion *n* መጨማመር
ingenuity *n* ብልኀት
ingest *v* መዋጥ
ingot *n* ቱባ ብረት
ingrained *adj* ስር የሰደደ
ingratiate *v* ልወደድ ማለት
ingratitude *n* ምስጋና ቢስነት
ingredient *n* ቅልቅል
inhabit *v* መኖር
inhabitable *adj* ለመኖር የማይመች
inhabitant *n* ነዋሪ
inhale *v* አየር መሳብ
inherit *v* መውረስ
inheritance *n* ውርስ
inhibit *v* መከልከል
inhuman *adj* ሰብአዊ ያልሆነ
initial *adj* መነሻ
initial *n* የመነሻ ፊደል (ለስሞች)
initial *v* የስም መነሻ ፊደላትን በማኖር መፈረም
initially *adv* በጅምሩ
initials *n* የስም መነሻ ፊደሎች
initiate *v* ሃሳብ ማፍለቅ
initiative *n* ሃሳብ አፍላቂነት
inject *v* መውጋት
injection *n* መርፌ
injure *v* ማቁሰል
injurious *adj* አቁሳይ
injury *n* ቁስል
injustice *n* ፍትሕ ማጣት ፣ ኢ-ፍትሃዊ
ink *n* ቀለም
inkling *n* ነገር መሽተት
inlaid *adj* የተለበጠ
inland *adv* ወደ ውስጥ
inland *adj* ሃገርውስጥ
in-laws *n* አማቾች
inmate *n* እስረኛ
inn *n* ትንሽ ሆቴል
innate *adj* ተፈጥሮዋዊ
inner *adj* ውስጣዊ
innocence *n* ከነገሩ ነፃ
innocent *adj* ምስኪን
innovation *n* ፈጠራ
innuendo *n* ሾርኒ
innumerable *adj* የማይቆጠር
input *n* ግብአት
inquest *n* ፍርድ ማጣራት
inquire *v* መጠየቅ
inquiry *n* ጥያቄ ፣ ምርመራ
inquisition *n* ምርመራ
insane *adj* ያበደ
insanity *n* እብደት

I

insatiable *adj* የማይረካ
inscription *n* ድንጋይ ጽሁፍ
insect *n* ነፍሳት
insecurity *n* አለመረጋጋት
insensitive *adj* ለሰው የማያስብ
inseparable *adj* የማይነጣጠል
insert *v* መጨመር
insertion *n* ጭማሮ
inside *adj* ውስጥ
inside *pre* ውስጥ
inside out *adv* ውስጡ ተገልብጦ
insignificant *adj* ኢምንት
insincere *adj* ሃሰተኛ
insincerity *n* ሃሰተኛነት
insinuate *v* በተዘዋዋሪ መናገር
insinuation *n* ተዘዋዋሪ ንግግር
insipid *adj* ጣዕም የለሽ
insist *v* አበክሮ መናገር
insistence *n* አበክሮ መናገር
insolent *adj* ተሳዳቢ
insoluble *adj* የማይሟሟ
insomnia *n* የእንቅልፍ ችግር
inspect *v* መመርመር
inspection *n* ምርመራ
inspector *n* መርማሪ
inspiration *n* መነሳሻ
inspire *v* ማነሳሳት
instability *n* አለመረጋጋት
install *v* መትከል
installation *n* ተከላ
installment *n* በትንንሹ ክፍያ
instance *n* አጋጣሚ
instant *n* አጭር ጊዜ
instantly *adv* ወዲያው
instead *adv* በአንፃሩ
instigate *v* ማነሳሳት
instill *v* በጥልቅ ማስተማር
instinct *n* ደመነፍስ
institute *v* ኢኒስቲትዩት
institution *n* ተቋም
instruct *v* ማስተማር
instructor *n* አስተማሪ
insufficient *adj* ከበቂ በታች
insulate *v* ማገድ
insulation *n* ኤሌክትሪክ ማገጃ
insult *v* መስደብ
insult *n* ስድብ
insurance *n* ኢንሹራንስ
insure *v* ማስተማመን
insurgency *n* ሰርጎ ገብነት
insurrection *n* አመፅ
intact *adj* ያልተጎዳ
intake *n* የሚወሰደው መጠን
integrate *v* ማዋሃድ
integration *n* ውሕደት
integrity *n* ታማኝነት
intelligent *adj* አዋቂ
intend *v* መፈለግ
intense *adj* የጠለቀ
intensify *v* ማጧጧፍ
intensity *n* ጡዘት
intensive *adj* የበዛ
intention *n* ፍላጎት
intercede *v* ማማለድ

intercept *v* ማስናከል ፣ ማገድ
intercession *n* ማማለድ ፣ ምልጃ
interchange *v* መለዋወጥ
interchange *n* ልውውጥ
interest *n* ፍላጎት
interested *adj* የሚፈልግ
interesting *adj* አስደሳች
interfere *v* ጣልቃ መግባት
interference *n* ጣልቃ ገብነት
interior *adj* ውሳጣዊ
interlude *n* አጭር ዕረፍት
intermediary *n* ደላላ ፣ አገናኝ
intern *v* ማሰር
interpret *v* መተርጎም
interpretation *n* ትርጉም
interpreter *n* ተርጓሚ
interrogate *v* መመርመር
interrupt *v* ማቋረጥ
interruption *n* ማቋረጥ
intersect *v* ማቆረጥ
intertwine *v* ተጠላልፎ መያያዝ
interval *n* ዕረፍት
intervene *v* ጣልቃ መግባት
intervention *n* ጣልቃ ገብነት
interview *n* ቃለመጠይቅ
intestine *n* አንጀት
intimacy *n* ቅርበት ፣ ወዳጅነት
intimate *adj* ቅርብ ፣ የልብ
intimidate *v* ማስፈራራት
intolerable *adj* የማይታገሱት
intolerance *n* አቅል ማጣት
intoxicated *adj* መመረዝ
intravenous *adj* በደም ስር
intrepid *adj* ደፋር
intricate *adj* ውስብስብ
intrigue *n* መዶለት
intriguing *adj* ዶላች
intrinsic *adj* እውነተኛ ዋጋ
introduce *v* ማስተዋወቅ
introduction *n* መግቢያ
introvert *adj* ድብቅ
intrude *v* ጥልቅ ማለት
intruder *n* ረባሽ ፣
intrusion *n* ጠላቃ ገብነት
intuition *n* የተፈጥሮ ዕውቀት
inundate *v* ማጥለቅለቅ
invade *v* መውረር
invader *n* ወራሪ
invalid *n* ዋጋ የሌለው
invalidate *v* ዋጋ ማሳጣት
invaluable *adj* ዋጋ ቢስ
invasion *n* ወረራ
invent *v* መፍጠር
invention *n* ፈጠራ
inventory *n* ቆጠራ
invest *v* ኢንቬስት ማድረግ
investigate *v* መመርመር
investigation *n* ምርመራ
investment *n* ኢንቨስትመንት
investor *n* ኢንቨስተር
invincible *adj* የማይሸነፍ
invisible *adj* የማይታይ
invitation *n* ግብዣ
invite *v* መጋበዝ

I

invoice *n* ደረሰኝ
invoke *v* እርዳታ መጠየቅ
involve *v* በጉዳይ መግባት
involved *v* እጁ ያለበት
involvement *n* እጅ ማስገባት
inward *adj* ውስጣዊ
inwards *adv* ወደ ውስጥ
iodine *n* አዮዲን
irate *adj* የተቆጣ
Ireland *n* አየርላንድ
Irish *adj* አየርላንዳዊ
iron *n* ብረት
iron *v* ልብስ መተኮስ
ironic *adj* ምጸታዊ
irony *n* ምጸት
irrational *adj* ምክንያተቢስ
irrefutable *adj* እርግጠኛ
irregular *adj* ኢ-መደበኛ
irrelevant *adj* ከአርስት ውጪ
irreparable *adj* የማይጠገን
irresistible *adj* ስሜት የሚይዝ
irrespective *adj* የማይቆጠር
irreversible *adj* የማይለወጥ
irrevocable *adj* የማይለወጥ
irrigate *v* በመስኖ ማልማት
irrigation *n* መስኖ ልማት
irritate *v* ማስቆጣት
irritating *adj* የሚያስቆጣ
Islamic *adj* እስላማዊ
island *n* ደሴት
isle *n* ደሴት
isolate *v* መነጠል
isolation *n* ብቸኝነት
issue *v* በህትመት ማሠራጨት ፣ መትፋት
issue *n* ጉዳይ
Italian *adj* ኢጣሊያዊ
italics *adj* ምህጻረ ቃል
Italy *n* ጣልያን
itch *v* ማከክ
itchiness *n* እከክ
item *n* ዕቃ
itemize *v* መዘርዘር
itinerary *n* የጉዞ ዕቅድ
ivory *n* የዝሆን ጥርስ

J

jackal *n* ቀበሮ
jacket *n* ጃኬት
jackpot *n* ሎተሪ
jaguar *n* ነብር መሰል ፤ መኪና
jail *n* እስርቤት
jail *v* ማሰር
jailer *n* እስረኛ ጠባቂ
jam *n* ማርመላታ
jam *v* ማጨቅ
janitor *n* ጽዳት ሠራተኛ
January *n* ጥር
Japan *n* ጃፓን
Japanese *adj* ጃፖናዊ

I J

jar *v* በቁጣ/አለመስማማት ሃሳቦችን መግለጽ
jar *n* ማሰሮ
jasmine *n* ጃስሚን
jaw *n* መንጋጭላ
jealous *adj* ቅናተኛ
jealousy *n* ቅናት
jeans *n* ጂንስ
jeopardize *v* ላደጋ ማጋለጥ
jerk *v* መንገጫገጭ
jerk *n* መንገጫገጭ
jersey *n* ሹራብ ልብስ
Jew *n* ይሁዲ
jewel *n* ዕንቁ
jeweler *n* ዕንቁ ነጋዴ
jewelry store *n* ዕንቁ መሸጫ
Jewish *adj* ይሁዳዊ
jigsaw *n* መጋዝ
job *n* ሥራ
jobless *adj* ሥራ አጥ
join *v* ማያያዝ
joint *n* ውህድ
jointly *adv* በአንድ ላይ
joke *n* ቀልድ
joke *v* መቀለድ
joker *n* ቀላጅ
jokingly *adv* በቀልድ
jolly *adj* ዘናጭ
jolt *v* መንዘፍዘፍ
jolt *n* መንዘፍዘፍ
journal *n* ጋዜጣ
journalist *n* ጋዜጠኛ
journey *n* ጉዞ
jovial *adj* የተደሰተ
joy *n* ደስታ
joyful *adj* ደስተኛ
joyfully *adv* በደስታ
jubilant *adj* የፈነደቀ
Judaism *n* አይሁዳዊነት
judge *n* ዳኛ
judge *v* መፍረድ
judgment *n* ፍርድ
judicious *adj* አመዛዛኝ
jug *n* ጆግ
juggler *n* እንጥብጥቢ ተጫዋች
juice *n* ጭማቂ
juicy *adj* ፈሳሽያለው ፤ ማራኪ
July *n* ሐምሌ
jump *v* መዝለል
jump *n* ዝላይ
jumpy *adj* የተጨነቀ
junction *n* መገንጠያ መንገድ
June *n* ሰኔ
jungle *n* ጫካ
junior *adj* ታናሽ
junk *v* እንደ ውዳቂ/ቆሻሻ ማየት
junk *n* ውዳቂ
jury *n* ዳኞች ጉባኤ
just *adj* ፍታሃዊ
justice *n* ፍትሕ
justify *v* ማመሃኘት
justly *adv* በፍትሕ
juvenile *n* ወጣት
juvenile *adj* ያልበሰለ

J

K

kangaroo *n* ካንጋሮ
karate *n* ካራቴ
keep *iv* መያዝ ፣ መጠበቅ
keep on *v* መቀጠል
keep up *v* በ ያዙትመቀጠል
keg *n* የንጨት በርሜል
kennel *n* የውሻ ቤት
kettle *n* የሻይ ጀበና
key *n* ቁልፍ
key ring *n* ቁልፍ መያዣ
keyboard *n* ፒያኖ
kick *v* መምታት
kickback *n* ሕገወጥ ክፍያ
kickoff *n* የሚጀመርበት ሰዓት
kid *n* ልጅ
kid *v* መቀለድ
kidnap *v* ማፈን
kidnapper *n* አፋኝ
kidnapping *n* አፈና
kidney *n* ኩላሊት
kidney bean *n* አደንጓሬ
kill *v* መግደል
killer *n* ገዳይ
killing *n* ግድያ
kilogram *n* ኪሎግራም
kilometer *n* ኪሎሜትር
kilowatt *n* ኪሎዋት
kind *adj* ደግ
kindle *v* መለኮስ
kindly *adv* በትህትና
kindness *n* ትህትና
king *n* ንጉስ
kingdom *n* ንጉሳዊ ግዛት
kinship *n* ዝምድና
kiosk *n* ኪዮስክ
kiss *v* መሳም
kiss *n* መሳም
kitchen *n* ወጥቤት
kite *n* ወላንዶ
kitten *n* የድመት ግልገል
knee *n* ጉልበት
kneecap *n* የጉልበት ሎሚ
kneel *iv* መንበርከክ
knife *n* ቢላዋ
knight *n* መኳንንት
knit *v* መጥለፍ
knob *n* የበር መያዣ
knock *n* ምት ፣ ማንኳዋኩዋት
knock *v* ማንኩዋኩዋት
knot *n* ቋጠሮ
know *iv* ማወቅ
know-how *n* ዕውቀት
knowingly *adv* አውቆ
knowledge *n* ዕውቀት

L

lab *n* ላብራቶሪ
label *n* ምልክት
labor *n* ሥራ
laborer *n* ጉልበት ሠራተኛ
labyrinth *n* ጥልፍልፍ መንገድ
lace *n* ማሰሪያ
lack *v* ማጣት
lack *n* ዕጦት
lad *n* ልጅ
ladder *n* መሰላል
laden *adj* ያለልክ የተጫነ
lady *n* እመቤት
ladylike *adj* ትሁት ሴት
lagoon *n* ቁራጭ ሐይቅ
lake *n* ሐይቅ
lamb *n* የበግ ግልገል
lame *adj* አንካሳ
lament *v* መሪር ማዘን
lament *n* መሪር ሃዘን
lamp *n* መብራት
lamppost *n* የመንገድ መብራት
lampshade *n* የአምፑል ማቀፊያ
land *n* መሬት
land *v* ማረፍ
landfill *n* ቆሻሻ መቅበሪያ
landing *n* ማሳረፍ
landlady *n* የቤት እመቤት
landlocked *adj* ባሕርወደብ አልባ
landlord *n* የቤት ጌታ
landscape *n* መልከዓምድር
lane *n* መንገድ
language *n* ቋንቋ
languish *v* መሰቃየት
lantern *n* ማሾ
lap *n* ጭን
lapse *n* የጊዜ ዕልፈት
lapse *v* ማለቅ
larceny *n* ስርቆት
lard *n* ስብ
large *adj* ትልቅ
larynx *n* እንጥል
laser *n* ጨረር
lash *n* አለንጋ
lash *v* መግረፍ
lash out *v* ድንገት መቆጣት
lasso *n* ፈረስ ፣ ከብት እና መሰሎችን መያዣ ሸምቀቆ ገመድ
lasso *v* በሸምቀቆ ፈረስ ፣ ከብት እና መሰሎችን መያዝ
last *v* መጨረስ
last *adj* የመጨረሻ
last name *n* የቤተሰብ ስም
last night *adv* ባለፈው ለሊት
lasting *adj* የሚያልቅ
lastly *adv* በመጨረሻ
latch *n* መቀርቀሪያ
late *adv* በማርፈድ
lately *adv* ዘግይቶ
later *adv* ኋላ ላይ
later *adj* በኋላ
lateral *adj* የጎን

latest *adj* አዲስ
lather *n* አረፋ
latitude *n* ኬክሮስ
latter *adj* የኋላኛ
laugh *v* መሳቅ
laugh *n* ሳቅ
laughable *adj* አስቂኝ
laughing stock *n* አስቂኝ ፣ አሰዳቢ
laughter *n* ሳቅ
launch *n* መጀመር
launch *v* ማንቀሳቀስ
laundry *n* በደረቁ እጥበት
lavatory *n* መፀዳጃ ቤት
lavish *adj* አባካኝ
lavish *v* ማባከን
law *n* ሕግ
law-abiding *adj* በሕግ የሚገዛ
lawful *adj* ሕጋዊ
lawmaker *n* ሕግ አውጪ
lawn *n* ጨፌ ፣ መስክ
lawsuit *n* ክስ
lawyer *n* ጠበቃ
lax *adj* የላላ ሕግ
laxative *adj* ሆድ ማጠቢያ
lay *n* ተራ ሰው
lay *iv* ማጋደም
lay off *v* ከሥራ መሰናበት
layer *n* ሽፋን
layman *n* ተራ ሰው
layout *n* ንድፍ ፣ አወቃቀር
laziness *n* ስንፍና
lazy *adj* ሰነፍ
lead *iv* መምራት
lead *n* ምሬት
leaded *adj* ሊድ የገባበት
leader *n* መሪ
leadership *n* መሪነት
leading *adj* መሪ ፣ ቀዳሚ
leaf *n* ቅጠል
leaflet *n* በራሪ ወረቀት
league *n* ሊግ
leak *v* ማንጠብጠብ
leak *n* ተንጠብጣቢ
leakage *n* ሽንቁር
lean *adj* ቀጭን ፣ ያልሰባ
lean *iv* መደገፍ
lean back *v* ወደኋላ መደገፍ
lean on *v* መመካት
leaning *n* መመካት ፣ መሳብ
leap *iv* እንጣጥ ማለት
leap *n* ሽግግር
leap year *n* በአራት ዓመት አንዴ
learn *iv* መማር
learned *adj* የተማረ
learner *n* ተማሪ
learning *n* ትምህርት
lease *n* ሊዝ ፣ ክራይ
lease *v* ማከራየት
leash *n* ማሰሪያ
least *adj* ያነሰው
leather *n* ቆዳ
leave *iv* መልቀቅ
leave out *v* ትቶ መውጣት
leaves *n* ቅጠሎች

L

lectern *n* አትሮኖስ
lecture *n* ትምህርታዊ ንግግር
ledger *n* የሂሳብ መዝገብ
leech *n* አልቅት
left *adv* ወደ ግራ
left *n* ግራ
left *adj* ለቆ መሄድ
leftovers *n* ትርፍራፊ
leg *n* እግር
legacy *n* ቅርስ ፣ ውርስ
legal *adj* ሕጋዊ
legality *n* ሕጋዊነት
legalize *v* ሕጋዊ ማድረግ
legend *n* አፈታሪክ
legible *adj* የሚነበብ
legion *n* ባታሊዮን
legislate *v* ሕግ ማርቀቅ
legislation *n* ሕግ ማውጣት
legislature *n* ሕግ አውጪ
legitimate *adj* ሕጋዊ ፣ ተገቢ
leisure *n* መዝናኛ
lemon *n* ሎሚ
lemonade *n* ሎሚናት
lend *iv* ማበደር
length *n* ርዝመት
lengthen *v* ማስረዘም
lengthy *adj* ረዥም ፣ የተንዛዛ
leniency *n* ልቅነት
lenient *adj* ልቅ
lens *n* ብሌን
Lent *n* ሑዳዴ ጾም
lentil *n* ምስር
leopard *n* ነብር
leper *n* ለምጻም
leprosy *n* ለምጽ
less *adj* ያነሰ
lessee *n* ተከራይ
lessen *v* መቀነስ
lesser *adj* ያነሰ
lesson *n* ትምህርት
lessor *n* አከራይ
let *iv* ማከራየት
let down *v* እምነትን ማጉደል
let go *v* መለልቀቅ
let in *v* ማስገባት
let out *v* ድምጽ ማውጣት
lethal *adj* ገዳይ
letter *n* ደብዳቤ ፣ ፊደል
lettuce *n* ሰላጣ
leukemia *n* የደም በሽታ
level *v* ማደላደል
level *n* ማደላደል
lever *n* መስቅሰቅያ
leverage *n* የማሳመን ብቃት
levy *v* ቀረጥ መጫን
lewd *adj* ባለጌ ፣ ሀፍረተቢስ
liability *n* ተጠያቂነት
liable *adj* ተጠያቂ
liaison *n* ጉዳይ አስፈጻሚ
liar *adj* ውሸታም
libel *n* ክብርነክ ጽሑፍ
liberate *v* ነጻ ማውጣት
liberation *n* ነፃነት እንቅስቃሴ
liberty *n* ነፃነት

L

librarian *n* ቤተመጻሕፍት ሠራተኛ
library *n* ቤተመጻሕፍት
lice *n* ቅማል
license *n* ፈቃድ
license *v* መፍቀድ
lick *v* መላስ
lid *n* ክዳን
lie *iv* መዋሸት
lie *n* ውሸት
lieu *n* ቦታ
lieutenant *n* ሌተና
life *n* ሕይወት ፣ ኑሮ
lifeguard *n* ሕይወት አድን
lifeless *adj* ሕይወት አልባ
lifestyle *n* የኑሮ ዘይቤ
lifetime *adj* የሕይወት ዘመን
lift *v* ማንሳት
lift-off *n* መመንጠቅ
ligament *n* ጅማት
light *iv* ማብራት
light *adj* ብርሃናማ
light *n* ብርሃን
lighter *n* መለኮሻ
lighthouse *n* ብርሃን ቤት
lighting *n* የቤት መብራት
lightly *adv* በቀላሉ
lightning *n* መብረቅ
lightweight *n* ከአማካይ የሰውነት ክብደት በታች የሚመዝን ሰው
likable *adj* ተወዳጅ
like *adj* መሳይ ፣ የሚመስል
like *pre* እንደ
like *v* መውደድ
likelihood *n* መሳይነት
likely *adv* የሚሆን
likeness *n* ተመሳሳይነት
likewise *adv* እንደዚሁም
liking *n* መመሳሰል
limb *n* እግርና እጅ
lime *n* ኖራ ፣ ሎሚ
limestone *n* በሀ ድንጋይ
limit *n* ገደብ
limit *v* መገደብ
limitation *n* ገደብ
limp *v* ማነከስ
limp *n* ማነከስ
linchpin *n* ቁልፍ ሰው
line *n* መስመር
line up *v* መሰለፍ
linen *n* የተልባ እግር ጨርቅ
linger *v* መንተት
lingerie *n* የሴት ሙታንታ
lingering *adj* ቀርፋፋ
lining *n* ገበር
link *v* ማያያዝ
link *n* ማያያዣ
lion *n* አንበሳ
lioness *n* አንበሲት
lip *n* ከንፈር
liqueur *n* መጠጥ
liquid *n* ፈሳሽ
liquidate *v* ማፍረስ
liquidation *n* ማጣሪያ ስራ
liquor *n* መጠጥ

lonely

list *v* መዘርዘር
list *n* ዝርዝር
listen *v* መዳመጥ
listener *n* አድማጭ
litany *n* ቅዳሴ ፣ ምህለላ
liter *n* ውድቅዳቂ ፣ ሊትር
literal *adj* ቃል በቃል
literally *adv* ቃል በቃል
literate *adj* የተማረ
literature *n* ሥነፅሑፍ
litigate *v* መከራከር
litigation *n* ሕጋዊ ክርክር
litter *n* ቆሻሻ
little *adj* ትንሽ
little bit *n* መጠነኛ
little by little *adv* ቀስ በቀስ
liturgy *n* የቤተክርስቲያ ስርዓት
live *adj* ንቁ
live *v* መኖር
live off *v* በሰው እጅ መኖር
live up *v* እንደተጠበቀው መኖር
livelihood *n* መተዳደሪያ
lively *adj* ንቁ
liver *n* ጉበት
livestock *n* ከብት
livid *adj* የገረጣ
living room *n* ሳሎን
lizard *n* እንሽላሊት
load *v* መጫን
load *n* ሸክም
loaded *adj* የተጫነ
loaf *n* ቁራጭ ዳቦ
loaf *v* ጊዜ ማጥፋት
loan *v* ማበደር
loan *n* ብድር
loathe *v* መጥላት
loathing *n* ጥላቻ
lobby *n* መተላለፊያ አዳራሽ
lobby *v* መቀስቀስ
lobster *n* ጊንጥ መሰል
local *adj* ሃገራዊ
localize *v* ወደ ሃገር መለወጥ
locate *v* ቦታ ማወቅ
located *adj* የሚገኝ
location *n* ቦታ
lock *v* መቆለፍ
lock *n* ቁልፍ
lock up *v* ማሰር
locker room *n* ዕቃ ማኖሪያ
locksmith *n* ቁልፍ ሰራተኛ
locust *n* አንበጣ
lodge *v* መኖር
lodging *n* መኖሪያ
lofty *adj* ረጅም
log *n* ግንድ
log *v* መመዝገብ
log in *v* መመዝገብ
log off *v* መውጣት
logic *n* አመክንዮ
logical *adj* አመክንዮዋዊ
loin *n* ሽንጥ
loiter *v* ያለስራ መገተር
loneliness *n* ብቸኝነት
lonely *adv* ብቸኛ

L

loner *n* ብቸኝነትን የሚወድ
lonesome *adj* ብቸኝነት
long *adj* ረጅም
long for *v* መመኘት
longing *n* ናፍቆት
longitude *n* ኬንትሮስ
long-standing *adj* የኖረ
long-term *adj* የረዥም ጊዜ
look *n* መልክ
look *v* ማየት
look after *v* መንከባከብ
look at *v* መመልከት
look down *v* መናቅ
look for *v* መፈለግ
look forward *v* መጠባበቅ
look into *v* ጠልቆ መመልከት
look out *v* መቃኘት
look over *v* ችላ ማለት
look through *v* ማሾለክ
looking glass *n* መስታውት
looks *n* ቁመና
loom *n* መደወሪያ
loom *v* ብቅ ማለት
loophole *n* ክፍተት
loose *v* መፍታት
loose *adj* የላላ
loosen *v* ማላላት
loot *v* መዝረፍ
loot *n* ዝርፊያ
lord *n* ጌታ
lordship *n* ጌትነት
lose *iv* ማጣት ፣ መጥፋት
loser *n* ዋጋቢስ
loss *n* ኪሳራ
lot *adv* በብዛት
lotion *n* የጠጉር ቅባት
lots *adj* ብዙዎች
lottery *n* ሎተሪ
loud *adj* ጮክ ያለ
loudly *adv* ጮክ በል
loudspeaker *n* ድምፅ ማጉያ
lounge *n* ምሳ መብያ
lounge *v* መዝናናት
louse *n* ቅማል
lousy *adj* ሰነፍ
lovable *adj* ተወዳጅ
love *v* ማፍቀር
love *n* ፍቅር
lovely *adj* ተወዳጅ
lover *n* ወዳጅ
loving *adj* ተወዳጅ
low *adj* ዝቀተኛ
lower *adj* ዝቅያለ
low-key *adj* ዝቅተኛ
lowly *adj* ዝቅተኛ
loyal *adj* ታማኝ
loyalty *n* ታማኝነት
lubricate *v* ማለስለስ
lubrication *n* ማለስለሻ
lucid *adj* ግልጽ
luck *n* ዕድል
lucky *adj* ዕድለኛ
lucrative *adj* አትራፊ
ludicrous *adj* አስቂኝ

luggage *n* ሻንጣ
lukewarm *adj* ለብ ያለ ውሃ
lull *n* እሽሩሩ
lumber *n* ጠርብ
luminous *adj* የሚያበራ
lump *n* እብጠት
lump sum *n* አንድ ጊዜ ክፍያ
lump together *v* ማጣበቅ
lunacy *n* እብደት
lunatic *adj* እብድ
lunch *n* ምሳ
lung *n* ሳምባ
lure *v* አታሎ ማጥመድ
lurid *adj* አስፈሪ ፣ አሰቃቂ
lurk *v* ማድፈጥ
lush *adj* አለመለመ
lust *v* መቀንዘር
lust *n* ቅንዝረት
lustful *adj* ቅንዝረኛ
luxurious *adj* ድሎታም
luxury *n* ምቾት ፣ ድሎት
lynch *v* መደብደብ
lynx *n* አውሬ
lyrics *n* የዘፈን ስንኝ

M

machine *n* ማሽን
machine gun *n* ብዙ ጥይት የሚተፋ ጠመንጃ
mad *adj* ያበደ
madam *n* እመቤት
madden *v* ማሳበድ
madly *adv* ከመጠን በላይ
madman *n* ዕብደ
madness *n* ዕብደት
magazine *n* መጽሄት
magic *n* ጥንቆላ
magical *adj* ተዓምራዊ
magician *n* ጠንቋይ
magistrate *n* ዳኛ
magnet *n* ማግኔት
magnetic *adj* ማግኔታዊ
magnetism *n* መሳሳብ
magnificent *adj* ድንቅ
magnify *v* ማጋነን
magnitude *n* ጥልቀት
mahogany *n* ጠንካራ የእንጨት ዓይነት
maid *n* ሰራተኛ
maiden *n* ኮረዳ
mail *v* ደብዳቤ መከተት
mail *n* ደብዳቤ
mailbox *n* የፖስታ ሳጥን
mailman *n* ፖስተኛ
maim *v* ማጉመትመት
main *adj* ዋነኛ

mainland *n* ዋና መሬት
mainly *adv* በዋነኛነት
maintain *v* መጠበቅ
maintenance *n* ጥገና
majestic *adj* ግርማ ሞገሳዊ
majesty *n* ግርማዊ
major *n* ዋና ፤ ሻለቃ
major *adj* ዋነኛ
major in *v* ቀዳሚ ኮርስ
majority *n* አብዛኛው
make *n* የተሰራበት
make *iv* መስራት
make up *v* መፍጠር
make up for *v* ማታካት
maker *n* ሰራተኛ
makeup *n* የፊት ቅባቶች
malaria *n* ወባ
male *n* ወንድ
malevolent *adj* ቀና የማያስብ
malfunction *v* አለመስራት
malfunction *n* ብልሽት
malice *n* ቅጥፈት
malign *v* መጥፎ መናገር
malignancy *n* ክፋት
malignant *adj* ክፉ
mall *n* የሱቆች አዳራሽ
malnutrition *n* የምግብ ዕጥረት
malpractice *v* የስራ ብልሽት
mammal *n* አጥቢ እንስሳ
mammoth *n* የጠጥንትግዜ ዝሆን
man *n* ሰው
manage *v* መመምራት ፡ መቻል
manageable *adj* የሚቻል
management *n* አመራር
manager *n* ሐላፊ
mandate *n* አደራ
mandatory *adj* ግደታ
maneuver *n* እንቅስቃሴ
manger *n* ግርግም
mangle *v* ማበላሸት
manhandle *v* በጉልበት
manhunt *n* አሰሳ
maniac *adj* ቀውስ
manifest *v* መገለጥ
manipulate *v* መጠቀሚያ ማረግ
mankind *n* የሰው ልጅ
manliness *n* ወንድነት
manly *adj* ወንዳወንድ
manner *n* ሁኔታ
mannerism *n* አቀራረብ
manners *n* አቀራረብ
manpower *n* የሰው ሐይል
mansion *n* ትልቅቪላ
manslaughter *n* ግድያ
manual *n* መመሪያ
manual *adj* በሰው ዕጅ
manufacture *v* መስራት
manure *n* ፍግ
manuscript *n* የሚታተም ጽሁፍ
many *adj* ብዙ
map *n* ካርታ
map *v* በካርታ መንደፍ
marble *n* ዕብነ በረድ ፤ ብይ
march *v* መገዳዝ

M

march *n* መጋቢት
March *n* ጉዞ
mare *n* በቅሎ
margin *n* ህዳግ
marginal *adj* በጣም ትንሽ
marinate *v* መዘፍዘፍ
marine *adj* የውሃ ላይ
marital *adj* የጋብቻ
mark *n* ምልክት
mark *v* ምልክት ማረግ
mark down *v* መቀነስ
marker *n* መጻፊያ
market *n* ገበያ
market *v* ማሻሻጥ
marksman *n* አነጣጣሪ ተኳሽ
marmalade *n* ማርማላታ
marriage *n* ጋብቻ
married *adj* ያገባ
marrow *n* መቅኒ
marry *v* ማግባት
Mars *n* ማርስ
marshal *n* ማርሻል
martyr *n* መስዋዕት
martyrdom *n* መስዋዕትነት
marvel *n* አድናቆት
marvelous *adj* ድንቅ
Marxist *adj* ማርክሳዊ
masculine *adj* ወንዳወንድ
mash *v* መጨፍለቅ
mask *n* መሸፈን
mask *v* ማስመሰል
masochism *n* በህመም የተሞላ ወሲባዊ እርካታ
mason *n* የድንጋይ ጠራቢ
masquerade *v* እውነት ማስመሰል
mass *n* ቅዳሴ
massacre *n* ዕልቂት
massage *n* ዕሸታ
massage *v* ማሸት
masseur *n* አሺ
masseuse *n* አሺነት
massive *adj* ታላቅ
mast *n* ባንዲራ መስቀያ
master *n* ጌታ ፤ መምህር
master *v* አዋቂ መሆን
mastermind *n* የፈጠረው ሰው
mastermind *v* ማፍለቅ
masterpiece *n* ልዩ የጥበብስራ
mastery *n* የተሟላ ዕውቀት
mat *n* ምንጣፍ
match *n* ግጥሚያ
match *v* ማገናኘት
mate *n* መገናኘት
material *n* ቁስ ፣ ዕቃ
materialism *n* ቁሳዊነት
maternal *adj* የእናትነት
maternity *n* ወሊድ
math *n* ሂሳብ
matriculate *v* በተማሪነት መመዝገብ
matrimony *n* ትዳር
matter *n* ጉዳይ
matter *v* አስፈላጊ መሆን
mattress *n* ፍራሽ
mature *adj* በሳል
maturity *n* ብስለት

M

maul *v* መሰንጠቅ
maxim *n* ትልቅ አባባል
maximum *adj* ቢበዛ
May *n* ግንቦት
may *iv* ምናልባት
may-be *adv* ምናልባት
mayhem *n* ብጥብጥ
mayor *n* ከንቲባ
maze *n* ጥምዝምዝ
meadow *n* መስክ
meager *adj* አናሳ
meal *n* ምግብ
mean *iv* ማለት
mean *adj* በማለት
mean *n* ከፉ
meaning *n* ትርጉም
meaningful *adj* ትርጉም ያለው
meaningless *adj* ትርጉም አልባ
meanness *n* እርኩስነት
means *n* መንገድ
meantime *adv* እስከዚያው
meanwhile *adv* በመሃከሉ
measles *n* ኩፍኝ
measure *v* መለካት
measurement *n* መለኪያ
meat *n* ስጋ
meatball *n* ኮትሌት
mechanic *n* መካኒክ
mechanism *n* ዘዴ
mechanize *v* በመማሽን ማሰራት
medal *n* መዳሊያ
medallion *n* ሜዳሊያ
meddle *v* ጣልቃ መግባት
mediate *v* መዳኘት
mediator *n* አሰስታራቂ
medication *n* መድሐኒት
medicinal *adj* መድሐኒታዊ
medicine *n* መድሓኒት
medieval *adj* የመካከለኛው ዘመን
mediocre *adj* ዝቅተኛ ደረጃ
mediocrity *n* ጥራት የሌለው
meditate *v* መጸለይ
meditation *n* ጸሎት
medium *adj* አማካይ
meek *adj* ታዛዥ
meekness *n* ታዛዥነት
meet *iv* መገናኘት
meeting *n* ስብሰባ
melancholy *n* ሀዘን
mellow *adj* አስደሳች
mellow *v* መርጋት
melodic *adj* ዜማ ያለው
melody *n* ዜማ
melon *n* ሃባብ
melt *v* መቅለጥ
member *n* አባል
membership *n* አባልነት
membrane *n* ገለፈት
memento *n* ማስታወሻ
memo *n* ማስታወሻ
memoirs *n* ጽሁፍ
memorable *adj* የማይረሳ
memorize *v* በቃል መያዝ
memory *n* ትዝታ

men *n* ወንዶች ፣ የሰው ልጆች
menace *n* በጥባጭ
mend *v* መጠገን
meningitis *n* ሜኒንጃይተስ
menopause *n* እርጠት
menstruation *n* የወር አበባ
mental *adj* አዕምሮዓዊ
mentality *n* አስተሳሰብ
mentally *adv* በሐሳብ
mention *v* መጥቀስ
mention *n* መጠቀስ
menu *n* ሜኑ
merchandise *n* የሚሸጥ ዕቃ
merchant *n* ነጋዴ
merciful *adj* ይቅር ባይ
merciless *adj* ይቅርታ የሌለው
mercury *n* ሜርኩሪ
mercy *n* ምህረት
merely *adv* እንዲያው
merge *v* ማዋሃድ
merger *n* ውህደት
merit *n* ችሎታ
merit *v* መደገፍ
mermaid *n* ግማሽ አሳ ሴት
merry *adj* ደስተኛ
mesh *n* ክፍተት
mesmerize *v* መመሰጥ
mess *n* ምግብ ቤት
mess around *v* ግዜ ማቃጠል
mess up *v* ማበላሰት
message *n* መልዕክት
messenger *n* መልዕክተኛ
Messiah *n* ዐዳኝ
messy *adj* ዝርክርክ
metal *n* ብረት
metallic *adj* ብረታዊ
metaphor *n* ምሳሌያዊ
meteor *n* ሚቲዎር
meter *n* ሜትር
method *n* ዘዴ
methodical *adj* ዘዴኛ
meticulous *adj* ጥንቁቅ
metric *adj* ሜትራዊ
metropolis *n* ዋና ከተማ
Mexican *adj* ሜክሲካዊ
mice *n* አይጦች
microbe *n* ሚክሮብ
microphone *n* ድምጽ ማጉሊያ
microscope *n* ማይክሮስኮፕ
microwave *n* ማይክሮዌቭ
midair *n* አየር ላይ
midday *n* ስድስት ሰዓት
middle *n* መሐከል
middleman *n* ደላላ
midget *n* ኩሩሩ
midnight *n* እኩለ ሌሊት
midsummer *n* የበጋ እኩሌታ
midwife *n* አዋላጅ
might *n* ኃይል
mighty *adj* ኃያል
migraine *n* ራስ ምታት
migrant *n* ስደተኛ
migrate *v* መሰደድ
mild *adj* መሐከለኛ

M

mildew *n* አረማሞ
mile *n* ማይል
mileage *n* ርቀት
milestone *n* ዋና ክስተት ፣ ዕድገት
militant *adj* ተዋጊ
milk *n* ወተት
milky *adj* ወተት ያለበት
mill *n* ወፍጮ
millennium *n* ሚሌኒየም
milligram *n* ሚሊግራም
millimeter *n* ሚሊሜትር
million *n* ሚሊዮን
millionaire *adj* ሚሊዮኔር
mime *v* ያለድምጽ መናገር
mince *v* መፍጨት
mincemeat *n* የተፈጨ ስጋ
mind *v* ማሰብ
mind *n* አ ዕምሮ
mind-boggling *adj* ራስ የሚየዞር
mindful *adj* አስተዋይ
mindless *adj* አ ዕምሮ ቢስ
mine *n* ፈንጂ
mine *v* ፈንጂ መቅበር
mine *pro* የራሴ
minefield *n* አደገኛ
miner *n* ማዕድን ቆፋሪ
mineral *n* ማዕድን
mingle *v* መቀላቀል
miniature *n* ትናንጥ
minimize *v* ማሰሳነስ
minimum *n* ቢያንስ
miniskirt *n* አጭር ቀሚስ
minister *n* ቄስ
minister *v* መንከባከብ
ministry *n* ሚኒስቴር
minor *n* ትንሽ ፤ ለአቅመ አዳም/ሔዋን ያልደረሰ/ች
minor *adj* አነስተኛ
minor *v* (ከዋናው በተጨማሪ) ሁለተኛ የትምህርት ዓይነት
minority *n* አናሳ
mint *n* ሜንታ
mint *v* ፈራንክ መስራት
minus *adj* መቀነስ
minute *n* ደቂቃ
miracle *n* ተዓምር
miraculous *adj* ተዓምራዊ
mirage *n* ቅዠት
mirror *n* መስታወት
misbehave *v* መባለግ
miscalculate *v* መሳሳት
miscarriage *n* ውርጃ
miscarry *v* ማስወረድ
mischief *n* ሸር
mischievous *adj* ሸረኛ
misconduct *n* መጥፎ ጸባይ
misconstrue *v* በስህተት መተርጎም
misdemeanor *n* ወንጀል
miser *n* ገብጋባ
miserable *adj* ጭንቀታም
misery *n* ስቃይ
misfit *adj* የማይግባባ
misfortune *n* መጥፎ ዕድል
misgiving *n* ጥርጣሬ

misguided *adj* የተሳሳተ
misinterpret *v* በስህተት መተርጎም
misjudge *v* በስህተት መፍረድ
mislead *v* ማሳሳት
misleading *adj* አሳሳች
mismanage *v* ያለአግባቡ ማስተዳደር
misplace *v* ሌላቦታ ማስቀመጥ
misprint *n* የተሳሳተ እትም
miss *v* መሳት
miss *n* ወ ይዘሪት
missile *n* ሚሳይል
missing *adj* የጠፋ
mission *n* ተልዕኮ
missionary *n* ሚሲዮናዊ
mist *n* ጭጋግ
mistake *iv* መሳሳት
mistake *n* ስህተት
mistaken *adj* የተሳሳተ
mister *n* አቶ
mistreat *v* ማጉላላት
mistreatment *n* በደል
mistress *n* ቅምጥ
mistrust *n* አለማመን
mistrust *v* እምነት ማጣት
misty *adj* ጭጋጋማ
misunderstand *v* አለመረዳት
misuse *n* ባግባብ አለመጠቀም
mitigate *v* ማቅለል
mix *v* መቀላቀል
mixed-up *adj* የተምታታበት
mixer *n* መቀላቀያ
mixture *n* ቅልቅል
mix-up *n* መምታታት
moan *v* ማቃሰት
moan *n* የስቃይ ድምጽ
mob *v* መከበብ
mob *n* አድመኞች
mobile *adj* ተንቀሳቃሽ
mobilize *v* ማደራጀት
mobster *n* ወንጀለኛ
mock *v* ማላገጥ
mockery *n* ፌዝ
mode *n* ፋሽን
model *n* ሞዴል
model *iv* አስመስሎ መቅረጽ
moderate *adj* አማካይ
moderation *n* መጠነኛ
modern *adj* ዘመናዊ
modernize *v* ዘመናዊ ማረግ
modest *adj* ረጋ ያለ
modesty *n* ርጋታ
modify *v* ማሻሻል
module *n* ክፍል
moisten *v* ማርጠብ
moisture *n* ርጥበት
molar *n* መንጋጋ
mold *v* መሻገት
mold *n* ቅርጽ ማውጫ
moldy *adj* ሻጋታ
mole *n* ከሀዲ
molecule *n* ሞለኩዩል
molest *v* ወሲባዊ ጥቃት/መንደርደርዮሽ መሰንዘር/ማሳየት
mom *n* እናት

M

moment *n* ቅጽበት
momentarily *adv* በግዜው
momentous *adj* በጣም አስፈላጊ
monarch *n* ንጉስ
monarchy *n* ስርዓተ-ንጉስ
monastery *n* ገዳም
monastic *adj* የገዳም
Monday *n* ሰኞ
money *n* ገንዘብ
money order *n* ገንዘብ መላክ
monitor *v* መቆጣጠር
monk *n* መነኩሴ
monkey *n* ዝንጀሮ
monogamy *n* ካንድብቻ ጋብቻ
monologue *n* ብቻ ማውራት
monopolize *v* ጠቅሎ መያዝ
monopoly *n* ሞኖፖሊ
monotonous *adj* አሰልቺ
monotony *n* ድግግሞሽ
monster *n* አውሬ
monstrous *adj* ግዙፍ
month *n* ወር
monthly *adv* ወርሃዊ
monument *n* ሀውልት
monumental *adj* ትልቅ
mood *n* ስሜት
moody *adj* አኩራፊ
moon *n* ጨረቃ
moor *v* አሰረ
mop *v* መወልወል
moral *adj* ሞራላዊ
moral *n* ግብረ ገብ
morality *n* ትህትና
more *adj* ተጨማሪ
moreover *adv* በተጨማሪ
morning *n* ጠዋት
moron *adj* ዝግምተኛ
morphine *n* ማደንዘዣ መድሐኒት
morsel *n* ትንሽ
mortal *adj* ሟች
mortality *n* ሟችነት
mortar *n* ሞረታር
mortgage *n* ሞርጌጅ
mortification *n* እፍረት
mortify *v* ማሳፈር
mortuary *n* ሬሳ ቤት
mosaic *n* የጠጠር ስዕል
mosque *n* መስጊድ
mosquito *n* ቢንቢ
moss *n* በረሮ
most *adj* አብዛኛው
mostly *adv* በ አብዛኛው
motel *n* ቤርጎ
moth *n* በረሮ
mother *n* እናት
motherhood *n* እናትነት
mother-in-law *n* አማት
motion *v* ምልክት መስጠት/ማሳየት
motion *n* እንቅስቃሴ
motionless *adj* እንቅስቃሴ አልባ
motivate *v* ማነሳሳት
motive *n* መነሻ
motor *n* ሞተር
motorcycle *n* ሞተር ቢስክሌት

M

motto *n* መመሪያ
mount *n* ተራራ
mount *v* መጫን
mountain *n* ተራራ
mountainous *adj* ተራራማ
mourn *v* ማዘን
mourning *n* ሐዘን
mouse *n* አይጥ
mouth *n* አፍ
move *n* እንቅስቃሴ
move *v* መንቀሳቀስ
move back *v* ተመልሶ መግባት
move forward *v* ወደፊት መራመድ
move out *v* ለቆ መውጣት
move up *v* ማደግ
movement *n* እንቅስቃሴ
movie *n* ፊልም
mow *v* አጨደ
much *adv* ብዙ
mucus *n* አክታ
mud *n* ጭቃ
muddle *n* ስርዓተት የለሽ
muddy *adj* ጭቃማ
muffle *v* ድምጽ ማፈን
muffler *n* ማፈኛ
mug *v* መዝረፍ
mug *n* ወፍራም ኩባያ
mugging *n* ዝርፊያ
mule *n* በቅሎ
multiple *adj* ብዙ
multiplication *n* ማባዛት
multiply *v* ማበብዛት
multitude *n* ብዙሃን
mumble *v* ማጉረምረም
mummy *n* የደረቀ ሬሳ
mumps *n* ጆሮ ደግፍ
munch *v* ማኘከ
munitions *n* ትጥቅና ስንቅ
murder *n* ግድያ
murderer *n* ገዳይ
murky *adj* ድፍርስ
murmur *v* መንሾካሾከ
murmur *n* ሹክሹክታ
muscle *n* ጡንቻ
museum *n* ሚዩዝየም
mushroom *n* ጅብ ጥላ
music *n* ሙዚቃ
musician *n* ሙዚቀኛ
Muslim *adj* እስላም
must *iv* መገደድ
mustache *n* ጢም
mustard *n* ሰናፍጭ
muster *v* መሰብሰብ
mutate *v* መልኩን ለወጠ
mute *adj* ዲዳ
mutilate *v* መቆራረጥ
mutiny *n* አመጽ
mutually *adv* በጋራ
muzzle *v* አፍን መለጎም
muzzle *n* እንስሳትን መለጎሚያ
my *adj* የኔ
myopic *adj* አረርቆ የማያይ
myself *pro* ራሴ
mysterious *adj* ድብቅ

M

mystery *n* ምስጢር
mystic *adj* መንፈሳዊ
mystify *v* ሚስጥራዊ ማረግ
myth *n* አፈ ታሪክ

N

nag *v* መጨቅጨቅ
nagging *adj* ጭቅጭቅ
nail *v* በሚስማር ማያያዝ/መቸንከር
nail *n* ጥፍር ፣ ምስማር
naive *adj* ቦረቦር ፣ የዋሕ
naked *adj* ራቁት ፣ ርቃን
name *n* ስም ፣ ዝና
name *v* መሰየም
namely *adv* እነርሱም ፣ ስማቸው
nanny *n* ሞግዚት
nap *v* አጭር እንቅልፍ መተኛት/መውሰድ
nap *n* አጭር እንቅልፍ ፣ ለጥ ያለ
napkin *n* ፎጣ
narcotic *n* አደንዛዥ ዕፅ
narrate *v* መተረክ
narrow *adj* ጠባብ ፣ ውሱን ፣ ቀጭን
narrowly *adv* በጠበባ ፣ በጥቂቱ
nasty *adj* መጥፎ ፣ አጸያፊ ፣ ቆሻሻ
nation *n* ሀገር ፣ ብሔር
national *adj* ብሔራዊ ፣ የሀገር
nationality *n* ዜግነት ፣ ብሔራዊነት
nationalize *v* ሀገራዊ
native *adj* ውልደት ፣ ተወላጅ
natural *adj* ተፈጥሮአዊ
naturally *adv* በተፈጥሮ
nature *n* ተፈጥሮ
naughty *adj* በጥባጭ ፣ ቀዥቃዣ
nausea *n* ማቅለሽለሽ
nave *n* ቅድስት
navel *n* እምብርት
navigate *v* መፈለግ ፣ መዞር
navigation *n* ፍለጋ ፣ ዙረት
navy *n* ባሕር ኃይል
navy blue *adj* ጥቁር ሰማያዊ
near *pre* ቅርብ
nearby *adj* በአቅራቢያ
nearly *adv* ለጥቂት
nearsighted *adj* የቀረበውን የሚያይ
neat *adj* ንጹሕ
neatly *adv* በጥንቃቄ
necessary *adj* አስፈላጊ
necessitate *v* ማስፈለግ
necessity *n* አስፈላጊነት
neck *n* አንገት
necklace *n* ሐብል
necktie *n* ከረባት ፣ ሞጣሕት
need *v* መፈለግ
need *n* አስፈላጊ
needle *n* መርፌ
needless *adj* የማይገባ ፣ የማይረባ
needy *adj* ደሀ ፣ ችግረኛ
negative *adj* አሉታ ፣ ተቃራኒ
negative *n* ተቃራኒ ፣ አፍራሽ

M N

neglect *v* መተው ፣ መናቅ
neglect *n* ቸልታ ፣ ንቀት
negligence *n* ቸልተኛነት
negligent *adj* ቸልተኛ
negotiate *v* መስማማት
negotiation *n* ስምምነት
neighbor *n* ጉረቤት ፣ አዋሳኝ
neighborhood *n* መንደርተኛ
neither *adj* አንዱ ፣ አንደኛው
neither *adv* እኔም ፣ እሱም
nephew *n* የወንድም
nerve *n* ጅማት
nervous *adj* ደንጋራ ፣ ብስጩ
nest *n* የወፍ ጎጆ
net *n* መረብ
Netherlands *n* ኔዘርላንድ
network *n* ትስስር ፣ ትይይዝ
neurotic *adj* ቀዥቃዣ
neutral *adj* ገለልተኛ
neutralize *v* ማግለል ፣ ማስከን
never *adv* መቼም ፣ ፈጽሞ
nevertheless *adv* ሆኖም
new *adj* አዲስ ፣ ያልተለመደ
newborn *n* አራስ
newcomer *n* መጤ ፣ አዲስ ገቢ
newly *adv* በአዲሱ ፣ ገና
newlywed *adj* ሙሽራ
news *n* ዜና ፣ ወሬ
newscast *n* የዜና ሰዓት
newsletter *n* የዜና ጋዜጣ
newspaper *n* ጋዜጣ
newsstand *n* ጋዜጣ መሸጫ
next *adj* ቀጣይ ፣ አጠገብ
next door *adj* ቀጣዩ ክፍል ፣ ቤት
nibble *v* መቁረስ ፣ መሸረፍ
nice *adj* ደህና ፣ ጥሩ ፣ በጥልቀት
nicely *adv* በደንብ ፣ በጥንቃቄ
nickel *n* ኒኬል (የብረት ዓይነት)
nickname *n* ቅጥል ስም
nicotine *n* ኒኮቲን ዕፅ
niece *n* የወንድም
night *n* ምሽት ፣ ሌሊት
nightfall *n* ሲመሽ ፣ ሰርክ
nightgown *n* የሌሊት ልብስ
nightingale *n* ዘማሪ ወፍ
nightmare *n* ቅዠት
nine *adj* ዘጠኝ
nineteen *adj* ዐሥራ ዘጠኝ
ninety *adj* ዘጠና
ninth *adj* ዘጠነኛ
nip *n* ንክሻ ፣ ቁንጥጫ ፣ ቅምሻ
nip *v* መንከስ ፣ ማቋረጥ
nipple *n* የጡት ጫፍ ፣ ጫፍ
nitpicking *adj* ጸጉር ሰንጣቂ
nitrogen *n* ናይትሮጅን አየር
no one *pro* ማንም ሰው
nobility *n* መኳንንት ፣ ትልቅ
noble *adj* መኳንንት ፣ የላቀ
nobleman *adj* መኳንንት
nobody *pro* ማንም ሰው
nocturnal *adj* የምሽት
nod *v* እጅ መንሳት
noise *n* ጫጫታ ፣ ድምጽ
noisily *adv* በጩኸት ፣ በሁካታ

N

noisy *adj* ጩኸት
nominate *v* መወከል ፣ መሾም
none *pre* ምንም ፣ ማንም ፣ ባዶ
nonetheless *c* ነገር ግን ፣ ግን
nonsense *n* የማይረባ
nonsmoker *n* የማያጤስ
nonstop *adv* ያለማቋረጥ
noon *n* ቀትር ፣ እኩለቀን
noose *n* ማነቂያ ፣ ሸምቃቅ
nor *c* …ም
norm *n* ባህል ፣ ወግ ፣ ደንብ
normal *adj* የተለመደ ፣ ጤናማ
normalize *v* ማላመድ
normally *adv* በአብዛኛው ፣ በደህና
north *n* ሰሜን
northeast *n* ሰሜን ምስራቅ
northern *adj* ሰሜናዊ
northerner *adj* የሰሜንሰው
Norway *n* ኖርዌ
Norwegian *adj* ኖርዌያዊ
nose *n* አፍንጫ
nosedive *v* ማሽቆልቆል
nostalgia *n* ትዝታ ፣ ቁዘማ
nostril *n* የአፍንጫ ቱቦ
nosy *adj* ወሬኛ
not *adv* ጭራሽ ፣ አይ
notable *adj* ተጠቃሽ ፣ ዝነኛ
notably *adv* የሚጠቀስ ፣ ታዋቂ
notary *n* እማኝ ፣ አዋዋይ
notation *n* ምልክት/ፊደላት/ሂሳብ/ሙዚቃ አጻጻፍ
note *n* ማስታወሻ ፣ ብር
note *v* ማየት ፣ ማስተዋል
notebook *n* ማስታወሻ ደብተር
noteworthy *adj* ትኩረት የሚሻ
nothing *n* ምንም
notice *v* ማየት ፣ ማስተዋል
notice *n* ማስታወቂያ
noticeable *adj* የሚታወቅ ፣ ግልጽ
notification *n* ማስታወቂያ
notify *v* ማስታወቅ ፣ ማጠንቀቅ
notion *n* ሀሳብ ፣ ምኞት
notorious *adj* ጠጥባጭ
noun *n* ስም
nourish *v* መመገብ ፣ ማዳበር
nourishment *n* ምግብ
novel *n* ረዥም ታሪክ ፣ አዲስ
novelist *n* ደራሲ
novelty *n* አዲስነት ፣ አንገዳነት
November *n* ኅዳር
novice *n* ጀማሪ ፣ ወጣኒ
now *adv* አሁን ፣ ዛሬ ፣ እንግዲህ
nowadays *adv* በአሁኑ ጊዜ
nowhere *adv* የትም ፣ በየትም ቦታ
noxious *adj* መርዛማ ፣ ጎጅ
nozzle *n* መሹለኪያ
nuance *n* ጨረፍታ
nuclear *adj* ኒውክሌር
nude *adj* ራቁት
nudism *n* በመራቆት ማመን
nudist *n* ልብስ የማይለብስ
nudity *n* መራቆት
nuisance *n* ጠንከኛ ፣ ቆስቋሽ
null *adj* ባዶ ፣ ዜሮ

N

nullify *v* መሻር
numb *adj* ድንዝዝ
number *n* ቁጥር ፣ ብዛት
numbness *n* ድንጋጤ ፣ ሰቆቃ
numerous *adj* ብዙ
nun *n* መነኩሲት
nurse *n* ነርስ
nurse *v* ማጥባት
nursery *n* ማሳደጊያ ፣ መንከባከቢያ
nurture *v* ማሳደግ ፣ ማበረታታት
nut *n* ለውዝ
nutrition *n* አመጋገብ
nutritious *adj* ምጥን
nut-shell *n* በአጠቃላይ
nutty *adj* የለው ጣዕም ፣ ቀዥቃዣ

O

oak *n* ዛፍ
oar *n* መቅዘፊያ ፣ ላይዳ
oasis *n* ለምልም ፣ እረፍት
oath *n* ስለት ፣ መሐላ
oatmeal *n* ሾርባ ፣ የአጃ ሙቅ
obedience *n* ታዛዥነት
obedient *adj* ታዛዥ
obese *adj* ወፍራም ፣
obey *v* መከተል
object *v* መቃወም ፣ ማስረዳት
object *n* ዕቃ ፣ ቁስ
objection *n* ተቃውሞ
objective *n* ዓላማ ፣ ግብ
obligate *v* መማገደድ
obligation *n* ግዴታ
obligatory *adj* አስገዳጅ
oblige *v* መገደድ
obliged *adj* እገደዳለሁ
oblique *adj* ያዘነበለ ፣ ገዳዳ
obliterate *v* ድራሹን ማጥፋት
oblivion *n* ዝንጉ ፣ ሰመመን
oblivious *adj* አለማወቅ
oblong *adj* ጠማማ ሳጥን
obnoxious *adj* አስቀያሚ ፣ አጸያፊ
obscene *adj* ጸያፍ ፣ የተጋነነ
obscenity *n* ተሳዳቢ ፣ ስድብ
obscure *adj* የማይታወቅ ፣ አዳጋች
obscurity *n* አዳጋችነት
observation *n* እይታ
observatory *n* ሰገነት
observe *v* ማየት ፣ መጠቀቅ
obsess *v* መጨነቅ
obsession *n* ጨንቀት
obsolete *adj* የተተካ
obstacle *n* መሰናክል
obstinacy *n* ግትርነት ፣ እልህ
obstinate *adj* ግትር ፣ እልከኛ
obstruct *v* ማገድ ፣ መጋረድ
obstruction *n* ደንቀራ ፣ መዘጊያ
obtain *v* ማግኘት
obvious *adj* ግልጽ
obviously *adv* በግልጽ ፣ እርግጥ

N O

occasion *n* ወቅት ፣ በዓል
occasionally *adv* ወቅታዊ
occult *adj* ምትሀታዊ ፣ ስውር
occupant *n* ነዋሪ ፣ ተቀማጭ
occupation *n* ሥራ ፣ ይዞታ
occupy *v* መያዝ ፣
occur *v* መሆን ፣ መድረስ
occurrence *n* ክስተት
ocean *n* ውቅያኖስ
October *n* ጥቅምት
octopus *n* የባሕር አውሬ
odd *adj* ያልተለመደ
oddity *n* ያልተለመደ ሰው
odds *n* ዕድል ፣ ዕጣ
odious *adj* አስቀያሚ ፣ አስከፊ
odometer *n* የርቀት መለኪያ
odor *n* መዓዝ
odyssey *n* ጉዞ ፣ የሆሜር አዴሴ
of *pre* የ ፣ በ ፣ ስለ ፣ ከ
off *adv* የወጣ ፣ የቀረ ፣ ያረፈ
offend *v* ማስቀየም ፣ ማቆጣት
offense *n* ማጥቃት
offensive *adj* ጥቃት ፣ አናዳጅ
offer *v* መስጠት ፣ ማቅረብ
offer *n* ስጦታ ፣ ዋጋ
offering *n* ስጦታ ፣ መስዋዕት
office *n* ቢሮ ፣ ሥራ
officer *n* ባለሥልጣን
official *adj* ባለሥልጣን
officiate *v* በይፋ መሥራት
offset *v* ማቻቻል ፣ መተካካት
offspring *n* ልጅ
off-the-record *adj* ከመዝገብ ላይ ከሚሰፍረው ቃል ውጪ
often *adv* ሁል ጊዜ ፣ በየጊዜው
oil *n* ዘይት ፣ ቅባት
ointment *n* ቅባት
okay *adv* እሺ ፣ አዎ ፣ በቃ
old *adj* አሮጌ ፣ የዱሮ ፣ የቀድሞ
old age *n* የዱሮ ፣ ዕድሜጠገብ
old-fashioned *adj* ያረጀ ፣ ያለፈበት
olive *n* ወይራ
Olympics *n* ኦሊምፒክ
omelet *n* እንቁላል ጥብስ
omen *n* ገድ ፣ የትንቢት ምልክት
ominous *adj* መድብል
omission *n* ማስቀረት ፣ አለማካተት
omit *v* መተው ፣ ማስቀረት
on *pre* በ ፣ ላይ ፣ ከ
once *c* ካ ፣ ከ
once *adv* አንድ ጊዜ
one *adj* አንድ
oneself *pre* አንድ ራሱ
ongoing *adj* እየተካሄደ ያለ
onion *n* ሽንኩርት
onlooker *n* ተመልካች
only *adv* ብቸኛ ፣ ብቻ ፣ አንድ
onset *n* መነሻ
onslaught *n* ጥቃት
onwards *adv* ከዚያ
opaque *adj* ብርሃን የማያሳልፍ
open *v* መክፈት ፣ መግለጥ
open *adj* ክፍት ፣ ግልጽ ፣ የቀረ
open up *v* ማስቻል

O

opening *n* መክፈቻ ፣ መጀመሪያ
open-minded *adj* አድማጭ ፣ አስተዋይ
openness *n* ግልጽነት
opera *n* ኦፔራ
operate *v* ማንቀሳቀስ
operation *n* እንቅስቃሴ ፣ ቀዶ ጥገና
opinion *n* አስተያየት ፣ ግምት
opinionated *adj* ጸኑ አቋም
opium *n* ኦፔየም አደገኛ ዕፅ
opponent *n* ባላንጣ ፣ ተፎካካሪ
opportune *adj* ምቹ ፣ በወቅቱ
opportunity *n* አጋጣሚ ፣ ዕድል
oppose *v* መቃወም
opposite *adj* ተቃራኒ
opposite *adv* በሌላ በኩል
opposite *n* ሌላ
opposition *n* ተቃውሞ
oppress *v* መጨቆን
oppression *n* ጭቆና
opt for *v* መምረጥ
optical *adj* በዓይን ፣ የዓይን
optician *n* የዓይን ሐኪም
optimism *n* በጎ ተስፋ
optimistic *adj* ቅን ተስፋ
option *n* ምርጫ
optional *adj* አማራጭ
opulence *n* ያሸበረቀ ፣ የደላ
or *c* ወይም ፣ አንድ
oracle *n* መሰዊያ ቦታ
orally *adv* በቃል
orange *n* ብርቱካን
orangutan *n* ግመሬ ዝንጀሮ
orbit *n* መዞሪያ ፣ ምሕዋር
orchard *n* ጓሮ ፣ የአትክልት ቦታ
orchestra *n* ኦርኬስትራ
ordain *v* መሾም ፣ ማዘዝ
ordeal *n* ስቃይ ፣ መከራ
order *n* ትዕዛዝ ፣ ማስጠንቀቂያ
order *v* ማዘዝ
ordinarily *adv* በተራ
ordinary *adj* ተራ ፣ ቀላል
ordination *n* ሹመት ፣ ክህነት
ore *n* የብረት መገኛ
organ *n* ክፍል
organism *n* ነፍሳት
organist *n* ኦርጋን ደርዳሪ
organization *n* ድርጅት ፣ አደረጃጀት
organize *v* ማደራጀት
orient *n* ምሥራቅ ፣ መላመድ
oriental *adj* ምሥራቃዊ
orientation *n* ሥልጠና ፣ ገለጻ
oriented *adj* መመራት ፣ መሠልጠን
origin *n* መገኛ ፣ መሠረት ፣ መነሻ
original *adj* ከመገኛው
originally *adv* ከመነሻው ፣ በመሠረቱ
originate *v* መፈጠር ፣ መገኘት
ornament *n* ጌጥ
ornamental *adj* ያጊጠ
orphan *n* ወለጅያጣ ፣ የሙት ልጅ
orphanage *n* የሙት ልጆች ማሳደጊያ
orthodox *adj* ኦርቶዶክስ
ostentatious *adj* ታይታ
ostrich *n* ሰጐን

other *adj* ሌላ
otherwise *adv* ያለዚያ ፣ በሌላ በኩል
otter *n* ሽኮ
ought to *iv* ....የሚገባው
ounce *n* የክብደት መለኪያ
our *adj* የእኛ
ours *pro* የእኛ
ourselves *pro* የእኛ የራሳችን
oust *v* ማስወገድ ፣ መገልበጥ
out *adv* ውጭ ፣ ከ ፣ የወጣ
outbreak *n* መፈንዳት ፣ መነሣት
outburst *n* ድንፋታ ፣ መባባስ
outcast *adj* ማግለል
outcome *n* ውጤት
outcry *n* ጩኸት
outdated *adj* ያለፈበት
outdo *v* የተሻለ ፣ የላቀ
outdoor *adv* ከቤት ውጭ
outdoors *adv* የቤት ውጭ
outer *adj* የውጭ ፣ የፊት
outfit *n* መለዮ ፣ ባልደረባ
outgoing *adj* ተግባቢ
outgrow *v* ማደግ ፣ መሰልቸት
outing *n* አብሮ መጓዝ ፣ ማጋለጥ
outlast *v* ማራዘም
outlaw *v* ኢሕጋዊ ፣ መከልከል
outlet *n* መውጫ ፣ አከፋይ
outline *n* ማውጫ
outline *v* ጥቅል መግለጫ
outlive *v* በዕድሜ ከሌላው አስበልጦ መኖር
outlook *n* ዝንባሌ ፣ እይታ
outmoded *adj* የቀረ ፣ የዱሮ
outnumber *v* መብዛት
outpatient *n* ታካሚ
outperform *v* መላቅ
outpouring *n* ማንጉድጎድ
output *n* ምርት
outrage *n* ቁጣ ፣ ንዴት
outrageous *adj* አስቆጭ ፣ አናዳጅ
outright *adj* የመጨረሻ ፣ ፍጻሜ
outrun *v* መቅደም
outset *n* ከጅምሮ
outshine *v* አንጸባራቂ ፣ ማራኪ
outside *adv* ከውጭ
outsider *n* የውጭ ፣ ባዕድ
outskirts *n* ዳር
outspoken *adj* ግልጽ
outstanding *adj* የታወቀ ፣ ጠንካራ
outstretched *adj* ዝርግ
outward *adj* ከውጭ ፣ ከዳር
outweigh *v* መዛኝ ፣ ከባድ
oval *adj* ሞላላ
ovary *n* የሴት ዘር ምንጭ
ovation *n* ድጋፍ ፣ ጭብጨባ
oven *n* ማብሰያ
over *pre* ከላይ ፣ በላይ
overall *adv* በአጠቃላይ
overbearing *adj* መጫን
overboard *adv* ከጀልባ በላይ
overcast *adj* ደመናማ ፣ ጭጋጋማ
overcharge *v* ትርፍማስከፈል
overcoat *n* ካፖርት
overcome *v* ማሸነፍ

O

overcrowded *adj* መጨናናቅ
overdo *v* ከልክ ያለፈ
overdone *adj* ትርፍ መሥራት
overdose *n* አብዝቶ መውሰድ
overdue *adj* ጊዜገደቡን ያለፈ
overestimate *v* ማጋነን
overflow *v* መሙላት
overhaul *v* መመርመር
overlap *v* መደራረብ
overlook *v* ቸልታ ፣ ቅኝት
overnight *adv* በምሽት
overpower *v* ማሸነፍ ፣ ማየል
overrate *v* ማጉላት
override *v* ማጥላላት ፣ መሻር
overrule *v* መገልበጥ
overrun *v* መዛመት
overseas *adv* ባዕድ ፣ የውጭ ሀገር
oversee *v* መገምገም
overshadow *v* ማዳከም
oversight *n* መሳሳት
overstate *v* ማጋነን
overstep *v* በጣም መዝለል
overtake *v* መብለጥ ፣ መቅደም
overthrow *v* መገልበጥ
overthrow *n* ግልበጣ
overtime *adv* ትርፍ ጊዜ
overturn *v* መሻር ፣ መገልበጥ
overview *n* አጠቃላይ ቅኝት
overweight *adj* እጅግ ከባድ
overwhelm *v* መደናገር
owe *v* ያለበት ፣ ተገቢ
owing to *adv* ምክንያቱም
owl *n* ጉጉት
own *v* ባለቤትነት ፣ የግሉ
own *adj* የሱ ፣ የ ሷ ፣ ...
owner *n* ባለቤት
ownership *n* ባለቤትነት
ox *n* በሬ
oxen *n* በሬዎች
oxygen *n* ኦክስጅን አየር
oyster *n* የባህር ቀንድ አውጣ

P

pace *n* ርምጃ ፣ አካሄድ
pace *v* መራመድ
pacify *v* መረጋጋት
pack *v* ማዘጋጀት ፣ መከተት
pack *n* እሽግ
package *n* ጥቅል ፣ እሽግ
pact *n* ውል
pad *v* መደራረብ ፣ መደልደል
padding *n* ድልዳል
paddle *v* መቅዘፍ ፣ መግረፍ
paddle *n* ጀልባ መቅዘፍያ
padlock *n* ተንጠልጣይ ቁልፍ
pagan *adj* አምላክ የለሽ
page *n* ገጽ
pail *n* ባልዲ
pain *n* ሕመም

painful *adj* የሚያሰቃይ
painkiller *n* ማስታገሻ
painless *adj* ያለስቃይ
paint *v* ሥዕል መሣል
paint *n* ቀለም
paintbrush *n* የቀለም ቡርሽ
painter *n* ሠዓሊ ፣ ቀለም ቀቢ
painting *n* ሥዕል
pair *n* ጥንድ ፣ የተቀናጀ
pajamas *n* ሰፊ የመኝታ ልብስ
pal *n* ጓደኛነት
palace *n* ቤተ መንግሥት
palate *n* ላንቃ
pale *adj* የገረጣ
paleness *n* መገርጣት
palm *n* መዳፍ ፣ ዘንባባ
palm *v* በመዳፍ መሸሸግ ፣ በመዳፍ ማሻሸት
palpable *adj* ግልጽ ፣ የጎላ
paltry *adj* ዋጋቢስ
pamper *v* ማቀማጠል ፣ እጅግ በጣም መንከባከብ
pamphlet *n* በራሪ ወረቀት
pan *n* መጥበሻ
pancreas *n* ጣፊያ
pander *v* ማሳካት ፣ ማሟላት
pang *n* መታወክ
panic *n* ፍርሀት ፣ ሽብር
panorama *n* ከዳር እዳር
panther *n* አነር ፣ ወርጠሌ
pantry *n* ጓዳ
pants *n* ውስጥ ሱሪ ፣ ሱሪ
pantyhose *n* ጥብቅያለ ሱሪ
papacy *n* ሊቀጵጵስና
paper *n* ወረቀት
paperclip *n* ወረቀት መያያዣ
paperwork *n* በጽሑፍ የሰፈረ
parable *n* ምሳሌ ፣ ተረት
parachute *n* ጃንጥላ
parade *n* ሰልፍ
paradise *n* ገነት
paradox *n* ተጻራሪ ፣ ያልተስማማ
paragraph *n* አንቀጽ
parakeet *n* በቀቀን
parallel *n* ትይዩ ፣ አቻ
paralysis *n* የደነዘዘ ፣ የሰለለ
paralyze *v* ማደንዘዝ
parameters *n* መንገድ
paramount *adj* ከፍተኛ ፣ ዋና
paranoid *adj* ጠርጣራ ፣ ስጉ
parasite *n* ጥገኛ ተባይ ፣ ጥገኛ
paratrooper *n* ከአውሮፕላን በዣንጥላ የሚወርድ ወታደር
parcel *n* እሽግ ፣ ጠባብ መሬት
parcel post *n* ታሽጎ የሚላክ
parch *v* ማድረቅ ፣ በሙቀት ማኮማተር
parched *adj* ደረቅ ፣ ቆላማ ፣ ጥም
parchment *n* ብራና
pardon *v* ይቅርታ ፣ መማር
pardon *n* ይቅርታ ፣ ምሕረት
parenthesis *n* ቅንፍ
parents *n* ቤተ ሰብ ፣ ቤተ ዘመድ
parish *n* አጥቢያ
parishioner *n* የአጥቢያ አባላት

P

parity *n* አቻ ፣ አቻነት
park *v* መገተር ፣ መኪና ማቆም
park *n* መናፈሻ ፣ ኳስ ሜዳ
parking *n* መኪና ማቆሚያ
parliament *n* ፓርላማ ፣ ምክር ቤት
parochial *adj* ሰበካ ጉባኤ ፣ ውሱን
parrot *n* በቀቀን
parsley *n* ፓርስሊ (የማብሰያ ቅጠል)
parsnip *n* የተክል ዓይነት
part *v* መለየት ፣ መከፈል
part *n* ክፍል ፣ ክፋይ ፣ ድርሻ
partial *adj* ከፊል ፣ አድሎ
partially *adv* በከፊል
participate *v* መሳተፍ
participation *n* ተሳትፎ
participle *n* ቦዝ አንቀጽ
particle *n* ቅንጣቢ
particular *adj* ልዩ ፣ ውስን
particularly *adv* በተለይ
parting *n* መገንጠል ፣ መለየት
partisan *n* ደጋፊ ፣ አርበኛ
partition *n* ግድግዳ ፣ ክፍል
partly *adv* በከፊል
partner *n* አጋር ፣ ሽርክ
partnership *n* አጋርነት ፣ ሽርክና
partridge *n* ቆቅ
party *n* ፓርቲ ፣ ድግስ ፣ ቡድን
party *v* መደሰት ፣ መጨፈር
pass *n* ይለፍ ፣ ማለፊያ
pass *v* ማለፍ ፣ ማቀበል
pass around *v* መዘዋወር
pass away *v* መሞት
pass out *v* ራስን መሳት
passage *n* ምንባብ ፣ ማለፊያ
passenger *n* ተጓዥ ፣ ተሳፋሪ
passer-by *n* እግረ መንገድ
passion *n* ስሜት ፣ ውዴታ
passionate *adj* ስሜታዊነት
passive *adj* ታዛዥነት
passport *n* ፓስፖርት
password *n* ምስጢራዊ ቃል
past *adj* ያለፈ
past *n* ያለፈ ታሪክ (ጊዜ)
paste *v* መለጠፍ
paste *n* አጥሚት
pasteurize *v* ማሞቅ
pastime *n* ጊዜ ማሳለፊያ
pastor *n* ካህን ፣ ቄስ
pastoral *adj* የክህነት
pastry *n* ቂጣ መጋገር
pasture *n* ግጦሽ ፣ መስክ
pat *n* መደባበስ ፣ መታ መታ
patch *v* መለጠፍ ፣ መጠገን
patch *n* እራፊ ፣ ፋሻ ፣ ቁራጭ
patent *n* ሕጋዊ መብት ፣ ግልጽ
patent *adj* ሕጋዊ ባለመብት
paternity *n* አባትነት
path *n* መንገድ
pathetic *adj* አሳዛኝ
patience *n* ትዕግስት ፣ ጽናት
patient *adj* ትዕግስተኛ ፣ ጽኑ
patio *n* መድረክ
patriarch *n* አባወራ
patrimony *n* የአባት ውርስ

patriot *n* አርበኛ
patriotic *adj* የአገር ፍቅር
patrol *n* ዙሪያ ጠባቂ
patron *n* የተመረጠ ጠባቂ (ባለጠጋ)
patronage *n* ደጋፊነት
patronize *v* ደንበኛነት
pattern *n* አሰላለፍ
pavement *n* የመንገድ ጠርዝ
pavilion *n* ዳስ ፣ ጥላፎቅ
paw *n* ኮቴ ፣ እጅ ፣ ትንኮሳ
pawn *v* ማስያዝ
pawnbroker *n* አራጣ አበዳሪ
pay *n* ክፍያ ፣ ደመ ወዝ
pay *iv* መክፈል ፣ መስጠት
pay back *v* ዕዳ መክፈል
pay off *v* ማምረት ፣ መካስ
pay slip *n* የደመ ወዝ ደረሰኝ
payable *adj* ተከፋይ ገንዘብ
paycheck *n* የክፍያ ቼክ
payee *n* ተከፋይ ሰው
payment *n* ክፍያ ፣ ዋጋ
payroll *n* የተከፋይ ዝርዝር
pea *n* አተር
peace *n* ሰላም ፣ ርጋታ
peaceful *adj* ሰላማዊ
peach *n* ኮክ
peacock *n* ፒኮክ
peak *n* ጫፍ ፣ ዳርቻ
peanut *n* ለውዝ
pear *n* ፍሬ
pearl *n* ሉል
peasant *n* ጭሰኛ
pebble *n* የባህር ድንጋይ
peck *n* ለቀማ ፣ መሳም
peck *v* መልቀም
peculiar *adj* ልዩ
pedagogy *n* የማስተማር ዘዴ
pedal *n* ፔዳል
pedantic *adj* ጭንቀታም
pedestrian *n* እግረኛ
peel *v* መላጥ
peel *n* ልጣጭ
peep *v* ማጮለቅ
peer *n* እኩያ
pelican *n* ይብራ ፣ የውሃ ወፍ
pellet *n* ጥይት ፣ ድቡል
pen *n* ብዕር ፣ ጋጥ በረት
penalize *v* መቀጣት
penalty *n* ቅጣት
penance *n* ንስሓ
penchant *n* ልዩ ፍቅር
pencil *n* እርሳስ
pendant *n* ሐብል
pending *adj* በሂደት ላይ
pendulum *n* ተወዛዋዥ ዘንግ
penetrate *v* መብሳት ፣ መስረግ
penguin *n* ፔንጉዊን (የወፍ ዘር)
penicillin *n* ፔኒሲሊን መድኀኒት
peninsula *n* የባህር ገብ ደሴት
penitent *n* ንስሓ ገቢ ፣ ተነሳሒ
penniless *adj* ያጣ ፣ ባዶ እጅ
penny *n* ሳንቲም
pension *n* ጡረታ
pentagon *n* አምስት ወገን

P

pent-up *adj* የታፈነ ፣ የማይነገር
people *n* ሰዎች ፣ ሕዝብ
pepper *n* በርበሬ
per *pre* በ ፣ ለ
perceive *v* መረዳት
percent *adv* በመቶ ፣ ከመቶ
percentage *n* መቶኛ
perception *n* የመረዳት ችሎታ
perennial *adj* ተደጋጋሚ
perfect *adj* ፍጹም
perfection *n* ፍጹምነት
perforate *v* መንደል
perforation *n* መቅደድ
perform *v* ማከናወን ፣ መተወን
performance *n* አፈጻጸም
perfume *n* ሽቱ
perhaps *adv* ምናልባት
peril *n* አደጋ ፣ አዳጋች
perilous *adj* አደገኛ
perimeter *n* ዙሪያ
period *n* ወቅት
perish *v* መጥፋት
perishable *adj* አላቂ ፣ ጠፊ
perjury *n* የሐሰት ምስክር
permanent *adj* ቋሚ ፣ ዘላቂ
permeate *v* መስረግ
permission *n* ፈቃድ
permit *v* መፍቀድ
pernicious *adj* ጠንከኛ
perpetrate *v* መስሪነት ፣ ከፋት
persecute *v* ማሳደድ
persevere *v* መጣጣር
persist *v* መግፋት ፣ መጽናት
persistence *n* ተጋድሎ
persistent *adj* ጽኑ ፣ የቀጠለ
person *n* ሰው ፣ ሰውነት
personal *adj* የግል
personality *n* ጠባይ
personify *v* ሰውኛ
personnel *n* ሠራተኛ
perspective *n* አመለካከት ፣ እይታ
perspiration *n* ላብ ፣ ማላብ
perspire *v* ማላብ
persuade *v* ማስገደድ
persuasion *n* ማግባባት
persuasive *adj* አግባቢ
pertain *v* በወቅቱ ፣ ተገቢ የሆነ
pertinent *adj* ወቅታዊ ፣ ተገቢ
perturb *v* ማስጠንቀቅ
perverse *adj* እልከኛ
pervert *v* ማዛባት
pervert *adj* የተበላሸ
pessimism *n* አሉታዊ ሀሳብ
pessimistic *adj* አሉታዊ ሀሳቢ
pest *n* ተባይ ፣ አስቂኝ
pester *v* አሰልች ፣ ጨቅጫቃ
pesticide *n* ጸረ ተባይ
pet *v* ፍቅርን በሚያሳይ መልኩ ማሻሸት ፣ እንደ የቤት እንስሳ መያዝ
pet *n* ለማዳ እንስሳ
petal *n* ቅጠል
petite *adj* ሚጢጢ ፣ ትንሽ
petition *n* የጋራ አቤቱታ
petrified *adj* ፍርሀት

petroleum *n* ዘይት
pettiness *n* አላስፈላጊነት
petty *adj* ጥቃቅን
pew *n* አግዳሚ ወንበር
phantom *n* ጣረ ሞት
pharmacist *n* መድኀኒት ቀማሚ
pharmacy *n* መድኀኒት ቤት
phase *n* ደረጃ ፣ ክፍል
pheasant *n* ጅራታም ወፍ
phenomenon *n* ክስተት ፣ ሁኔታ
philosopher *n* ፈላስፋ
philosophy *n* ፍልስፍና ፣ ጥበብ
phobia *n* ፍርሀት ፣ ጥላቻ
phone *n* ስልክ
phone *v* ስልክ መደወል
phony *adj* የውሸት
phosphorus *n* ፈፎስፈረስ
photo *n* ፎቶ ፣ ምስል
photocopy *n* ግልባጭ
photograph *v* ፎቶ
photographer *n* ፎቶ አንሽ
photography *n* ፎቶግራፍ
phrase *n* ሐረግ
physically *adj* በአካል
physician *n* ሐኪም
physics *n* ፊዚክስ
pianist *n* ፒያኖ ደረዳሪ
piano *n* ፒያኖ ፣ በገና
pick *v* መልቀም ፣ መለየት
pick *n* የብረት መውጊያ ጫፍ ያለው እንጨት
pick up *v* መመለስ ፣ ማንሳት
pickpocket *n* ኪስአውላቂ
pickup *n* መሻሻል ፣ መሰብሰብ
picture *n* ሥዕል ፣ ምስል
picture *v* ማስታወስ ፣ መግለጽ
picturesque *adj* ማራኪ
pie *n* የበሰለ አትክልት
piece *n* ቁራጭ ፣ መጠነኛ
piecemeal *adv* ቀስ በቀስ
pier *n* ወደብ
pierce *v* መብሳት
piercing *n* ጆሮ መብሳት
piety *n* ከበሬታ ፣ ርኅራኄ
pig *n* አሳማ ፣ አስቀያሚ ሰው
pigeon *n* እርግብ
piggy bank *n* ካሳ ፣ ባለቀዳዳ ሳጥን
pile *v* መከመር ፣ መጫን
pile *n* ክምር
pile up *v* መቆለል
pilfer *v* መስረቅ
pilgrim *n* መንፈሳዊ ተጓዥ
pilgrimage *n* መንፈሳዊ ጉዞ
pill *n* ክኒና
pillage *v* መዝረፍ
pillar *n* ዓምድ ፣ ምሰሶ
pillow *n* ትራስ
pillowcase *n* የትራስ ልብስ
pilot *n* አብራሪ
pimple *n* ብጉር
pin *n* እስፒል
pin *v* በመርፌ ማያያዝ
pincers *n* ወረንጦ
pinch *n* ቁንጥጫ ፣ ጭብጥ

P

pinch *v* መቆንጠጥ
pine *n* ጥድ
pineapple *n* አናናስ
pink *adj* ሐምራዊ
pinpoint *v* መጠቆም
pint *n* የፈሳሽ መለኪያ
pioneer *n* መሥራች ፣ ፈር ቀዳጅ
pious *adj* አማኝ ፣ መንፈሳዊ
pipe *n* ቧንቧ ፣ ፒፓ ፣ ዋሽንት
pipeline *n* የቧንቧ መስመር
piracy *n* የባህር ዝርፊያ
pirate *n* በመርከብ የሚዘርፍ
pistol *n* ሽጉጥ
pit *n* ጎድጓድ
pitch *v* ማጥቆር ፣ መሸፈን ፣ ማቆም/ መትከል
pitch-black *adj* ድቅድቅ ጨለማ
pitcher *n* መጥለቂያ ፣ ቤዝቦል ተጫዋች
pitchfork *n* መንሽ
pitfall *n* አደገኛ መሰናክል
pitiful *adj* አሳዛኝ ፣ የማይጠቅም
pity *n* ርኅራኄ
placard *n* የመፈክር ጨርቅ
placate *v* ማባበል ፣ ማቀዝቀዝ
place *n* ቦታ ፣ ክፍል
place *v* ማኖር ፣ ማስቀመጥ
placid *adj* የተረጋጋ
plague *n* ወረርሽኝ
plain *n* ለጥ ያለሜዳ
plain *adj* ግልጽ
plainly *adv* በቀላሉ
plaintiff *n* ከሳሽ
plan *v* ማቀድ ፣ መንደፍ
plan *n* ዕቀድ
plane *n* ጠፍጣፋ
planet *n* ዓለማት
plant *v* መትከል
plant *n* ተክል
plaster *n* ልስን ፣ ልጥፍ
plaster *v* መለሰን ፣ መለጠፍ
plastic *n* ጎማ ፣ ፕላስቲክ
plate *n* ሰሌዳ ፣ ሰሀን ፣ ታፔላ
plateau *n* አምባ
platform *n* መድረክ
platinum *n* ውድ ማእድን
platoon *n* አንድ መቶ አለቃ ጦር
plausible *adj* ታማኝ
play *v* መጫወት
play *n* ጫወታ
player *n* ተጨዋች
playful *adj* ተጨዋች
playground *n* መጨዋቻ ሜዳ
plea *n* ልመና ፣ ምክንያት
plead *v* መለመን
pleasant *adj* አስደሳች
please *v* ማስደሰት
pleasing *adj* የሚያስደስት
pleasure *n* ደስታ ፣ ፈቃድ
pleat *n* እጥፋት ፣ ሽንሽን
pleated *adj* የተሸነሸነ
pledge *v* ቃል መግባት
pledge *n* ቃል መግባት
plentiful *adj* የተትረፈረፈ
plenty *n* ብዙ ፣ ትርፍ

P

pliable *adj* ተጣጣፊ
pliers *n* ጉጠት
plot *v* ማሴር ፣ መንደፍ
plot *n* የድረሰትመዋቅር
plow *v* ማረስ
ploy *n* ማረሻ
pluck *v* መንጨት ፣ መንቀል
plug *v* መወተፍ ፣ መሰካት
plug *n* ሶኬት ፣ ውታፍ
plum *n* ፖም
plumber *n* ቧንቧ ሠራተኛ
plumbing *n* የቧንቧ ሥራ
plummet *v* ተምዘግዝጎ መውደቅ
plump *adj* የደለበ ፣ የፋፋ
plunder *v* መዝረፍ
plunge *v* ማቆልቆል
plunge *n* መሽቀንጠር
plural *n* የብዙ መገለጫ
plus *adv* ሲደመር ፣ ተደምሮ
plush *adj* ድልዳል
plutonium *n* ማዕድን
pneumonia *n* የሳምባ ምች
pocket *n* ኪስ
poem *n* ግጥም
poet *n* ገጣሚ
poetry *n* ግጥም
poignant *adj* ስሜት የሚነካ
point *v* ማሾል ፣ መደገን
point *n* ነጥብ
pointed *adj* የሾለ ፣ ያተኮረ
pointless *adj* የማይረባ
poise *n* የተረጋጋ
poison *v* መመረዝ
poison *n* መርዝ
poisoning *n* በመርዝ መጠቀም
poisonous *adj* መርዛማ
Poland *n* ፖላንድ
polar *adj* ዋልታ ፣ ተቃራኒ
pole *n* ምሰሶ ፣ ዋልታ ፣ ጫፍ
police *n* ፖሊስ
policeman *n* ፖሊስ
policy *n* መመሪያ
polish *n* ቀለም ፣ የጸዳ ፣ የተዋበ
polish *v* መቀባት ፣ ማስዋብ
Polish *adj* ፖላንዳዊ
polite *adj* ትሑት
politeness *n* ትሕትና
politician *n* ፖለቲከኛ
politics *n* ፖለቲካ
poll *n* የምርጫ ሂደት
pollen *n* የአበባ ዱቄት
pollute *v* መበከል ፣ ማቆሸሸ
pollution *n* ብክለት ፣ ቆሻሻ
polygamist *adj* ሚስቶቹ የበዙ
polygamy *n* ከአንድ በላይ የትዳር ጓደኛ መያዝ
pomegranate *n* ሮማን
pomposity *n* ጉረኛ
pond *n* ኩሬ
ponder *v* ማሰብ ፣ ማውጠንጠን
pontiff *n* የሮም ካቲሊክ አባት
pool *n* መዋኛ ፣ ራሽን
pool *v* መዋጮ
poor *n* ደሀ

P

poorly *adv* በጉድለት
pop *v* መነሽም ፣ መምታት ፣ መከፈት
popcorn *n* ፈንዲሻ ፣ ፋፎ
Pope *n* ጳጳስ
poppy *n* አበባ
popular *adj* ተወዳጅ ፣ ዝነኛ
popularize *v* ዝነኛ ማድረግ
populate *v* ሙብዛት
population *n* የሕዝብ ብዛት
porcelain *n* የሸክላ ዕቃ
porch *n* በረንዳ ፣ ደጅ ሰላም
porcupine *n* ጃርት
pore *n* የቆዳ ፣ የላብ ቀዳዳ
pork *n* የዓሣማ ሥጋ
porous *adj* ውሃ የሚያሰርግ
port *n* ወደብ
portable *adj* ተንቀሳቃሽ ፣ የእጅ
portent *n* ማስጠንቀቂያ
porter *n* ዕቃ ተሸካሚ
portion *n* ክፍል ፣ ድርሻ
portrait *n* ምስል
portray *v* መግለጽ
Portugal *n* ፖርቱጋል
Portuguese *adj* ፖርቱጋላዊ
pose *v* ችግር ፈጠራ ፣ መቀመጥ
pose *n* የተከለ-ሰውነት አቋቋም (ለሥነ-ጥበብ)
posh *adj* ውድ
position *n* ሥልጣን
positive *adj* አወንታዊ ፣ መልካም
possess *v* መያዝ
possession *n* ሀብት ፣ ይዞታ
possibility *n* አማራጭ ፣ የሚቻል
possible *adj* የሚቻል
post *n* የሥራ መደብ
post *v* ደብዳቤ መላክ
post office *n* የፖስታ ቤት
postage *n* ፖስታ መላኪያ
postcard *n* ፖስትካርድ
poster *n* ሥዕላዊ ሰሌዳ
posterity *n* መጭው ትውልድ
postman *n* ፖስተኛ
postmark *n* የፖስታ ማኅተም
postpone *v* ማሸጋገር
postponement *n* መሸጋገሪያ
pot *n* ድስት
potato *n* ቲማቲም
potent *adj* ቻይ ፣ ኀይለኛ
potential *adj* እምቅ ችሎታ
pothole *n* የተቆፈረ ፣ ስቁረት
poultry *n* ዶሮ
pound *v* መውቀጥ
pound *n* ገንዘብ
pour *v* መቅዳት ፣ ማፍሰስ
poverty *n* ድህነት
powder *n* ዱቄት ፣ ባሩድ
power *n* ኃይል ፣ ሥልጣን
powerful *adj* ኃይለኛ
powerless *adj* አቅመቢስ
practical *adj* ተግባራዊ ፣ የሚሆን
practice *v* መተግበር
practice *v* መተግበር
practicing *adj* ማካሄድ
pragmatist *adj* ሥነቃላት

P

prairie *n* ሣር ሜዳ
praise *v* ማመስገን ፣ ማክበር
praise *n* ምስጋና ፣ ክብር
praiseworthy *adj* ምስጋና የሚገባው
prank *n* ቀልድ
prawn *n* ትንሽ አሳ
pray *v* መጸለይ
prayer *n* ጸሎት
preach *v* መስበክ
preacher *n* ሰባኪ
preaching *n* ስብከት
preamble *n* መግቢያ
precarious *adj* አደጋ ውስጥ ያለ ፣ አስፈሪ
precaution *n* ቅድመጥንቃቄ
precede *v* መቅደም
precedent *n* አርአያ ፣ ምሳሌ
preceding *adj* በቀድሞ ፣ ቀዳሚ
precept *n* ምክር ፣ መመሪያ
precious *adj* ውድ ፣ የከበረ
precipice *n* ገደል
precipitate *v* ማስከተል
precise *adj* እርግጠኛ
precision *n* ትክክለኛነት
precocious *adj* ያለዕድሜው
precursor *n* ፋና ወጊ
predecessor *n* የዱሮ
predicament *n* ግራ የሚያጋባ
predict *v* መተንበይ
prediction *n* ትንቢት
predilection *n* መውደድ
predisposed *adj* መተው ፣ መከተል
predominate *v* የጐላ ፣ ያየለ
preempt *v* ማስቆም ፣ መቅደም
prefabricate *v* ተገጣጣሚ
preface *n* መቅድም
prefer *v* መምረጥ ፣ መፈለግ
preference *n* ምርጫ ፣ ፍላጎት
prefix *n* ባዕድ ቅጥያ ፣ መነሻ
pregnancy *n* እርግዝና
pregnant *adj* ነፍሰ ጡር
prehistoric *adj* ቅድመ ታሪክ
prejudice *n* ቅድመ ጥላቻ
preliminary *adj* ቅድመ ዝግጅት
prelude *n* መነቃቂያ
premature *adj* እንጭጭ ፣ ለጋ
premeditate *v* የታቀደ ወንጀል
premeditation *n* የወንጀል ዕቅድ
premier *adj* የታወቀ ፣ ብቸኛ
premise *n* መነሻ
premises *n* ግቢ ፣ ቅጥር
premonition *n* ጥርጣሬ ፣ ስጋት
preoccupation *n* አሳሳቢ
preoccupy *v* ማሳሰብ ፣ ማስጋት
preparation *n* ዝግጅት
prepare *v* ማዘጋጀት
preposition *n* መስተዋድድ
prerequisite *n* ቅደም ተከታታይነት
prerogative *n* ባለመብት
prescribe *v* ማዘዝ
prescription *n* ማዘዣ ፣ ትእዛዝ
presence *n* መገኘት ፣ ግዳጅ
present *v* ማቅረብ ፣ መገኘት
present *n* ሥጦታ ፣ የአሁን ሰዓት

P

present *adj* ያለ
presentation *n* አቀራረብ
preserve *v* መጠበቅ
preside *v* መምራት
presidency *n* መሪነት
president *n* መሪ
press *n* ሕትመት ፣ ግፊያ
press *v* መጭመቅ
pressing *adj* ጫና ፣ አጣዳፊ
pressure *v* መግፋት
pressure *n* ግፊት
prestige *n* ክበሬታ ፣ ገናና
presume *v* መገመት
presumption *n* ግምት
presuppose *v* መላምት
presupposition *n* መላምት
pretend *v* ማመሰል
pretense *n* መስሎመታየት
pretension *n* አለሁ ባይነት
pretty *adj* የደስ ደስ ያላት
prevail *v* መግነን ፣ መታወቅ
prevalent *adj* ገናና ፣ ታዋቂ
prevent *v* መከላከል
prevention *n* መከላከያ
preventive *adj* ተከላካይ ፣ አስቀሪ
preview *n* ቅድመ እይታ
previous *adj* የበፊቱ ፣ የቀድሞ
previously *adv* ከአሁን ቀደም
prey *n* መጠቃት ፣ መታለል
price *n* ዋጋ ፣ መስዋዕትነት
pricey *adj* ውድ
prick *v* መውጋት ፣ መብሳት
pride *n* ኩራት ፣ ጉራ ፣ ትዕቢት
priest *n* ቄስ ፣ ካህን
priestess *n* ማሟረት
priesthood *n* ቅስና ፣ ክህነት
primacy *n* ቀደምትነት
primarily *adv* በመጀመሪያ
prime *adj* ዋና ፣ ተመራጭ
primitive *adj* ኋላ ቀር
prince *n* ልዑል
princess *n* ልዕልት
principal *adj* ዋና ፣ መሪ
principle *n* መመሪያ
print *v* ማተም
print *n* ሕትመት
printer *n* አታሚ
printing *n* ማሳተሚያ
prior *adj* ያለ ፣ የቀደመ
priority *n* ቅድሚያ
prism *n* ፕሪዝም
prison *n* እስር ቤት
prisoner *n* እስረኛ
privacy *n* ለብቻ ፣ የራስ
private *adj* የግል ፣ የራስ ፣ ለብቻ
privilege *n* ብቸኛ መብት
prize *n* ሽልማት
probability *n* የመሆን ዕድል
probable *adj* ሊሆን ይችላል
probe *v* መመርመር
probing *n* ምርመራ ፣ ክትትል
problem *n* ችግር
problematic *adj* አዳጋች
procedure *n* አካሄድ ፣ ሥርዓት

P

proceed *v* መቀጠል ፣ መስረጽ
proceedings *n* የስብሰባ ውጤት
proceeds *n* ክፍያ ፣ ትርፍ
process *v* ማካሄድ ፣ መፈጸም
process *n* ሂደት ፣ አፈጻጸም
procession *n* ሁደት ፣ ሰልፍ
proclaim *v* ማወጅ
proclamation *n* አዋጅ
procrastinate *v* ማጓተት
procreate *v* መውለድ
procure *v* ማግኘት ፣ ማቃጠር
prod *v* መጠቆም
prodigious *adj* አስደናቂ
prodigy *n* የተሰጠው
produce *v* ማምረት ፣ ማሳየት
produce *n* ምርት
product *n* ምርት ፣ ውጤት
production *n* ምርት
productive *adj* ምርታማ ፣ ጠቃሚ
profane *adj* ባለጌ
profess *v* ማመን ፣ አማኝ
profession *n* ሙያ
professional *adj* ባለ ሙያ
professor *n* ፕሮፌሰር ፣ መምህር
proficiency *n* አቅም
proficient *adj* ብቁ ፣ የሠለጠነ
profile *n* ጠርዝ ፣ ጐን
profit *v* ማተርፍ
profit *n* ትርፍ
profitable *adj* አትራፊ
profound *adj* ትልቅ ፣ ካባድ
program *v* መመሪያ መስጠት/መሙላት
program *n* መርሐ ግብር
programmer *n* ፕሮግራመር
progress *v* እድገት ፣ መሻሻል
progress *n* መሻሻል
progressive *adj* ተራማጅ ፣ ታዳጊ
prohibit *v* መከልከል
prohibition *n* መከልከል
project *v* ማቀድ
project *n* ዕቅድ
projectile *n* መወንጨፍ
prologue *n* መቅድም
prolong *v* ማራዘም
promenade *n* መናፈሻ
prominent *adj* ታዋቂ ፣ ገናና
promiscuous *adj* ሴሰኛ
promise *n* ቃልኪዳን
promote *v* ማስተዋወቅ
promotion *n* ማታወቂያ
prompt *adj* በወቅቱ ፣ ወዲያው
prone *adj* በቀላሉ የሚጠቃ
pronoun *n* ተውላጣ ስም
pronounce *v* መናገር
proof *n* ማረጋገጫ
propaganda *n* ፕሮፓጋንዳ
propagate *v* ማስራጨት
propel *v* መንዳት
propensity *n* ዝንባሌ
proper *adj* ተገቢ
properly *adv* በአግባቡ
property *n* ሀብት ፣ ንብረት
prophecy *n* ትንቢት
prophet *n* ነብይ

P

proportion *n* ምጣኔ
proposal *n* ንድፈ ሀሳብ
propose *v* ሃሳብ ማቅረብ
proposition *n* ሀሳብ
prose *n* ስድ ንባብ
prosecute *v* መክሰስ
prosecutor *n* ዐቃቤ ሕግ ፣ ከሳሽ
prospect *n* ተስፋ ፣ ተስፈኛ
prosper *v* መበልጸግ
prosperity *n* ብልጽግና
prosperous *adj* ባለጸጋ
prostate *n* ፍሬ
prostrate *adj* መስገድ ፣ መደናገጥ
protect *v* መጠበቅ ፣ መከላከል
protection *n* ጥበቃ ፣ መከላከያ
protein *n* ፕሮቲን
protest *v* መቃወም
protest *n* ተቃውሞ
protocol *n* ፕሮቶኮል ፣ ማዕረግ
prototype *n* መነሻው ፣ ጥንተነገሩ
protract *v* ማራዘም ፣ ማንዛዛት
protracted *adj* የተንዛዛ
protrude *v* የወጣ ፣ ያገጠጠ
proud *adj* ኩራት ፣ ጉራ ፣ ትዕቢት
proudly *adv* በኩራት
prove *v* ማረጋገጥ ፣ ማወቅ
proven *adj* የተረጋገጠ ፣ የታወቀ
proverb *n* ምሳሌ
provide *v* መስጠት
providence *n* መታመኛ ፣ መመኪያ
providing that *c* ሊሆን የሚችለው…
province *n* አውራጃ ፣ ወረዳ
provision *n* ስንቅ ፣ መሰናዶ
provisional *adj* ጊዜያዊ
provocation *n* ማስቆጣት
provoke *v* መቆስቆስ
prow *n* የጀልባ አፍንጫ
prowl *v* ማድባት
prowler *n* የሚያደባ ፣ አድቢ
proximity *n* ቅርበት
proxy *n* ወኪል
prudence *n* ጥንቃቄ ፣ ማስተዋል
prudent *adj* ጥንቁቅ ፣ አስተዋይ
prune *v* መከርከም
prune *n* የሚበላ ቅጠል
prurient *adj* ጉጉት
pseudonym *n* የብዕር ስም
psychiatrist *n* ሥነ አእምሮ ሐኪም
psychiatry *n* ሥነ አእምሮ ሕክምና
psychic *adj* የአእምሮ
psychology *n* የሥነ ልቡና ጥናት
psychopath *n* አዘኔታ የሌለው
puberty *n* ዐቅመ አዳም
public *adj* ሕዝብ
publication *n* ሕትመት
publicity *n* ዝና
publicly *adv* በአደባባይ ፣ በይፋ
publish *v* ማሳተም
publisher *n* አሳታሚ
pudding *n* አጃ ከመሰለ ጥራጥሬ የሚሰራ የበሰለ/የተቀቀለ ምግብ
puerile *adj* የልጆች
puff *n* ትንፋሽ
puffed *adj* መተንፈስ ፣ ማጤስ

P

pull *v* መጎተት ፣ መግለጥ
pull ahead *v* ከፊት መጎተት
pull down *v* መደርመስ
pull out *v* ማስወገድ
pulley *n* መዘውር
pulp *n* የፍሬ ውስጥ
pulpit *n* አትሮኖስ ፣ ሰገነት
pulsate *v* ማለክለክ
pulse *n* ትርታ
pulverize *v* ማድቀቅ
pump *n* መግፊያ ፣ መንፊያ
pump *v* በቱቦመግፋ
pumpkin *n* ዱባ
punch *v* ቡጢ ፣ መብሳት
punch *n* መብሻ ፣ ቡጢ
punctual *adj* ጥንቁቅ
puncture *n* ቀዳዳ ፣ ብስ
punish *v* መቅጣት
punishable *adj* ተቀጭ
punishment *n* ቅጣት
pupil *n* ተማሪ ፣ የዓይን ብሌን
puppet *n* አሻንጉሊት
puppy *n* ቡችላ
purchase *n* ዕቃ ፣ ግዥ
purchase *v* ማግዛት
pure *adj* ንጹሕ ፣ የጠራ
puree *n* ጭማቂ
purgatory *n* የስቃይ ቦታ
purge *v* ማስወገድ ፣ ማባረር
purge *n* ማስወገድ
purification *n* ማስወገድ ፣ ማባረር
purify *v* ማጣራት ፣ ማንጻ
purity *n* ንጽሕና
purple *adj* ወይነ ጠጅ
purpose *n* ዓላማ ፣ ግብ ፣ ጉዳይ
purposely *adv* በዓላማ
purse *n* ቦርሳ
pursue *v* መሞከር
pursuit *n* ጥረት ፣ ክትትል
pus *n* መግል
push *v* መግፋት ፣ መገፋፋት
pushy *adj* ጥረት
put *iv* ማስቀመጥ
put aside *v* ወደ ጎን ፣ ማወገድ
put away *v* ማሰር
put off *v* ማስጠላት
put out *v* ማጥፋት
put up *v* መሰስቀል
put up with *v* መቻል ፣ መታገስ
putrid *adj* መጥፎ ሽታ
puzzle *n* እንቆቅልሽ
puzzling *adj* አደናጋሪ ፣ አዳጋ
pyramid *n* ፒራሚድ
python *n* ዘንዶ

P

Q

quagmire *n* ረግረግ ፣ አስጊ
quail *n* የወፍ ዘር
quake *v* መንዘፍዘፍ
qualify *v* ማሟላት
quality *n* ጥራት
qualm *n* ጥርጣሬ
quandary *n* መወሰን መቸገር
quantity *n* ብዛት
quarrel *v* መጣላት
quarrel *n* ጸብ
quarrelsome *adj* ጸብ ፈላጊ
quarry *n* አለት ማውጫ
quarter *n* አንድ አራተኛ
quarterly *adj* በየሶስት ወር
quarters *n* ሩብ
quash *v* አለመቀበል
queen *n* ንግስት
queer *adj* ከልምድ ውጭ
quell *v* መቆጣጠር
quench *v* ማርካት
quest *n* ፍለጋ
question *v* መጠየቅ
question *n* ጥያቄ
questionable *adj* አጠያያቂ
questionnaire *n* መጠይቅ
queue *n* ሰልፍ
quick *adj* ፈጣን
quicken *v* ማፍጠን
quickly *adv* በፍጥነት
quicksand *n* የሚሰምጥ አሸዋ
quiet *adj* ጸጥታ
quietness *n* ጸጥተኝነት
quilt *n* የተቀጣጠለ ልባስ
quit *iv* መተው
quite *adv* በመጠኑ
quiver *v* መንዘፍዘፍ
quiz *v* መጠየቅ
quotation *n* ጥቅስ
quote *v* መጥቀስ
quotient *n* ድርሻ

R

rabbi *n* ይሁዳዊ መምህር
rabbit *n* ጥንቸል
rabies *n* የውሻ በሽታ
raccoon *n* ትንሽ እንስሳ
race *n* ዘር ፤ ውድድር
race *v* መወዳደር
racism *n* ዘረኝነት
racist *adj* ዘረኛ
racket *n* ራኬት
racketeering *n* ህገወጥ ንግድ
radar *n* ራዳር
radiation *n* ጨረር
radiator *n* ማሞቂያ
radical *adj* ስር ነቀል

radio *n* ሬድዮ
radish *n* ቀይ አትክልት
radius *n* ራዲዩስ
raffle *n* ቶምቦላ
raft *n* ታንኳ
rag *n* ቡትቶ
rage *n* ቁጣ
ragged *adj* ቡትቶ
raid *n* ወረራ
raid *v* መዝረፍ
raider *n* ዘራፊ
rail *n* ልብስ መስቀያ ፤ ባቡር
railroad *n* የባቡር ሃዲድ
rain *n* ዝናብ
rain *v* መዝነብ
rainbow *n* ቀስተ ደመና
raincoat *n* የዝናብልብስ
rainfall *n* የዝናብ መጠን
rainy *adj* ዝናባማ
raise *n* ጭማሪ
raise *v* ማንሳት
raisin *n* ዘቢብ
rake *n* መጥረጊያ
rally *n* ስብሰባ
ram *n* የበግ ጥቦት
ram *v* መግጨት
ramification *n* በቅርንጫፎች መደልደል
ramp *n* ያውሮፕላን መሰላል
rampage *v* ሩጫ
rampant *adj* ከቁጥጥር ውጭ
ranch *n* ሰፊ እርሻ
rancor *n* ቂም
randomly *adv* በድንገት የተመረጠ
range *n* ከብት መዋያ
rank *n* ሹመት
rank *v* ደረጃ መስጠት
ransack *v* መዘክዘክ
ransom *n* ካሣ ክፍያ (የታገተ/የታሰረን ሰው ለማስለቀቅ)
ransom *v* መታደግ (ከሐጢአት/እሥራት)
rape *v* አስገድዶ መድፈር
rape *n* ድፍረት
rapid *adj* ፈጣን
rapist *n* ደፋሪ
rapport *n* መግባባት
rare *adj* ብዙ የማይታይ
rarely *adv* አልፎ አልፎ
rascal *n* ተንኮለኛ
rash *n* ሽፍታ ፤ ሩጫ
rash *v* መፍጠን
raspberry *n* እንጆሪ
rat *n* አይጥ
rate *v* በቁጣ መገሰጽ ፡ ግምት/ድረጃ መስጠት
rate *n* ሂሳብ
rather *adv* ይልቅ
ratification *n* ማሰተካከያ
ratify *v* ማስተካከል
ratio *n* ንጻሬ
ration *v* ማከፋፈል
ration *n* ድርሻ
rational *adj* በተጨባጭ አማኝ
rationalize *v* ምክንያት መስጠት

R

rattle *v* መንቃቃት (ድምጽ)
ravage *v* ማውደም
ravage *n* ዝርፊያ
rave *v* መለፍለፍ ፣ በጥልቅ ስሜት መናገር
raven *n* ብራ
ravine *n* ጠባብ ሸለቆ
raw *adj* ጥሬ
ray *n* ጨረር
raze *v* ማውደም
razor *n* ስለት
reach *v* መድረስ
reach *n* መድረስ የሚቻልበት ሥፍራ
react *v* ምላሽ መስጠት
reaction *n* ምላሽ
read *iv* ማንበብ
reader *n* አንባቢ
readiness *n* ዝግጁነት
reading *n* ንባብ
ready *adj* ዝግጁነት
real *adj* እውነተኛ
realism *n* እውነታ
reality *n* ተጨባጭ ዕውነታ
realize *v* መረዳት
really *adv* በርግጥ
realm *n* የነንጉስ ግዛት
realty *n* እውነታ
reap *v* ማጨድ
reappear *v* መከሰት
rear *v* መውለድ
rear *n* ኋላ
rear *adj* ከጀርባ
reason *v* ማስረዳት
reason *n* ምክንያት
reasonable *adj* ምክንያታዊ
reasoning *n* አመለካከት
reassure *v* ጥርጣሬን ማጥፋት
rebate *n* የቀረጥ ቅናሽ
rebel *v* ማመጽ
rebel *n* አመጸኛ
rebellion *n* አመጽ
rebirth *n* ዳግም መወለድ
rebound *v* ነጥሮ መመለስ
rebuff *v* ማሳፈር
rebuff *n* እምቢታ
rebuild *v* ዳግም መገንባት
rebuke *v* መገሰጽ
rebuke *n* ግሳጼ
rebut *v* ማስቀየር
recall *v* ማስታወስ
recant *v* እምነትን መለወጥ
recap *v* ማጠቃለል
recapture *v* ማስታወስ
recede *v* ማፈግፈግ
receipt *n* ደረሰኝ
receive *v* መቀበል
recent *adj* የቅርብ ግዜ
reception *n* እንግዳ መቀበያ
receptionist *n* ተቀባይ
receptive *adj* ሃሳብ ተቀባይ
recess *n* ዕረፍት
recession *n* የኢኮኖሚ ውድቀት
recharge *v* መሙላት
recipe *n* ምግብ አዘገጃጀት
reciprocal *adj* ተቃራኒ

R

recital *n* ግጥም ንባብ
recite *v* ማንበብ
reckless *adj* ንዝህላል
reckon *v* ማሰብ
reckon on *v* መጠበቅ
reclaim *v* መልሶ መያዝ/መጨበጥ
recline *v* መደገፍ
recluse *n* ብቸኛ
recognition *n* እውቅና ማገኘት
recognize *v* ማወቅ
recollect *v* ማስታወስ
recollection *n* ትውስታ
recommend *v* ሃሳብ መስጠት
recompense *v* መካስ
recompense *n* ካሳ
reconcile *v* ማስታረቅ
reconsider *v* ድጋሜ ማሰብ
reconstruct *v* ድጋሜ መገንባት
record *v* መቅረጽ ፣ መዘገብ
record *n* መዝገብ
recorder *n* መቅረጫ
recording *n* ቀረጻ ፣ ዝገባ
recount *n* ድጋሚ ቆጠራ
recoup *v* መከፈል
recourse *n* ድጋፍ.
recover *v* ማገገም
recovery *n* ማገገሚያ
recreate *v* መዝናናት
recreation *n* መዝናኛ
recruit *v* መመልመል
recruit *n* ተመልማይ
recruitment *n* ምልምል
rectangle *n* ዐራት ማእዘን
rectangular *adj* ዐራት ማእዘናዊ
rectify *v* ማረም
rector *n* የኮሌጅ ኃላፊ
rectum *n* ፊንጢጣ
recuperate *v* መሻል (ከህመም)
recur *v* መደገጋገም
recurrence *n* ድግምግሞሽ
recycle *v* ድጋሜ መጠቀም
red *adj* ቀይ
red tape *n* ቢሮክራሲ
redden *v* ማቅላት ፣ መቅላት
redeem *v* መካስ ፣ ማዳን
redemption *n* ካሳ ፣ ድኅነት
red-hot *adj* ፍም
redo *v* ድጋሜ መሥራት
redouble *v* ደግሞ መደረብ
redress *v* ማረም
reduce *v* መቀነስ
redundant *adj* መዘብዘብ
reed *n* ሸምበቆ ፣ ደንገል
reef *n* የአሸዋ ክምር
reel *n* ቀሰም ፣ ቀለም
reelect *v* ድጋሜ መምረጥ
reenactment *n* ድጋሜ መረጣ
reentry *n* ተመላሽ
refer to *v* መጠቆም
referee *n* ዳኛ
reference *n* ዋቢ ፣ ምስክር
referendum *n* የሕዝብ ውሳኔ
refill *v* መሙላት
refinance *v* መበደር

refine *v* ማጥራት
refinery *n* ማጣሪያ
reflect *v* ማንጸባረቅ
reflection *n* ነጸብራቅ
reflexive *adj* አንጸባራቂ
reform *v* ማደስ ፣ ማሻሻል
reform *n* የተሻሻለ ፣ የታደሰ
refrain *v* መታቀብ
refresh *v* መነቃቃት
refreshing *adj* ማነቃቃት
refreshment *n* መነቃቂያ ፣ መዝናኛ
refrigerate *v* ማቀዝቀዝ
refuel *v* መሙላት
refuge *n* መጠጊያ
refugee *n* ስደተኛ
refund *v* መክፈል
refund *n* ክፍያ
refurbish *v* ቤትን ማሳመር
refusal *n* አለመቀበል
refuse *v* አለመቀበል
refuse *n* እምቢተኛ
refute *v* ማስተባበል
regain *v* መልሶ ማግኘት
regal *adj* ልዑላዊ
regard *v* ትኩረት መስጠት
regarding *pre* በተመለከተ
regardless *adv* ቢሆንም
regards *n* በሚመለከት
regeneration *n* ርቢ ፣ ትውልድ
regent *n* ሞግዚት
regime *n* ገዥ ፣ ሥልጣን
regiment *n* ክፍለ ጦር
region *n* ክልል
regional *adj* ክልላዊ
register *v* መመዝገብ
registration *n* ምዝገባ ፣ ቆጠራ
regret *n* ጸጸት ፣ ቁጭት
regret *v* መጸጸት
regrettable *adj* የሚያስቆጭ
regularity *n* መደበኛነት
regularly *adv* ሁልጊዜ
regulate *v* መቆጣጠር
regulation *n* ደንብ ፣ ቁጥጥር
rehabilitate *v* ማንሰራረት
rehearsal *n* ልምምድ
rehearse *v* መለማማድ
reign *v* መግዛት
reign *n* ዘመነ ሥልጣን
reimburse *v* መክፈል
reimbursement *n* ክፍያ
rein *v* መለጐም
rein *n* ልጓም
reindeer *n* የደጋ አጋዘን
reinforce *v* ማጠናከር
reinforcements *n* ማጠናከሪያ
reiterate *v* ማጠናከር
reject *v* አለመቀበል
rejection *n* አለመቀበል
rejoice *v* ደስታ
rejoin *v* ተመልሶ መቀላቀል
rejuvenate *v* መታደስ
relapse *n* ማገርሸት
related *adj* የተገናኘ
relationship *n* ግንኙነት

relative *adj* ዘመድ
relative *n* ተዛማጅ
relax *v* ማላላት
relax *n* የላላ
relaxing *adj* መለሳለስ
relay *v* ማቀበል
release *v* መልቀቅ
relegate *v* ዝቅ ማድረግ
relent *v* መለሳለስ
relentless *adj* ግትርነት
relevant *adj* ተገቢ
reliable *adj* አስተማማኝ
reliance *n* መታመን
relic *n* ቅሪት ፣ አጽም
relief *n* ፋታ ፣ ርዳታ
relieve *v* ማስታገስ
religion *n* ሃይማኖት
religious *adj* ሃይማኖተኛ
relinquish *v* ተገዶ ማቆም
relish *v* መደሰት ፣ መቦረቅ
relive *v* ማስታወስ
relocate *v* ማሻገር ፣ ማዛወር
relocation *n* ሽግግር ፣ ዝውውር
reluctant *adj* ማንገራገር
reluctantly *adv* እንገራጋሪ
rely on *v* ጥገኛ መሆን
remain *v* መቅረት
remainder *n* ማስታወሻ
remaining *adj* ቀሪ
remains *n* ቅሪት
remake *v* ማደስ
remark *v* አስተያያት መስጠት
remark *n* አስተያያት
remarkable *adj* ተጠቃሽ
remarry *v* ድጋሜ ማግባት
remedy *v* መፍታት
remedy *n* መጋፊጥ
remember *v* ማስታወስ
remembrance *n* ማስተታወሻ
remind *v* ማሳሰብ
reminder *n* ማሳሰቢያ
remission *n* ስርየት ፣ ድምሳሴ
remit *v* መደምሰስ
remittance *n* ድጎማ
remnant *n* ቀሪ
remodel *v* ቅርጽ መቀየር
remorse *n* ከባድ ጸጸት
remorseful *adj* በጸጸት
remote *adj* ሩቅ
removal *n* መወገድ
remove *v* ማስወገድ
remunerate *v* ዋጋን መክፈል
renew *v* ማደስ
renewal *n* እድሳት
renounce *v* ማፈግፈግ
renovate *v* ማደስ
renovation *n* እድሳት
renowned *adj* የታወቀ ፣ ዝነኛ
rent *v* ማከራየት
rent *n* ኪራይ
reorganize *v* ማደራጀት
repair *v* መጠገን
reparation *n* ካሳ
repatriate *v* መልሶ ማቋቋም ፣ መተካት

R

repay *v* መክፈል
repayment *n* ክፍያ
repeal *n* የተሸረ ፣ የተገደፈ
repeal *v* መሻር
repeat *v* መድገም
repel *v* ማሳደድ ፣ መግፋት
repent *v* መጸጸት
repentance *n* ጸጸት ፣ ንስሓ
repetition *n* ድጋሜ
replace *v* መተካት
replacement *n* ምትክ
replay *n* ድጋሜ ጨዋታ
replenish *v* መሙላት
replete *adj* የተሟላ ስንቅ
replica *n* ግልባጭ ፣ ቅጅ
replicate *v* ማባዛት
reply *v* መመለስ
reply *n* መልስ
report *v* መዘገብ
report *n* ዘገባ
reportedly *adv* ዝጋቤ
reporter *n* ዘገጋቢ
repose *v* ማረፍ
repose *n* እረፍት
represent *v* መወከል
repress *v* ማስገደድ
repression *n* በደል
reprieve *n* ውሳኔን መሻር
reprint *v* ድጋሜ ማተም
reprint *n* ድጋሜ የታተመ
reprisal *n* በቀል
reproach *v* ነቀፋ
reproach *n* ነቀፌታ
reproduce *v* ማምረት
reproduction *n* ምርት
reptile *n* ደመ በራድ
republic *n* ሪፐብሊክ
repudiate *v* መቃወም
repugnant *adj* አስከፊ
repulse *v* ማስከፋት ፣ ማራቅ
repulse *n* ግፊት
repulsive *adj* ገፊ ፣ አስከፊ
reputation *n* ዝና ፣ አመለካከት
reputedly *adv* ተብሎ መገመት
request *n* መጠይቅ ፣ ጥያቄ
request *v* መጠየቅ
require *v* መፈለግ
requirement *n* ፍላጎት
rescue *v* ማዳን ፣ ማትረፍ
rescue *n* የዳነ ፣ የተረፈ
research *v* መመርመር
research *n* ምርምር
resemblance *n* አቻነት ፣ ተመሳሳይ
resemble *v* ማመሳሰል
resent *v* መቀየም
resentment *n* ቅያሜ ፣ ቅሬታ
reservation *n* የተያዘ ቦታ
reserve *v* ቦታ መያዝ
reservoir *n* ማከማቻ ፣ ጎተራ
reside *v* ማደር ፣ መኖር
residence *n* ማደሪያ ፣ መኖሪያ
residue *n* አተላ ፣ አምቡላ
resign *v* ከስራ መልቀቅ
resignation *n* መልቀቂያ

resilient *adj* መጽናናት.ማገገም
resist *v* መቋቋም
resistance *n* የመቋቋም አቅም
resolute *adj* ቆራጥነት
resolution *n* መፈፍትሔ ፣ ውሳኔ
resolve *v* መፍታት
resort *v* መዝናናት
resounding *adj* መንጫጫት
resource *n* ሀብት
respect *v* ማክበር
respect *n* ክበሬታ
respectful *adj* አክባሪ
respective *adj* ተከታታይ
respiration *n* ትንፍሽ
respite *n* ማረሳሻ
respond *v* መመለስ
response *n* መልስ ፣ ምላሽ
responsibility *n* ኃላፊነት
responsible *adj* ኃላፊ ፣ ተጠያቂ
responsive *adj* መላሽ
rest *v* ማረፍ
rest *n* እረፍት
rest room *n* መጸዳጃ
restaurant *n* ምግብ ቤት
restful *adj* አሳራፊ
restitution *n* ወደቦታው መመለስ
restless *adj* ቁንጥንጥ
restoration *n* እድሳት
restore *v* ማደስ
restrain *v* ማገት ፣ መገደብ
restraint *n* ገደብ
restrict *v* መከልከል
result *n* ውጤት
resume *v* መቀጠል
resumption *n* እንደገና መጀመር
resurface *v* የብስ ላይ መቆም
resurrection *n* መነሣት ፣ ትንሣኤ
resuscitate *v* የነፍስ መመለስ
retain *v* ይዞታን ማጠናከር
retaliate *v* መበቀል
retaliation *n* በቀል
retarded *adj* ዘገምተኛ
retention *n* ማዘግየት
retire *v* ጡረታ መውጣት
retirement *n* ጡረታ
retract *v* ቃልን ማጠፍ
retreat *n* ማገገሚያ ፣ መቆያ
retreat *v* ማፈግፈግ
retrieval *n* ተፈልጎ የመጣ
retrieve *v* ፈልጎ ማምጣት
retroactive *adj* ባለፈ ሕግ መዳኘት
return *v* መመለስ
return *n* ተመላሽ
reunion *n* እንደገና መዋሐድ
reveal *v* መግለጽ ፣ መታወቅ
revealing *adj* ገላጭ
revel *v* መፈንጠዝ
revelation *n* ራዕይ ፣ መገለጽ
revenge *v* መበቀል
revenge *n* በቀል
revenue *n* ትርፍ
reverence *n* አክብሮት
reversal *n* ተቃራኒነት
reverse *n* ተቃራኒ

reversible *adj* ሊመለስ የሚችል
revert *v* መመለስ ፣ ማስገባት
review *v* መመልከት
review *n* ምልከታ
revise *v* ማሻሻል ፣ መከለስ
revision *n* ክለሳ ፣ የተሻሻለ
revive *v* ማንሰራራት
revoke *v* መሻር ፣ መሸረዝ
revolt *v* ማመጽ
revolt *n* አመጽ
revolting *adj* አማጺ
revolve *v* መዞር ፣ ማጠንጠን
revolver *n* ሽጉጥ
revue *n* ሙዚቃዊ ድራማ
revulsion *n* መሰቀቅ
reward *v* መሸለም ፣ መክፈል
reward *n* ዋጋ ፣ ሽልማት
rewarding *adj* የሚያሸልም
rheumatism *n* የሪህ በሽታ
rhinoceros *n* አውራሪስ
rhyme *n* የግጥም ቤት መምቻ
rhythm *n* የዜማ ሥርዓት
rib *n* ጐድን
ribbon *n* ሪበን
rice *n* ሩዝ
rich *adj* ሀብታም
rid of *iv* ማስወገድ ፣ ማግለል
riddle *n* እንቆቅልሽ
ride *iv* ግልቢያ
ridge *n* ተረተር ፣ ጫፍ
ridicule *v* መሳለቅ ፣ ማሾፍ
ridicule *n* ተሳላቂ
ridiculous *adj* መሳለቂያ
rifle *n* ጠብመንጃ ፣ ምንሽር
rift *n* ንትርክ
right *adv* በጎ ፣ የተቃና
right *n* ቅን ፣ ቀኝ ፣ መብት
right *adj* ትክክል
rigid *adj* ግትር
rigor *n* ጥንቃቄ
rim *n* ጠርዝ ፣ ከፈፍ
ring *iv* መደወል ፣ ማእቀፍ
ring *n* ቀለበት
ringleader *n* የቡድን መሪ
rinse *v* ማለቅለቅ
riot *v* ማመጽ
riot *n* አመጽ
rip *v* መተርተር ፣ መቅደድ
rip apart *v* መገንጠል ፣ መቦጨቅ
rip off *v* ማጭበርበር ፣ መስረቅ
ripe *adj* መብሰል
ripen *v* ማብሰል
ripple *n* ሞገድ
rise *iv* መጨመር ፣ መነሣት
risk *v* የአደጋ መድረስ
risk *n* አደጋ
risky *adj* አደገኛ
rite *n* ሥርዓተ አምልኮ
rival *n* ተወዳዳሪ
rivalry *n* ተቀናቃኝነት
river *n* ወንዝ
rivet *v* ብሎን ፣ ማያያዝ
riveting *adj* ትኩረትን መሳብ
road *n* መንገድ ፣ ጐዳና

roam *v* ማውደልደል
roar *v* መጮኽ ፣ ማጋሳት
roar *n* ጩኸት
roast *v* መጥበስ ፣ ማብሰል
roast *n* ጥብስ
rob *v* መዝረፍ ፣ መቀማት
robber *n* ቀማኛ ፣ ዘራፊ
robbery *n* ቅሚያ ፣ ዝርፊያ
robe *n* ካባ
robust *adj* ጤናማ ፣ ጠንካራ
rock *n* ቋጥኝ
rock *v* ወደ ፊትና ወደ ኋላ መወዛወዝ
rocket *n* ተወንጫፊ ፣ ሮኬት
rocky *adj* ቋጥኛማ
rod *n* በትር
rodent *n* የአይጥ ዝርያ
roll *v* መጠቅለል
roll *n* ጥቅል
romance *n* የፍቅር ጨዋታ
roof *n* ጣሪያ
room *n* ክፍል ፣ ክፍተት
roomy *adj* ሰፊ
rooster *n* አውራ ዶሮ
root *n* ሥር
rope *n* ገመድ
rosary *n* ጨሌ
rose *n* ጽጌ ረዳ አበባ
rosy *adj* ሮዛማ
rot *v* ማበስበስ ፣ ማሻገት
rot *n* ብስባሽ
rotate *v* መሽከርከር ፣ መዞር
rotation *n* ዙረት
rotten *adj* የሻገተ
rough *adj* ሻካራ
round *adj* ክብ
roundup *n* ማጠቃለያ
rouse *v* መንቃት
rousing *adj* ማንቂያ ፣ መንቃት
route *n* መንገድ ፣ ጐዳና
routine *n* የተለመደ ሁኔታ
row *n* ተርታ ፣ ረድፍ
row *v* ተርታ
rowdy *adj* ጫጫታ
royal *adj* ልዑል ፣ የተከበረ
royalty *n* ልዑላዊነት ፣ ክብር
rub *v* መፈተግ
rubber *n* ማጥፊያ ፣ ላጲስ
rubbish *n* ቆሻሻ ፣ ጥራጊ
rubble *n* ፍራሽ
ruby *n* የከበረ ድንጋይ (ቀላ ያለ)
rudder *n* መቅዘፊያ
rude *adj* ጋጥወጥ ፣ ባለጌ
rudeness *n* ብልግና
rudimentary *adj* ያልዳበረ
rug *n* ምንጣፍ ፣ ሥጋጃ
ruin *v* ማፍረስ
ruin *n* ፍራሽ
rule *v* መምራት ፣ ማስመር
rule *n* መመሪያ
ruler *n* ማስመሪያ ፣ መሪ
rum *n* መጠጥ
rumble *v* ማጉረምረም
rumble *n* የማያቋርጥ ድምጽ
rumor *n* ሀሜት

R

run *iv* መሮጥ
run away *v* መፈርጠጥ
run into *v* ዘው ማለት ፣ እንደ ድንገት መገናኘት
run out *v* ማለቅ ፣ መጨረስ
run over *v* ማፍጠን
run up *v* ዕዳ ማብዛት
runner *n* ሯጭ ፣ መንሸራተቻ
runway *n* ማኮብኮቢያ
rupture *n* ፍንዳታ
rupture *v* መፈንዳት
rural *adj* ገጠራማ
ruse *n* ማጭበርበሪያ ዘዴ
rush *v* መቻኮል
Russia *n* ሩሲያ
Russian *adj* ሩስያዊ
rust *v* መዛግ
rust *n* ዝገት
rustic *adj* ገጠሬ ፣ ባላገር
rust-proof *adj* ጸረዝገት
rusty *adj* ዝገታማ ፣ የዛገ
ruthless *adj* ጨካኝ
rye *n* አጃ

S

sabotage *v* መደርመስ
sabotage *n* ውድመት
sack *v* ከሥራ ማሰናበት
sack *n* ከረጢት
sacrament *n* ምስጢር
sacred *adj* የተቀደሰ
sacrifice *n* መስዋዕት
sacrilege *n* ማርከስ ፣ መዳፈር
sad *adj* ያዘነ ፣ የተከዘ
sadden *v* ማዘን
saddle *n* ኮርቻ
sadist *n* በጭካኔ የሚደሰት
sadness *n* ሀዘን
safe *adj* ጥንቁቅ ፣ ደኅና
safe *n* ካዝና ፣ ገንዘብ ማስቀመጫ
safeguard *n* መጠበቅ
safety *n* ጥንቃቄ
sail *v* መቅዘፍ
sail *n* የደልባ ሸራ
sailboat *n* ባለሸራ ጀልባ
sailor *n* ቀዛፊ
saint *n* ጻድቅ ፣ ቅዱስ
salad *n* ሰላጣ
salary *n* ደመ ወዝ
sale *n* ሽያጭ
sale slip *n* ደረሰኝ
salesman *n* ሻጭ
saliva *n* ምራቅ
salmon *n* አንባዝ ዓሣ

saloon *n* ሳሎን ቤት
salt *n* ጨው
salty *adj* ጨዋማ
salvage *v* ማትረፍ ፣ ማዳን
salvation *n* ድኅነት
same *adj* ተመሳሳይ
sample *n* ናሙና
sanctify *v* ማንጻት
sanction *v* ማቀብ ፣ ውልን መቋረጥ
sanction *n* ማዕቀብ መጣል
sanctity *n* ንጽሕና
sanctuary *n* መቅደስ
sand *n* አሸዋ
sandal *n* ነጠላ ጫማ
sandpaper *n* የብርጭቆ ወረቀት
sandwich *n* ሳንድ ዊች
sane *adj* ጤነኛ ፣ የተረጋጋ
sanity *n* ጤነኛ አእምሮ
sap *v* ማዳከም ፣ ማጃጃል
sap *n* ሞኝ
sapphire *n* የከበረ ድንጋይ (ሰማያዊ)
sarcasm *n* ማሾፍ
sarcastic *adj* አሿፊ ፣ አሽሟጣጭ
sardine *n* ሰርዲን
satanic *adj* ሰይጣናዊ
satellite *n* ሳተላይት
satire *n* ምጸት
satisfaction *n* ርካታ
satisfactory *adj* አርኪ ፣ አመርቂ
satisfy *v* ማርካት
saturate *v* መንከር ፣ መሙላት
Saturday *n* ቅዳሜ ፣ ቀዳሚት
sauce *n* ወጥ
saucepan *n* ብረት ድስት
saucer *n* የስኒ መደብ
sausage *n* ቋሊማ
savage *adj* ጨካኝ ፣ አረመኔ
savagery *n* ጨካኝነት
save *v* ማዳን ፣ ማትረፍ
savings *n* ክምችት
savior *n* መድኀኒት
savor *v* ጣዕም ፣ መዓዛ
saw *iv* መገዝገዝ ፣ መቁረጥ
saw *n* መጋዝ
say *iv* ማለት
saying *n* አባባል
scaffolding *n* መወጣጫ
scald *v* መታጠን ፣ መኀነፍ
scale *v* መመዘን
scale *n* ሚዛን
scalp *n* የአናት ቆዳ ፣ ገሸለጥ
scam *n* ማምታታት
scan *v* መቃኘት
scandal *n* አሳፋሪ
scandalize *v* ማሳፈር
scapegoat *n* መታማት
scar *n* ጠባሳ
scarce *adj* እጥረት ፣ ጉድለት
scarcely *adv* በጣም ጥቂት
scarcity *n* እጥረት ፣ ጉድለት
scare *v* መፍራት ፣ ፈራ ተባ
scare *n* ፍርሀት
scare away *v* ማስበርገግ
scarf *n* ሻርፐ ፣ የአንገት ልብስ

S

scary *adj* አስፈሪ
scatter *v* መበተን
scenario *n* ትንቢት
scene *n* ቦታ ፣ ክስተት
scenery *n* የተፈጥሮ አቀማመጥ
scenic *adj* ማራኪ አቀማመጥ
scent *n* መዓዛ
schedule *v* መርሐ ግብር
schedule *n* መርሐ ግብር
scheme *n* ዘዴ ፣ ብልሀት
schism *n* ዕቅድ ፣ መርሕ
scholar *n* ዐዋቂ ፣ ምሑር
scholarship *n* የትምህርት ዕድል
school *n* ትምህርት ቤት
science *n* ሳይንስ
scientific *adj* ሳይናሳዊ
scientist *n* ሳይንቲስት
scissors *n* መቀሶች
scoff *v* መሳለቅ ፣ መነስነስ
scold *v* መቆጣት ፣ መገሰጽ
scolding *n* ቁጣ ፣ ግሰጻ
scooter *n* ባለ ሁለት ጎማ ሞተር ያለው ተሽከርካሪ
scope *n* ወሰን ፣ ክልል
scorch *v* መለብለብ
score *n* ነጥብ
score *v* ማስቆጠር
scorn *v* መናቅ
scornful *n* ንቀት የተሞላ
scorpion *n* ጊንጥ
scoundrel *n* ክፉ
scour *v* ማሰስ
scourge *n* የችግር መንስኤ
scout *n* ስኮት
scramble *v* መቧጠጥ
scrambled *adj* ሽሚያ
scrap *n* ቁራጭ ፣ ናሙና
scrap *v* መጣል ፣ ማወገድ
scrape *v* መላጥ ፣ መጋጥ
scratch *v* መጫር ፣ መፋቅ
scratch *n* ጭረት
scream *v* መጮኽ
scream *n* ጩኸት
screech *v* መጮኽ
screen *v* መለየት ፣ ማጣራት
screen *n* ስሌዳ
screw *v* ማዞር ፣ ማሽከርከር
screw *n* ብሎን ፣ እየዞረ የሚገባ
screwdriver *n* ማዞሪያ
scribble *v* ማስታወሻ መያዝ
script *n* የተውኔት ጽሑፍ
scroll *n* የተጠቀለለ ጽሑፍ
scrub *v* መገተግ
scruples *n* ጥንቃቄ ፣ የሕሊና ሚዛን
scrupulous *adj* ጥንቁቅ
scrutiny *n* በጥልቀት መመርመር
scuffle *n* ግብግብ
sculptor *n* ቀራጺ
sculpture *n* ቅርጽ ፣ ሐውልት
sea *n* ባሕር
seafood *n* ዓሦች
seagull *n* የሲጋል መንጋ
seal *v* ማተም ፣ ማሸግ
seal *n* ማሕተም ፣ እሽግ ፣ እንስሳ

seal off *v* ማገድ
seam *n* ጠርዝ
seamless *adj* ጠርዝ የሌለው
seamstress *n* ልብስ ሰፊ
search *v* መፈለግ
search *n* ፍለጋ
seashore *n* የባሕር ጠረፍ
seasick *adj* ማቅለሽለሽ
seaside *adj* የባህር አኳያ ፣ ትይዩ
season *n* ወቅቶች
season *v* ቅመም መጨመር
seasonal *adj* ወቅታዊ
seasoning *n* ቅመማ ቅመም
seat *n* መቀመጫ
seated *adj* የተቀመጠ
secede *v* ራስን ማግለል
secluded *adj* መገለል ፣ ባሕታዊነት
seclusion *n* መገለል ፣ ባሕታዊነት
second *n* ድጋሜ ፣ ሴኮንድ (የሰዓት መለኪያ)
second *adj* ሁለተኛ
secondary *adj* ዳግመኛ ፣ ሁለተኛ ደረጃ
secrecy *n* ምስጢር
secret *n* ምስጢር
secretary *n* ጸሐፊ
secretly *adv* በምስጢር
sect *n* ክፋይ
section *n* ክፍል
sector *n* ይዞታ ፣ ክፍል
secure *v* ማገገኘት ፣ ማካበት
secure *adj* ግኙት ፣ ጥብቅ
security *n* ጠቃቂ ፣ ተገን
sedate *v* መረጋጋት
sedation *n* ርጋታ
seduce *v* መገፋፋት ፣ መጎትጎት
seduction *n* ግፊት ፣ ጉትጎታ
see *iv* ማየት
seed *n* ዘር
seedless *adj* ዘር የለሽ
seedy *adj* የማያስደስት
seek *iv* መፈለግ
seem *v* መምሰል
see-through *adj* አሳልፎ ማየት የሚያስችል
segment *n* የአካል ክፍል
segregate *v* መለያየት ፣ መከፋፈል
segregation *n* በዘር መከፋፈል
seize *v* ማቆም
seizure *n* ይዞታ
seldom *adv* አልፎ አልፎ
select *v* መምረጥ
selection *n* ምርጫ
self-conscious *adj* በራስ መበሳጨት
self-esteem *n* በራስ መተማመን
self-evident *adj* በራሱ በቂ
self-interest *n* የግል ፍላጎት
selfish *adj* ራስ ወዳድ
selfishness *n* ራስ ወዳድነት
self-respect *n* ራስን ማክበር
sell *iv* መሸጥ
seller *n* ሻጭ
sellout *n* ጨርሶ መሸጥ
semblance *n* መምሰል
semester *n* መንፈቀ ዓመት

S

seminary *n* ሴሚናር ፣ ዐውደ ጥናት
senate *n* ሴኔት ፣ ምክር ቤት
senator *n* የሴኔት አባል ፣ ተወካይ
send *iv* መላክ
sender *n* ላኪ
senile *adj* መደናገር ፣ መዘንጋት
senior *adj* ቀዳሚ ፣ ሊቅ
seniority *n* ቀዳሚነት ፣ ሊቅነት
sensation *n* ስሜት ቀስቃሽ
sense *v* መሰማት
sense *n* ስሜት
senseless *adj* ስሜት የማይሰጥ
sensible *adj* ስሜት ያለው
sensitive *adj* ስሜታዊ
sensual *adj* ስሜትን የጠበቀ
sentence *n* ዓረፍተ ነገር ፣ ፍርድ
sentence *v* መፍረድ
sentiment *n* በስሜት የተመሠረተ
sentimental *adj* ስሜት የሚነካ
sentry *n* ዘብ ፣ ጠባቂ ወታደር
separate *v* መለየት
separate *adj* ልዩ
separation *n* መለየት
September *n* መስከረም
sequel *n* ተከታታይ ታሪክ
sequence *n* ተከታታይ
serenade *n* ለስላሳ ሙዚቃ
serene *adj* ርጋታ ፣ ጸጥታ
serenity *n* ርጋታ ፣ ጸጥታ
sergeant *n* የሃምሳ አለቃ
series *n* ተከታታይ
serious *adj* ኮስታራ ፣ ንቁ ፣ አስጊ
seriousness *n* ኮስታራነት ፣ ቁም ነገረኝነት
sermon *n* ስብከት
serpent *n* እባብ
serum *n* እኻር
servant *n* አገልጋይ
serve *v* ማገልገል
service *n* ግልጋሎት
service *v* አግልግሎት
session *n* ክፍለ ጊዜ
set *iv* መጥለቅ ፣ መጀመር
set *n* ማስቀመጥ
set about *v* ማጥቃት
set off *v* መጀመር
set out *v* መላክ ፣ ማቅረብ
set up *v* ማስተካከል
setback *n* ማዘግየት
setting *n* አቀማመጥ
settle *v* ማረጋጋት ፣ መፍታት
settle down *v* መደላደል ፣ መረጋጋት
settle for *v* መቀበል
settlement *n* አሰፋፈር
settler *n* ሰፋሪ ፣ መጤ
setup *n* ማቀናበር
seven *adj* ሰባት
seventeen *adj* ዐሥራ ሰባት
seventh *adj* ሰባተኛ
seventy *adj* ሰባ
sever *v* መከፈል ፣ መግመስ
several *adj* ብዙ
severance *n* ፍጻሜ ፣ ቁርጠኛ
severe *adj* ከባድ

S

severity *n* ክብደት ፣ አስከፊነት
sew *v* መስፋት ፣ መጠገን
sewage *n* ፍሳሽ ፣ እጣቢ
sewer *n* ማስወገጃ ቱቦ
sewing *n* መስፋት ፣ መጠገን
sex *n* ጾታ ፣ ተራክቦት
sexuality *n* የፍትወት ስሜት
shabby *adj* ድሪቶ
shack *n* መቃረቢያ ፣ ጎጆ
shackle *n* እግረ ሙቅ
shade *n* ግርዶሽ ፣ ጠለስ
shadow *n* ጥላ
shady *adj* ጥላማ
shake *iv* መናጥ ፣ መነቅነቅ
shaken *adj* የተናጠ ፣ ፈሪ
shaky *adj* የዛለ ፣ ደካማ
shallow *adj* የሰለለ ፣ ቅርብ
sham *n* አስመሳይ ፣ አታላይ
shambles *n* የተመሰቃቀለ
shame *v* ማፈር
shame *n* ሐፍረት
shameful *adj* አሳፋሪ
shameless *adj* የማያፍር
shape *v* መቅረጽ
shape *n* ቅርጽ
share *v* ማጋራት
share *n* የጋራ
shareholder *n* ሽርካ ፣ ባለድርሻ
shark *n* ሻርክ ፣ ዓሣ
sharp *adj* ሹል ፣ ስለታም
sharpen *v* ማሾል ፣ መሳል
sharpener *n* ሞረድ ፣ መቅረጫ
shatter *v* መቆራረጥ
shattering *adj* አሰስደንጋጭ
shave *v* መላጨት
she *pro* እሷ
shear *iv* መሸለት ፣ መግፈፍ
shed *iv* መጠለያ ፣ ዕቃ ቤት
shed *n* ከፍ ያለ ቦታ (ውሃ የሚፈስበት)
sheep *n* በግ
sheet *n* ሰፊ ባለ አራት ማዕዘን ወለል
sheets *n* አንሶላ
shelf *n* መደርደሪያ
shell *v* መቅርፈት ፣ ከቅርፊት ውስጥ ማውጣት
shell *n* ቅርፊት
shellfish *n* የዓሣ ዘር
shelter *v* መጠለል
shelter *n* መጠለያ
shelves *n* መደርደሪያዎች
shepherd *n* እረኛ
sherry *n* ወይን ጠጅ
shield *v* መመከት
shield *n* ጋሻ
shift *n* ቅያሬ ፣ ለውጥ ፣ ፈረቃ
shift *v* መቀየር ፣ መለወጥ
shine *n* ብርሃን ፣ ነጸብራቅ
shine *iv* ማንጸባረቅ
shiny *adj* አንጸባራቂ
ship *v* በመርከብ መላክ ፣ በፖስታ መላክ
ship *n* መርከብ
shipment *n* ጭነት
shipwreck *n* ስጥመት
shipyard *n* መርከብ መሥሪያ

S

shirk *v* መለገም
shirt *n* ሸሚዝ
shiver *v* መንቀጥቀጥ
shiver *n* መንዘፍዘፍ
shock *v* መደንገጥ
shock *n* ድንጉጥ
shocking *adj* አስደንጋጭ
shoddy *adj* ርካሽ ፣ መናኛ
shoe *n* ጫማ
shoe polish *n* የጫማ ቀለም
shoe store *n* የጫማ ሱቅ
shoelace *n* የጫማ ማሠሪያ
shoot *iv* መተኮስ
shoot down *v* ተኩሶ መጣል
shop *v* መገብየት
shop *n* ሱቅ
shoplifting *n* የሱቅ ሌባ
shopping *n* ግብይት
shore *n* ዳርቻ
short *adj* አጭር
shortage *n* እጥረት ፣ ጉድለት
shortcoming *n* ድክመት
shortcut *n* አቋራጭ
shorten *v* ማሳጠር
shorthand *n* አጭር ጽሕፈት
short-lived *adj* ባጭር የተቀጨ
shortly *adv* በቅርብ ፣ ወዲያው
shorts *n* ቁምጣ
shortsighted *adj* ሩቅ የማያይ
shot *n* ተኩስ
shotgun *n* ረሽ
shoulder *n* ትከሻ
shout *v* መጮኽ
shout *n* ጩኸት
shouting *n* ጩኸት
shove *v* መግፋት
shove *n* ግፍተራ
shovel *n* አካፋ
shovel *v* በአካፋ ማፈስ
show *iv* ማሳየት
show off *v* ጉራ ፣ ራስን ማሞገስ
show up *v* መከሰት
showdown *n* መፈታተሽ
shower *n* ሻወር ፣ የውሃ ወንፊት
shrapnel *n* የፈንጅ ቁራጭ
shred *n* ብጫቂ ፣ ብጣሽ
shred *v* መበጣጠስ
shrewd *adj* ብልጥ
shriek *v* ማቃሰት ፣ መጮኽ
shriek *n* ጩኸት
shrimp *n* ትንሽ ዓሣ
shrine *n* መቅደስ ፣ መስጊድ
shrink *iv* መኮማተር
shroud *n* መግነዝ ፣ ከፈን
shrouded *adj* ግንዝ ፣ ክፍን
shrub *n* ቁጥቋጦ
shrug *v* መናቅ
shudder *v* መንቀጥቀጥ ፣ መንዘፍዘፍ
shudder *n* እንቅጥቃጤ ፣ ፍርሃት የተሞላበት
shuffle *v* ማደባለቅ
shun *v* ማስወገድ
shut *iv* መዝጋት
shut off *v* መዝጋት ፣ ማስቆም

shut up *v* ዝምታ
shuttle *v* መመላለስ
shy *adj* ዓይን አፋር
shyness *n* ዓይን አፋርነት
sick *adj* በሽተኛ
sicken *v* መታመም
sickening *adj* ማቅለሽለሽ
sickle *n* ማጭድ
sickness *n* ህመም
side *n* ጎን ፣ ወገን
sideburns *n* የጉንጭ ጺም
sidestep *v* መተው ፣ ቸልታ
sidewalk *n* የእግረኛ መንገድ
sideways *adv* በጎን
siege *n* ከበባ
siege *v* መከበብ
sift *v* መንፋት ፣ ማበጠር
sigh *n* ማቃሰት
sigh *v* በኃይል መተንፈስ
sight *n* እይታ
sightseeing *v* መጎብኘት
sign *v* ማመልከት
S
sign *n* ምልክት
signal *n* ምልክት
signal *v* ምልክት መስጠት
signature *n* ፊርማ
significance *n* አስፈላጊነት
significant *adj* አስፈላጊ
signify *v* ማሳወቅ ፣ ማሳየት
silence *n* ጸጥታ
silence *v* ጸጥታ
silent *adj* ጸጥያለ

silhouette *n* ጥላ
silk *n* ሐር
silly *adj* ሞኝ ፣ ቂል ፣ ቂልነት
silver *n* ብር
silver plated *adj* ብርቅብ
silversmith *n* ብር አንጣሪ
silverware *n* የብር ጥሩር
similar *adj* ተመሳሳይ
similarity *n* ተመሳሳይነት
simmer *v* ማንተከተከ
simple *adj* ቀላል
simplicity *n* ቀናነት
simplify *v* ማቃለል
simply *adv* በቀላሉ
simulate *v* ማስመሰል
simultaneous *adj* በአንድ ጊዜ
sin *n* በደል ፣ ኃጢአት
sin *v* መበደል
since *pre* ከሆነ ጊዜ ጀምሮ ፣ እስከ ሆነ ድረስ
since *c* ከ.ስለ
since then *adv* ስለዚህ
sincere *adj* ታማኝ ፣ ከልብ
sincerity *n* ታማኝነት ፣ ከልብ
sinful *adj* ኃጢአተኛ
sing *iv* መዘመር ፣ መዝፈን
singer *n* ዘማሪ ፣ ዘፋኝ
single *adj* ብቸኛ
single *n* ነጠላ
singlehanded *adj* ለብቻው
single-minded *adj* ባለአንድ ዓላማ
singular *adj* ነጠላ
sinister *adj* ፍርሐት

sink *iv* መስጠም
sink *n* እጅ መታጠቢያ
sink in *v* መረዳት ፣ መግባባት
sinner *n* ኃጢአተኛ
sip *v* ፉት ማድረግ
sip *n* መቅመስ
sir *n* ጌታዬ ፣ ክቡርነትዎ
siren *n* የአደጋ ጊዜ ከፍተኛ ጩኸት
sirloin *n* ሽንጥ ፣ የወርች ሥጋ
sissy *adj* መሳለቂያ
sister *n* እህት
sister-in-law *n* አይት
sit *iv* መቀመጥ
site *n* ሥፍራ
sitting *n* መሰየም
situated *adj* መገኛ
situation *n* ሁኔታ
six *adj* ስድስት
sixteen *adj* ዐሥራ ስድስት
sixth *adj* ስድስተኛ
sixty *adj* ስድሳ
sizable *adj* ግዙፍ
size *n* መጠን ፣ ልክ
size up *v* መገመት
skate *v* መሽከርከር
skate *n* በረዶ ላይ መንሸራተቻ
skeleton *n* ዐፅም ፣ መዋቅር
skeptic *adj* ተጠራጣሪ
skeptic *n* ተጠራጣሪ
sketch *v* መንደፍ
sketch *n* ንድፍ
sketchy *adj* ያልተሟላ
ski *v* በበረዶ ላይ መጫወት
skill *n* ችሎታ
skillful *adj* ጠቢብ
skim *v* ዳሰሳ
skin *v* መገሸለጥ ፣ መግፈፍ
skin *n* ቆዳ
skinny *adj* ከሲታ
skip *v* መዝለል
skip *n* ዝላይ
skirmish *n* ጭቅጭቅ
skirt *n* ጉርድ ቀሚስ
skull *n* የራ ስ ቅል
sky *n* ሰማይ
skylight *n* የቆርቆሮ ከፍተት
skyscraper *n* ሰማይ ጠቀስ
slab *n* ርብራብ ፣ ጉራጅ
slack *adj* መርገብ
slacken *v* ማርገብ
slacks *n* ሱሪ
slam *v* በኃይል መዝጋት
slander *n* ሐሜት ፣ ቧልት
slanted *adj* ማጋደል
slap *n* ጠፊ
slap *v* ማጮል
slash *n* ግሸልጥ ፣ ትልትል
slash *v* መተልተል
slate *n* የድንጋይ ሰሌዳ
slaughter *n* ዕርድ ፣ እልቂት
slaughter *v* ማረድ
slave *n* ገባር ፣ ባሪያ
slavery *n* ገባርነት ፣ ባርነት
slay *iv* መግደል

S

sleazy *adj* የተጠላ
sleep *iv* መተኛት
sleep *n* እንቅልፍ
sleeve *n* እጅጌ
sleeveless *adj* ድብቅ ፣ ሽሽግ
sleigh *n* የበረዶ ጋሪ
slender *adj* ሸንቃጣ
slice *v* መከተፍ
slice *n* ከታፊ
slide *iv* ማንሸራተት
slightly *adv* በመጠኑ
slim *adj* ቀጭን
slip *n* ስህተት ፣ ውስጥ ልብስ
slip *v* መንሸራተት
slipper *n* ነጠላ ጫማ
slippery *adj* አንሸራታች
slit *iv* ስንጥቅ
slob *adj* ሰነፍ ፣ ዝርክርክ
slogan *n* መፈክር
slope *n* ዳገት
sloppy *adj* ዳገታማ
slot *n* ቀዳዳ
slow *adj* ቀርፋፋ ፣ ዝግ ያለ
slow down *v* ዝጋታ
slow motion *n* ቀስ ያለ እንቅስቃሴ
slowly *adv* ቀስ በቀስ ፣ በርጋታ
sluggish *adj* መንከርፈፍ
slum *n* ደካማ ሰፈር
slump *n* ርካሽ ፣ የዋጋ ዝቅጠት
slump *v* ማሽቆልቆል
slur *v* መንተባተብ
sly *adj* የተጭበረበረ
smack *n* ጥፊ
smack *v* ማጮል
small *adj* ትንሽ
small print *n* መጠነኛ
smallpox *n* ፈንጣጣ
smart *adj* ጎበዝ ፣ ንቁ
smash *v* መሰባበር
smear *n* የተጨማለቀ
smear *v* መለቅለቅ
smell *iv* መሽተት
smell *n* ሽታ
smelly *adj* ሽታማ
smile *n* ፈገግታ ፣ ሳቅ
smile *v* ፈገግታ
smith *n* አንጥረኛ
smoke *v* ማጨስ
smoked *adj* በጭስ የደረቀ
smoker *n* አጫሽ
smoking gun *n* ባለጭስ መሣሪያ
smooth *v* ማለስለስ
smooth *adj* ለስላሳ
smoothly *adv* በቀስታ
smoothness *n* ልስላሴ
smother *v* አፍኖ መግደል
smuggler *n* ድብቅ ነግድ
snack *n* መቅሰስ ፣ ቅምሻ
snack *v* መቅሰስ መብላት
snail *n* ቀንድ አውጣ
snake *n* እባብ
snap *v* መቀንጠስ
snapshot *n* ትንሽ መረጃ
snare *v* ማጥመድ

S

snare *n* ወጥመድ
snatch *v* መንጠቅ ፣ ንጥቂያ
sneak *v* ማድባት
sneeze *v* ማንጠስ
sneeze *n* ንጥሻ
sniff *v* ማነፍነፍ
sniper *n* የደፈጣ ተዋጊ
snitch *v* ማቃጠር
snooze *v* መጠነኛ እረፍት
snore *v* ማንኮራፋት
snore *n* ኩርፊያ
snow *v* የበረዶ መዝነም
snow *n* በረዶ
snowfall *n* የበረዶ ክምር
snowflake *n* የበረዶ ጠብታ
snub *v* መናቅ ፣ ማንኳሰስ
snub *n* ንቀት
soak *v* መንከር
soak in *v* መወርዛት ፣ መራስ
soak up *v* መምጠጥ
soar *v* ማየል ፣ ማንዣበብ
sob *v* መነፋረቅ
sob *n* ነፍራቃ
sober *adj* በአግባቡ ፣ በመጠን
so-called *adj* ተብየ
sociable *adj* ተጋባቢ
socialism *n* ሶሻሊዝም
socialist *adj* ሶሻሊስት
socialize *v* ማጋራት
society *n* ኅብረተሰብ
sock *n* የእግር ሹራብ ፣ ካልሲ
sod *n* መቀለጃ ፣ አፈር
soda *n* ሶዳ
sofa *n* ሶፋ
soft *adj* ለስላሳ
soften *v* ማለስለስ
softly *adv* በርጋታ
softness *n* ለስላሳነት
soggy *adj* ጭቃማ
soil *v* ማቆሸሸ
soil *n* አፈር
soiled *adj* አፈርማ
solace *n* መጽናናት
solar *adj* ፀሐያማ
solder *v* መበየድ
soldier *n* ወታደር
sold-out *adj* የተሟጠጠ ፣ ያለቀ
sole *n* ሶል
sole *adj* ብቸኛ
solely *adv* ብቻ
solemn *adj* ኮስታራ
solicit *v* መጠየቅ ፣ ማባባል
solid *adj* ጠጣር
solidarity *n* መተባበበር
solitary *adj* ብቸኛነት ፣ ባሕታዊ
solitude *n* ብቸኛ
soluble *adj* የሚሟሟ
solution *n* መፍትሔ ፣ ቅለቅል
solve *v* መፍታት
solvent *adj* መሟሚያ
somber *adj* ጨለም ያለ
some *adj* ትንሽ ፣ አንዳንድ
somebody *pro* አንድ ሰው
someday *adv* አንድ ቀን

S

somehow *adv* እንደምንም
someone *pro* አንድ ሰው
something *pro* አንድ ነገር
sometimes *adv* አንዳንድ ጊዜ
someway *adv* እንደምንም
somewhat *adv* እንደ ሁኔታው
son *n* ወንድ ልጅ
song *n* መዝሙር ፣ ዘፈን
son-in-law *n* አማች
soon *adv* ድንገት ፣ በቅርቡ
soothe *v* ማረጋጋት
sorcerer *n* ጠንቋይ
sorcery *n* ጥንቆላ
sore *n* ማዘን
sore *adj* ሙብለዝ
sorrow *n* ሐዘን
sorrowful *adj* አሳዛኝ
sorry *adj* ይቅርታ ፣ ማፈር
sort *n* ልዩ ፣ የተለየ
sort out *v* መለየት
soul *n* ነፍስ
sound *v* የሚሰማ ፣ ማሰማት
sound *n* ድምጽ
sound out *v* መጠየቅ
soup *n* ሾርባ
sour *adj* ኖምጣጣ
source *n* ምንጭ ፣ መነሻ
south *n* ደቡብ
southbound *adv* ወደደቡብ ጉዞ
southeast *n* ደቡብ ምስራቅ
southern *adj* ደቡባዊ
southerner *n* የደቡብ ሰው
southwest *n* ደቡብ ምዕራብ
souvenir *n* የስጦታ ዕቃ
sovereign *adj* ሉዓላዊ
sovereignty *n* ሉዓላዊነት
soviet *adj* የቀድሞ ራሽያ
sow *iv* መዝራት
spa *n* ፀበል ፣ የማዕድን ውሃ
space *n* ቦታ ፣ ጠፈር
space out *v* ምርቃና
spacious *adj* ሰፊ ቦታ
spade *n* መቆፈሪያ
Spain *n* ስፔን
span *v* መቆየት
span *n* ዕድሜ
Spaniard *n* ስፔናዊ
Spanish *adj* የስፔን ቋንቋ
spank *v* መግረፍ
spanking *n* ግርፋት
spare *v* ማትረፍ ፣ ማዳን
spare *adj* ትርፍ
spare part *n* ተለዋጭ
sparingly *adv* በቁጠባ
spark *n* ብልጭታ
spark off *v* መፈንጠቅ
spark plug *n* ካንዴላ ፣ መለኮሻ
sparkle *v* ብልጭታ
sparrow *n* ድንቢጥ
sparse *adj* ጥቂት
spasm *n* የጡንቻ መሸማቀቅ
speak *iv* መናገር
speaker *n* ተናጋሪ ፣ መነጋገሪያ
spear *n* ጦር

S

spearhead *v* ጀማሪ ፣ ቆስቋሽ
special *adj* ልዩ ፣ የተለየ
specialize *v* ባለሙያ መሆን
specialty *n* ልዩ ነገር
species *n* ዘር
specific *adj* በተለየ
specimen *n* ናሙና
speck *n* ጠብታ
spectacle *n* ደማቅ ፣ ግርማዊ
spectator *n* ተመልካች
speculate *v* ማሰላሰል ፣ መመዘን
speculation *n* ግምት
speech *n* ንግግር ፣ ቋንቋ
speechless *adj* መናገር ያቃተው
speed *iv* ፍጥነት
speed *n* መፍጠን
speedily *adv* በፍጥነት
speedy *adj* ፈጣን
spell *n* ቆይታ ፣ አስማት
spell *iv* በፊደል መጻፍ
spelling *n* የፊደል አቀማማጥ
spend *iv* ማሳለፍ ፣ ማጥፋት
spending *n* ወጭ
sperm *n* የወንድ ዘር
sphere *n* ሉል
spice *n* ቅመም
spicy *adj* የተቀመመ
spider *n* ሸረሪት
spider web *n* የሸረሪት ድር
spill *iv* መደፋት
spill *n* ማፍሰስ
spin *iv* መሽከርከር
spine *n* አከርካሪ
spineless *adj* ፈሪ
spinster *n* ያላገባች
spirit *n* መንፈስ
spiritual *adj* መንፈሳዊ
spit *iv* መትፋት
spite *n* የእልህ ስሜት
spiteful *adj* እልከኛ
splash *v* መርጨት
splendid *adj* ደማቅ ፣ በጣም ማራኪ
splendor *n* ግርማዊ ፣ ውብ
splint *n* መጠገኛ
splinter *n* ጉራጅ
splinter *v* መጉረድ
split *n* ክፍልፋይ
split *iv* መከፋፈል
split up *v* መለያየት ፣ መጣላት
spoil *v* ማበላሸት
spoils *n* ምርኮ
sponge *n* ስፖንጅ ፣ ሰፍነግ
sponsor *n* ስፖንሰር
spontaneity *n* ድንገት
spontaneous *adj* ድንገተኛ
spooky *adj* አስፈሪ
spool *n* ጥቅል
spoon *n* ማንኪያ
spoonful *n* የማንኪያ ልክ
sporadic *adj* አልፎ አልፎ
sport *n* ስፖርት
sportsman *n* ስፖርተኛ
sporty *adj* ስፖርታዊ አቋም
spot *v* መለየት ፣ ማመልከት

spot *n* ነጥብ
spotless *adj* ንጹሕ
spotlight *n* ባውዛ
spouse *n* ባለቤት
sprain *v* መለምታ
sprawl *v* መንፈራጠጥ
spray *v* መንፋት
spread *iv* ማሰራጨት
spring *iv* መዝለል ፣ መመንጨት
spring *n* ጸደይ ፣ ምንጭ
springboard *n* መዝለያ መድረክ
sprinkle *v* መርጨት
sprout *v* መብቀል
spruce up *v* ማዳን
spur *v* መኮርኮር
spur *n* መኮርኮሪያ ጫማ
spy *v* መሰለል
spy *n* ሰላይ
squalid *adj* ቆሻሻ
squander *v* ማባከን
square *adj* ታማኝ
square *n* አደባባይ
squash *v* መጭመቅ
squeak *v* መጮኽ
squeaky *adj* በጩኸት
squeamish *adj* ዘግናኝ
squeeze *v* መጭመቅ
squeeze in *v* ማጨናናቅ
squeeze up *v* መፋጠጥ
squid *n* የባሕር እንስሳ
squirrel *n* ሽኮኮ
stab *v* መውጋት ፣ መሳግ
stab *n* ውጋት ፣ ቁስል
stability *n* ጽናት
stable *adj* ጽኑ
stable *n* የጸና
stack *v* መከመር
stack *n* ክምር
staff *n* ባልደረቦች ፣ ከዘራ
staff *v* ሠራተኞች መቅጠር
stage *n* መድረክ ፣ ደረጃ
stage *v* ማሳየት
stagger *v* መንገዳገድ
staggering *adj* ግዙፍ
stagnant *adj* የማይንቀሳቀስ
stagnate *v* መርጋት ፣ መቆም
stagnation *n* ባለበት መቆም
stain *n* ጉድፍ ፣ ብክለት
stain *v* መበከል
stair *n* ደረጃ ፣ ፎቅ
staircase *n* መወጣጫ
stairs *n* ደረጃዎች
stake *n* ችካል
stake *v* መቸከል
stale *adj* ያደረ ፣ የቆየ ፣ የሻገተ
stalemate *n* የማይሸናነፉ
stalk *n* ቅርንጫፍ ፣ አገዳ
stalk *v* ማድባት
stall *n* መደብር ፣ በረት
stall *v* መቆም ፣ መዘግየት
stammer *v* መንተባተብ
stamp *v* ማተም
stamp *n* ማሕተም
stamp out *v* መደምሰስ

S

stampede *n* መደንበር
stand *n* ቁመት ፣ አቋም
stand *iv* መቆም
stand for *v* መወከል
stand out *v* በልጦመገኘት
stand up *v* ቀጥብሎ መቆም
standard *n* ደረጃ ፣ ወሰን
standardize *v* መገመገም
standing *n* የቆመ
standpoint *n* መነሻ ፣ አቋም
standstill *adj* ቆሞየቀረ
staple *v* ማያያዝ
staple *n* ማያያዣ ሽቦ
stapler *n* ማያያዣመሣሪያ
star *n* ኮከብ
starch *n* ስታርች ፣ አሚዶ
starchy *adj* ስታርቻማ
stare *v* ማፍጠጥ
stark *adj* ድፍን ፣ የተራቆተ
start *v* መጀመር
start *n* መጀመሪያ
startle *v* ማስደንገጥ
startled *adj* ማስገረም
starvation *n* በረሀብ መሞት
starve *v* መራብ
state *n* ሁኔታ ፣ መንግሥት
state *v* ማቅረብ ፣ መናገር
statement *n* መግለጫ
station *n* ጣቢያ
stationary *adj* ባለበት የቆመ
stationery *n* የጽሕፈት መሣሪያ
statistic *n* ስታስቲክስ
statue *n* ሐውልት
status *n* ሁኔታ ፣ ክብር
statute *n* ደንብ ፣ አዋጅ
staunch *adj* ጽኑ አቋም ፣ ቆራጥ
stay *v* መቆየት ፣ ዘግየት
stay *n* ቆይታ
steady *adj* እያደር ፣ በየጊዜው
steak *n* ጥብስ
steal *iv* መስረቅ
stealthy *adj* በዝግታ
steam *n* ተን
steel *n* ብረት
steep *adj* ዳገታማ
stem *n* ግንድ
stem *v* መግታት
stench *n* የሚከረፋ
step *n* ደረጃ ፣ መረገጫ
step *v* መራመድ ወደ ፊት
step down *v* መውረድ
step out *v* መውጣት
step up *v* ማባባስ ፣ ማፋጠን
stepbrother *n* የእንጀራ ወንድም
step-by-step *adv* ቀስ በቀስ ፣ በተራ
stepdaughter *n* የእንጀራ ልጅ
stepfather *n* የእንጀራ አባት
stepladder *n* መሰላል
stepmother *n* የእንጀራ እናት
stepsister *n* የእንጀ አባት ልጅ
stepson *n* የእንጀራ ልጅ
sterile *adj* ያልተበከለ
sterilize *v* ማጽዳት
stern *n* ኋላ

stern *adj* አዳጋች
sternly *adv* ኮስታራ ፣ ጥብቅ
stew *n* ወጥ
stewardess *n* አስተናጋጅ ፣ ሴት
stick *v* ማጣበቅ
stick *iv* መለጠፍ
stick around *v* አለመራቅ
stick out *v* መቀጠል
stick to *v* መጣበቅ
sticker *n* ማጣበቂያ
sticky *adj* አጣባቂ ፣ ዝልግልግ
stiff *adj* ደረቅ ፣ የገረረ
stiffen *v* ማድረቅ ፣ ማግረር
stiffness *n* ደረቅነት
stifle *v* ማፈን ፣ መግታት
stifling *adj* መታፈን
still *adj* የረጋ
still *adv* ገና
stimulant *n* ማስነሳሻ
stimulate *v* ማነሳሳት
stimulus *n* ማነቃቂያ
sting *n* ውጋት ፣ መንደፊያ
sting *iv* መነደፍ
stinging *adj* ነዳፊ
stingy *adj* ንፉግ
stink *iv* መሽተት
stink *n* ሽታ
stinking *adj* ክርፋት
stipulate *v* በአግባቡ መግለጽ
stir *v* ማማሰል
stir up *v* ማነሳሳት
stitch *v* መስፋት
stitch *n* ስፌት
stock *v* ማከማቸት
stock *n* ክምችት
stocking *n* ስቶኪንግ
stockpile *n* ክምችት
stockroom *n* መጋዝን
stoic *adj* ታጋሽ ፣ ቻይ
stomach *n* ሆድ
stone *n* ደንጋይ
stone *v* መወገር
stool *n* ዱካ ፣ ሠገራ
stop *v* ማቆም
stop *n* ቁም
stop by *v* በቁም መጠየቅ
stop over *v* አጭር ቆይታ
storage *n* ማጠራቀሚያ
store *n* ሱቅ ፣ መደብር
store *v* ማጠራቀም
stork *n* ሺመላ ፣ የሐይቅ ወፍ
storm *n* ማዕበል
stormy *adj* ማዕበላማ
story *n* ታሪክ ፣ ተረት
stove *n* ማብሰያ
straight *adj* ቀጥተኛ ፣ ቅን
straighten out *v* ማበረታታት
strain *v* መጎዳት
strain *n* መጋለጥ
strained *adj* ሙብሰክሰክ
strainer *n* ማጣሪያ ፣ ማጥለያ
strait *n* የባሕር ወሽመጥ
stranded *adj* ግንጥል ፣ የተገለለ
strange *adj* ያልተለመደ

S

stranger *n* እንግዳ
strangle *v* ማነቅ
strap *n* ቀበቶ ፣ ጠፍር
strategy *n* ዕቅድ ፣ ዘዴ ፣ ስልት
straw *n* ገለባ
strawberry *n* እንጆሪ
stray *adj* መሠውር ፣ መወገድ
stray *v* መረን መውጣት
stream *n* ጅረት
street *n* ጐዳና
streetcar *n* ጐዳና አውቶቡስ
streetlight *n* የመንገድ መብራት
strength *n* ጥንካሬ
strengthen *v* ማጠናከር
strenuous *adj* ኃይለኛ
stress *n* ውጥረት ፣ ጭነት
stressful *adj* አስጨናቂ
stretch *v* መዘርጋት ፣ መለጠጥ
stretch *n* ዝርግ
stretcher *n* ወሳንሳ
strict *adj* የማያወላውል
stride *iv* መራመድ
strife *n* ንትርክ ፣ ጠብ
strike *n* ጥቃት ፣ አድማ
strike *iv* ማጥቃት
strike back *v* መልሶ ማጥቃት
strike out *v* የቤዝ ቦል ሕግ
strike up *v* ድጋሜ መጀመር
striking *adj* አጓጊ ፣ አስገራሚ
string *n* ክር
stringent *adj* የከረረ ፣ ጥብቅ
strip *n* ትልታይ ፣ ወሸመጥ
strip *v* ማውለቅ ፣ መገሸለጥ
stripe *n* ሰንበር ፣ መስመሮች
striped *adj* የተሰመረ
strive *iv* መጣር
stroke *n* መሰንዘር ፣ መምታት
stroll *v* መዝናናት
strong *adj* ጠንካራ
structure *n* መዋቅር
struggle *v* መታገል
struggle *n* ትግል
stub *n* ቁራጭ
stubborn *adj* ግትር
student *n* ተማሪ
study *v* ማጥናት
stuff *n* ቁሳቁስ ፣ ቅራቅንቦ
stuff *v* ማጨቅ ፣ መጠቅጠቅ
stuffing *n* የታጨቀ
stuffy *adj* የታፈገ
stumble *v* ማነቀፍ ፣ ማደናቀፍ
stun *v* ማደንዘዝ ፣ ማሳት
stunning *adj* እጅግ ማራኪ
stupendous *adj* ምጡቅ
stupid *adj* ደደብ ፣ ጅል
stupidity *n* ደደብነት ፣ ጅልነት
sturdy *adj* ጠንካራ
stutter *v* መኮላተፍ
style *n* ዘዴ ፣ ሁኔታ
subdue *v* መቆጣጠር
subdued *adj* ያዘገመ
subject *v* መግዛት ፣ ማጥቃት
subject *n* ባለቤት ፣ ባለጉዳይ
sublime *adj* እጅግ የላቀ

submerge *v* መጥለቅ
submissive *adj* ፈቃደኛ
submit *v* ማስገባት
subpoena *v* ለፍርድ ቤት ምስክርነት ለመስጠት መጠራት
subpoena *n* የፍርድ ቤት መጥሪያ
subscription *n* ዓመታዊ ክፍያ
subsequent *adj* ተከታይ
subsidiary *adj* ቅርንጫፍ
subsidize *v* መደጎም
subsidy *n* ድጎማ
subsist *v* ባለው መቆየት
substance *n* ፍሬ ነገር
substandard *adj* የወረደ ፣ መናኛ
substantial *adj* ግዙፍ ፣ ተጠቃሽ
substitute *n* ምትክ ፣ ተለዋጭ
substitute *v* መተካት
subtitle *n* ንዑስ ርዕስ
subtle *adj* ብልጥ
subtract *v* መቀነስ
subtraction *n* ቅናሽ
suburb *n* ከከተማ የወጣ
subway *n* ከመሬት በታች ያለ መጓጓዣ
succeed *v* መሳካት
success *n* ስኬት
successful *adj* ስኬታማ
successor *n* ተተኪ
succulent *adj* ፈሳሽ/እርጥበት የተሞላ
succumb *v* መረታት
such *adj* እንደ ፣ ለምሳሌ
suck *v* መጥባት
sucker *adj* ተላላ ፣ ተጣባቂ
sudden *adj* ድንገተኛ
suddenly *adv* ድንገት
sue *v* መክሰስ
suffer *v* መሰቃየት
suffer from *v* መያዝ
suffering *n* ስቃይ
sufficient *adj* በቂ
suffocate *v* መታመቅ
sugar *n* ስኳር
suggest *v* ማሳሰብ
suggestion *n* አስተያየት
suggestive *adj* አስታዋሽ
suicide *n* ራስን ማጥፋት
suit *n* ሙሉ ልብስ
suitable *adj* ምቹ
suitcase *n* ሻንጣ
sulfur *n* ድኚ
sullen *adj* አኩራፊ
sum *n* ድምር
sum up *v* መደመር
summarize *v* ማጠቃለል
summary *n* ማጠቃለያ
summer *n* በጋ
summit *n* ከፍታ
summon *v* መጠራት
sumptuous *adj* ውድ ፣ የደላው
sun *n* ፀሐይ
sun block *n* ፀሐይ ቃጠሎ መከላከያ ቅባት
sunburn *n* የፀሐይ ቃጠሎ
Sunday *n* እሁድ
sundown *n* ምሽት ፣ ስርከ

S

sunglasses *n* የፀሐይ መነጽር
sunken *adj* የሰጠመ ፤ የተሰረጐደ
sunny *adj* ፀሐያማ
sunrise *n* የፀሐይ መውጣት
sunset *n* የፀሐይ መግባት
superb *adj* ግሩም
superfluous *adj* ከበቂ በላይ
superior *adj* የበላይ
superiority *n* የበላይነት
supermarket *n* ሱፐር ማርኬት
superpower *n* ኃያልነት
supersede *v* መተካት
superstition *n* ምዋርት
supervise *v* መቆጣጠር
supervision *n* ቁጥጥር
supper *n* ራት
supple *adj* ተጣጣፊ ፤ ቀልጣፋ
supplier *n* አቅራቢ
supplies *n* አቅርቦት
supply *v* ማቅረብ
support *v* መደገፍ
supporter *n* ደጋፊ
suppose *v* ማሰብ ፤ መተንበይ
supposing *c* መላ ምት
supposition *n* ግምት
suppress *v* መጨቆን ፤ ማፈን
supremacy *n* ታላቅነት
supreme *adj* ከፍተኛ
surcharge *n* ትርፍ ክፍያ
sure *adj* እርግጠኛ
surely *adv* በእርግጠኛነት
surf *v* አረፋ
surface *n* ገጽ ፤ ሽፋን
surge *n* ንረት
surgeon *n* የቀዶ ጥገና ሐኪም
surgical *adv* ቀዶ ጥገና
surname *n* ያባት ስም
surpass *v* መብለጥ ፤ መላቅ
surplus *n* ትርፍ
surprise *v* ማስደንገጥ
surprise *n* ድንጋጤ
surrender *v* እጅ መስጠት
surrender *n* ምርኮኛ
surround *v* መከበብ ፤ መሸፈን
surroundings *n* አካባቢ
surveillance *n* ክትትል
survey *n* ቅኝት ፤ ዳሰሳ
survival *n* ድኅነት
survive *v* መዳን
survivor *n* ከአደጋ የተረፈ
susceptible *adj* የሚያጠራጥር
suspect *v* መጠርጠር
suspect *n* ጥርጣሬ
suspend *v* ማንጠልጠል
suspenders *n* ማንጠልጠያ
suspense *n* ልብ አንጠልጣይ
suspension *n* እገዳ ፤ ጥላይ
suspicion *n* ጥርጣሬ
suspicious *adj* አጣራጣሪ
sustain *v* መቆየት
sustenance *n* መጽናኛ ፤ ማቆያ
swallow *v* መዋጥ
swamp *n* ረግረግ
swamped *adj* ጫና ፤ የጨቀየ

swan *n* ዝዪ
swap *n* ለውጥ ፣ እንካ በእንካ
swap *v* መለዋወጥ
swarm *n* መንጋ ፣ ጋጋታ
swarm *v* መውረር
sway *v* ማወዛወዝ
swear *iv* መሳደብ
sweat *n* ላብ
sweat *v* ማላብ
sweater *n* ሹራብ
Sweden *n* ስዊድን
Swedish *adj* ስዊድናዊ
sweep *iv* መጠጥግ
sweet *adj* ጣፋጭ
sweeten *v* ማጣፈጥ
sweetheart *n* የፍቅር መግለጫ
sweetness *n* ማራኪ
sweets *n* ከረሜላ ፣ ጣፍጭ
swell *iv* ማበጥ
swelling *n* እብጠት
swift *adj* ፈጣን
swim *iv* መዋኘት
swimmer *n* ዋናተኛ
swimming *n* ዋና
swindle *v* ማጭበርበር
swindle *n* የተጭበረበረ
swindler *n* አጭበርባሪ
swing *iv* መወዛወዝ
swing *n* ዥዋዥዌ
Swiss *adj* ስዊዝ
switch *v* መቀየር
switch *n* ማብሪያ ማጥፊያ
switch off *v* ማጥፋት
switch on *v* ማብራት
Switzerland *n* ስዊዘርላንድ
swivel *v* መዞር
swollen *adj* እባጭ
sword *n* ሰይፍ
swordfish *n* አፉ ሹል ዓሣ
syllable *n* ድምጽ ፣ ቀለም
symbol *n* ምሳሌ ፣ ምልክት
symbolic *adj* ምሳሌያዊ
symmetry *n* አቻ ፣ ሚዛናዊ
sympathize *v* መራራት ፣ መረዳት
sympathy *n* ርኅራኄ
symphony *n* ሲምፎኒ
symptom *n* የበሽታ ምልክት
synchronize *v* እኩል መራመድ
synod *n* ሲኖዶስ ፣ ጉባኤ
synonym *n* ተመሳሳይ
synthesis *n* ቅልቅል
syphilis *n* ቂጥኝ
syringe *n* ሲሪንጅ
syrup *n* ሲሮፕ
system *n* ዘዴ ፣ ጥበብ
systematic *adj* ዘዴኛ ፣ ጥበበኛ

S

T

table *n* ጠረጴዛ
tablecloth *n* የጠረጴዛ ልብስ
tablespoon *n* የሾርባ ማንኪያ
tablet *n* እንክብል ፣ ክኒን
tack *n* አያያዝ
tackle *v* መጥለፍ ፣ መታገል
tact *n* ዘዴ
tactful *adj* ዘዴኛ
tactical *adj* በብልሀት የታቀደ
tactics *n* መንገዶች
tag *n* ታግ ፣ ተለጣፊ
tail *n* ጅራት
tail *v* መከተል
tailor *n* ልብስ ሰፊ
tainted *adj* የጎደፈ ፣ የተበከለ
take *iv* መውሰድ
take apart *v* መበታተን
take away *v* ይዞ መሔድ
take back *v* ማስታወስ
take in *v* መምጠጥ ፣ መዋጥ
take off *v* መብረር ፣ መታወቅ
take out *v* መውሰድ
take over *v* መቆጣጠር
tale *n* ወሬ ፣ ተረት
talent *n* ችሎታ
talk *v* ማውራት
talkative *adj* ወሬኛ
tall *adj* ረዥም
tame *v* ማላመድ ፣ መጋራት
tangent *n* የተጠጋ ፣ ትራስ
tangerine *n* መንደሪን
tangible *adj* ተጨባጭ ፣ ቁሳዊ
tangle *n* ትብትብ ፣ ውስብስብ
tank *n* በርሚል ፣ ታንክ
tanned *adj* የለሰለሰ ቆዳ ፣ ቡናማ ቀለም
tantamount to *adj* ያልተናነሰ
tantrum *n* ንዴት
tap *n* ቧንቧ
tap into *v* ማስገባት
tape *n* ቴፕ ፣ ማሸጊያ
tape recorder *n* መቅርጸ ድምጽ
tapestry *n* ስጋጃ ማንጣፍ
tar *n* ካርታሜ
tarantula *n* ዳሞትራ
tardy *adv* ዘገምተኛ
target *n* ዓላማ
tariff *n* ተመን
tarnish *v* መደብዘዝ
tart *n* መረን አለባበስ
tartar *n* የጥርስ ቁሻሻ
task *n* ሥራ
taste *n* ጣዕም ፣ ቅምሻ
taste *v* መቅመስ
tasteful *adj* ተወዳጅ ፣ ምርጫ አዋቂ
tasteless *adj* ጣዕም የለሽ ፣ የማያምር
tasty *adj* የሚጣፍጥ
tavern *n* ቡና ቤት
tax *n* ግብር
tea *n* ሻይ
teach *iv* ማስተማር
teacher *n* አስተማሪ

team *n* ቡድን
teapot *n* የሻይ ማፍያ
tear *iv* ማንባት ፣ ማልቀስ
tear *n* እንባ
tearful *adj* ዕንባ ማቅረር
tease *v* መቀለድ ፣ መገፋፋት
teaspoon *n* የሻይ ማንኪያ
technical *adj* ሙያዊ
technicality *n* በሙያ መሠረት
technician *n* ባለሙያ
technique *n* ዘዴ
technology *n* ቴክኖሎጅ
tedious *adj* አሰልች
tedium *n* አሰልችነት
teenager *n* ጎረምሳ
teeth *n* ጥርሶች
telegram *n* ቴሌግራም
telepathy *n* ቀድሞ ማወቅ
telephone *n* ስልክ
telescope *n* ቴሌስኮፕ (በሩቅ ያሉ አካላትን ለማየት የሚረዳ)
televise *v* በቴሌቪዥን ማሰራጨት
television *n* ቴሌቪዥን
tell *iv* መናገር
teller *n* ገንዘብ ከፋይ
telling *adj* የጐላ
temper *n* ንዴት
temperature *n* ሙቀት
tempest *n* ከባድ ማዕበል
temple *n* ቤተ መቅደስ
temporary *adj* ጊዜያዊ
tempt *v* መፈተን ፣ መጎምጀት
temptation *n* ፈተና
tempting *adj* ፈታኝ.አስጎምጅ
ten *adj* ዐሥር
tenacity *n* የሙጥኝ
tenant *n* ገባር ፣ ተከራይ
tendency *n* ዝንባሌ
tender *adj* ርኅርኅ
tenderness *n* ርኅራኄ
tennis *n* ቴንስ
tenor *n* ድምጸ ቀጭን
tense *adj* የተወጠረ
tension *n* ውጥረት
tent *n* ድንኳን
tentacle *n* የሚሳብ/የሚለጠጥ የነፍሳት ቅጥያ
tentative *adj* ተለዋጭ
tenth *n* ዐሥረኛ
tenuous *adj* አለ የማይባል
tepid *adj* ለዘብተኛ
term *n* የጊዜ ገደብ
terminate *v* ማቆም
terminology *n* ሥርወ ቃል
termite *n* ምስጥ
terms *n* የውል ጊዜ ፣ አገላለጽ
terrace *n* እርከን ፣ ረድፍ
terrain *n* መልክዐ ምድር
terrestrial *adj* ምድራዊ (ምድር ላይ ያለ/የሚኖር)
terrible *adj* አስፈሪ ፣ አስከፊ
terrific *adj* አስደሳች ፣ ትልቅ
terrify *v* መፋራት
terrifying *adj* አስፈሪ

T

territory *n* ግዛት
terror *n* ሽብር
terrorism *n* ሽብርተኛነት
terrorist *n* ሽብርተኛ
terrorize *v* ማሸበር
terse *adj* አጭር ፣ ቁርጥ
test *v* መፈተን ፣ መመርመር
test *n* ፈተና ፣ ምርመራ
testament *n* ምስክር ፣ ኪዳን
testify *v* ማረጋገጥ
testimony *n* ምስክርነት
text *n* ገጸ ንባብ
textbook *n* መማሪያ መጽሐፍ
texture *n* ልስላሴ ፣ መሻከር
thank *v* ማመስገን
thankful *adj* ደስተኛ ፣ አመስጋኝ
thanks *n* ዕድሜ ለ...
that *adj* ያ
thaw *v* መሟሟት
thaw *n* መለሳለስ
theater *n* ቲያትር ፣ ትዕይንት
theft *n* ስርቆት
theme *n* ጭብጥ ፣ ርዕስ
themselves *pro* እነሱ ራሳቸው
then *adv* ከዚያ
theologian *n* ነገረ መለኮት አዋቂ
theology *n* ነገረ መለኮት
theory *n* ንድፈ ሐሳብ
therapy *n* ሕክምና
there *adv* እዚያ
therefore *adv* ስለዚህ ፣ ስለሆነም...
thermometer *n* የሙቀት መለኪያ
thermostat *n* ሙቀት መቆጣጠሪያ
these *adj* እነዚህ ፣ እኒህ
thesis *n* በማስረጃ የተደገፈ ጽሁፍ
they *pro* እነሱ
thick *adj* ወፍራም
thicken *v* መወፈር
thickness *n* ውፍረት
thief *n* ሌባ
thigh *n* ባት
thin *adj* ቀጭን
thing *n* ነገር ፣ ጉዳይ
think *iv* ማሰብ
thinly *adv* በስሱ
third *adj* ሦስተኛ
thirst *v* መጠማት
thirsty *adj* ጥም
thirteen *adj* ዐሥራ ሦስት
thirty *adj* ሠላሳ
this *adj* ይኸ
thorn *n* እሾኽ
thorny *adj* እሾኻማ ፣ አዳጋች
thorough *adj* በጥንቃቄ የተጠናቀቀ
those *adj* እነዚያ ፣ እናንተ
though *c* ምንም እንኳ
thought *n* ሀሳብ
thoughtful *adj* አሳቢ
thousand *adj* ሺህ
thread *v* ክር በቀዳዳ ማገባት
thread *n* ክር
threat *n* ማስፈራሪያ
threaten *v* ማስፈራራት
three *adj* ሦስት

thresh *v* መውቃት
threshold *n* ደጃፍ
thrifty *adj* ቆጣቢ ፣ ቁጠባ
thrill *v* ማስደሰት
thrill *n* አስደሳች
thrive *v* ማበብ ፣ መዳበር
throat *n* ጉሮሮ
throb *v* ምታት ፣ ሕመም
throb *n* ትርታ
thrombosis *n* የደም መርጋት በሽታ
throne *n* ዙፋን
throng *n* ግርግር ፣ ጋጋታ
through *pre* ውስጥ ፣ በኩል ፣ መካከል
through (thru) *pre* በ.. ፣ በኩል ፣ በውስጥ…
throw *iv* መወርወር ፣ መጣል
throw away *v* ማስወገድ ፣ መጣል
throw up *v* ማስመለስ ፣ ማስታወክ
thug *n* አደገኛ ፣ አመጸኛ
thumb *n* አውራ ጣት
thumbtack *n* አጭር መርፌ/ሚስማር
thunder *n* ነጎድጓድ
thunderbolt *n* መብረቅና ነጎድጓድ
thunderstorm *n* ነጎድጓዳማ ዝናም
Thursday *n* ሐሙስ
thus *adv* ስለዚህ ፣ ስለሆነም…
thwart *v* ማጨናገፍ
thyroid *n* እንቅርት
tickle *v* መኮልኮል ፣ ማሳቅ
tickle *n* ኩልኮላ ፣ ውጋት
ticklish *adj* ኩልኮላ ፈሪ ፣ ከርካሪ
tidal wave *n* የውቅያኖስ ማዕበል
tide *n* ሞገድ
tidy *adj* በንጽሕና የተደራጀ
tie *n* ሐብል ፣ ማሰሪያ ፣ ትስስር
tie *v* ማሰር
tiger *n* ነብር
tight *adj* የታሰረ ፣ የተጣበበ
tighten *v* ማጥበቅ
tile *n* ምንጣፍ
till *adv* እስከዚያ
till *v* ማረስ
tilt *v* ማዘንበል
timber *n* ለጣውላ የሚሆን ደን
time *n* ጊዜ
time *v* ማደራጀት
timeless *adj* የዘወትር ፣ የማያረጅ
timely *adj* በጊዜው ፣ በሰዓቱ
times *n* ሲባዛ
timetable *n* የጊዜ ሰሌዳ
timid *adj* ዓይነ አፋር ፣ ፈሪ
timidity *n* ዓይናፋርነት
tin *n* ጣሳ ፣ ቆርቆሮ
tiny *adj* ጥቂት
tip *n* ጫፍ ፣ ትንሽ ምክር
tiptoe *n* በእግር ጣት መራመድ
tire *n* ጎማ (የመኪና)
tire *v* ማድከም
tired *adj* ድካም ፣ ሀኬት
tiredness *n* አሰልችነት
tireless *adj* የማይደክም ፣ ቻይ
tiresome *adj* አታካች
tissue *n* ክፍለ አካል
title *n* ርዕስ ፣ ማእረግ

to *pre* ከ ፣ ለ ፣ ወደ ፣ እስከ
toad *n* ጉርጥ
toast *v* መጥበስ ፣ ማሞቅ
toast *n* የተጠበሰ ዳቦ
toaster *n* መጥበሻ
tobacco *n* ትምባሆ
today *adv* ዛሬ
toddler *n* መቆም የጀመረ ሕጻን
toe *n* የእግር አውራ ጣት
toenail *n* የእግር ጣት ጥፍር
together *adv* አንድ ላይ
toil *v* መልፋት
toilet *n* መጸዳጃ ቤት
token *n* ደረሰኝ ፣ ማስታወሻ
tolerable *adj* የሚቻል ፣ የሚታገሱት
tolerance *n* መቻቻል
tolerate *v* መቻል ፣ መታገስ
toll *n* ክፍያ ፣ ደወል
toll *v* መደወል
tomato *n* ቲማቲም
tomb *n* መቃብር
tombstone *n* የመቃብር ድንጋይ
tomorrow *adv* ነገ
ton *n* ቶን
tone *n* የድምጽአወጣጥ
tongs *n* ጉጠት
tongue *n* ምላስ ፣ ቋንቋ
tonic *n* አስደሳች
tonight *adv* በምሽት ፣ ዛሬማታ
tonsil *n* እንጥል
too *adv* በጣም
tool *n* መሣሪያ
tooth *n* ጥርስ
toothache *n* የጥርስ ሕመም
toothpick *n* ጥርስ ማጽጃ
top *n* ከፍ ያለ ፣ ጫፍ
topic *n* ርዕስ ጉዳይ
topple *v* መገርሰስ ፣ ማውረድ
torch *n* የእጅ ባትሪ
torment *v* ማሰቃየት
torment *n* ስቃይ
torrent *n* ጎርፍ ፣ ዶፍ
torrid *adj* ስሜታዊ
torso *n* ከራስ
tortoise *n* ኤሊ
torture *v* መሰቃየት
torture *n* ስቃይ
toss *v* መወርወር ፣ ማወዛወዝ
total *adj* ድምር ፣ አጠቃላይ
totalitarian *adj* ጠቅል አዛዥ
totality *n* ሙሉነት
touch *v* መንካት ፣ መዳሰስ
touch *n* ዳሰሳ
touch on *v* መጥቀስ
touch up *v* ማሻሻል
touching *adj* አሳዛኝ ፣ ስሜት የሚነካ
tough *adj* ጠንካራ
toughen *v* ማጠንከር
tour *n* ጉዞ
tourism *n* ጉብኝት ፣ ቱሪዝም
tourist *n* ጎብኝ
tournament *n* ፉክክር ፣ ውድድር
tow *v* መጎተት
tow truck *n* የተበላሸ መኪና

T

towards *pre* ወደ
towel *n* ፎጣ
tower *n* ማማ ፣ ቆጥ
towering *adj* በጣም ረዥም
town *n* ከተማ
town hall *n* ማዘጋጃ ቤት
toxic *adj* መርዛማ
toxin *n* መርዘኛ
toy *n* አሻንጉሊት
trace *v* ማግኘት ፣ መገልበጥ
track *n* የእግር መንገድ ፣ ሀዲድ
track *v* በዱካው ማግኘት
traction *n* መጐተት
tractor *n* ማረሻ መኪና
trade *n* ንግድ ፣ ሸቀጥ
trade *v* መነገድ ፣ መሸጥ
trademark *n* የንግድ ምልክት
trader *n* ነጋዴ
tradition *n* ትውፊት
traffic *n* የመኪና እንቅስቃሴ
traffic *v* ሕገወጥ ንግድ
tragedy *n* አሳዛኝ አጋጣሚ
tragic *adj* አሳዛኝ
trail *v* መከተት ፣ መንቀርፈፍ
trail *n* ዱካ ፣ ምልክት
trailer *n* ተጎታች
train *n* ባቡር
train *v* መሠልጠን
trainee *n* ሰልጣኝ
trainer *n* አሠልጣኝ
training *n* ሥልጠና
trait *n* ጠባይ
traitor *n* ከዳተኛ
trajectory *n* ጉብጠት
tram *n* የኤሌክትሪክ ባቡር
trample *v* መርገጥ
trance *n* ስጋት ፣ ድንጋዜ
tranquility *n* ጸጥታ
transaction *n* ግብይት
transcend *v* ማየል
transcribe *v* መጻፍ
transfer *v* ማስተላለፍ
transfer *n* ዝውውር
transform *v* ማሸጋገር ፣ መለወጥ
transformation *n* ሽግግር ፣ ለውጥ
transfusion *n* ልገሳ
transient *adj* ጊዜያዊ
transit *n* መጓጓዣ
transition *n* ሽግግር
translate *v* መተርጎም
translator *n* ተርጓሚ
transmit *v* ማስተላለፍ
transparent *adj* አስተላላፊ
transplant *v* ማዛወር ፣ መተካት
transport *v* መጓጓዝ
trap *n* ወጥመድ ፣ ጋሬ
trap *v* ማጥመድ
trash *n* ውዳቂ ፣ የተናቀ
trash can *n* ቆሻሻመጣያ
traumatic *adj* መጥፎ ትዝታ
traumatize *v* ማሰቀቅ ፣ ማሰቃየት
travel *v* መጓዝ
traveler *n* ተጓዥ
tray *n* ትሪ ፣ ዝርግ ሰሐን

T

treacherous *adj* አታላይ ፣ ሸማቂ
treachery *n* ከዳተኛ
tread *iv* መርገጥ ፣ መራመድ
treason *n* ባንዳ
treasure *n* ሀብት ፣ ቅርስ
treasurer *n* የንብረት ጠባቂ
treat *v* ማስተናገድ ፣ ማከም
treat *n* ማስደሰት ፣ መጋበዝ
treatment *n* ሕክምና
treaty *n* ስምምነት ፣ ውል
tree *n* ዛፍ
tremble *v* መንዘፍዘፍ
tremendous *adj* በጣም ትልቅ
tremor *n* መንቀጥቀጥ
trench *n* ጉድጓድ ፣ ቦይ
trend *n* አቅጣጫ ፣ ሂደት
trendy *adj* ወቅታዊ
trespass *v* መጣስ ፣ መበደል
trial *n* ምርመራ
triangle *n* ሦስት ማእዘን
tribe *n* ጐሣ
tribulation *n* መከራ
tribunal *n* ችሎት
tribute *n* ግብር
trick *n* ማታለያ ፣ ማታለል
trick *v* ማታለል
trickle *v* መጉረፍ
tricky *adj* የተምታታ
trigger *v* ማስነሣት
trigger *n* መተኮሻ መላጭ
trim *v* ማስተካከል
trimester *n* ዝጠነኛ ወር
trimmings *n* ተከታይ ምግብ
trip *n* ጉዞ ፣ ምርቃና
trip *v* መደናቀፍ ፣ ማብራት
triple *adj* ሦስተኛ መድገም
tripod *n* ባለሶስት እግር መቆሚያ
triumph *n* ድል ፣ ርካታ
triumphant *adj* ባለድል
trivial *adj* አላስፈላጊ ፣ ዋጋቢስ
trivialize *v* ማንኳሰስ
trolley *n* የሱቅ ጋሪ
troop *n* ሠራዊት
trophy *n* ዋንጫ
tropic *n* ሐሳባዊ መስመር
tropical *adj* የትሮፒክ አካባቢ
trouble *n* ችግር ፣ መከራ
trouble *v* መቸገር
troublesome *adj* አስቸጋሪ
trousers *n* ሱሪ ፣ ቦላሌ
trout *n* ዓሣ ፣ ቁጡ ሸማግሌ
truce *n* ዕርቅ (ጊዜያዊ)
truck *n* የጭነት መኪና
trucker *n* የከባድ መኪና ሹፌር
trumped-up *adj* የፈጠራ ወሬ መንዛት
trumpet *n* ጥሩምባ ፣ መለከት
trunk *n* ግንድ ፣ ኩምቢ
trust *v* ማመን ፣ መታመን
trust *n* እምነት
truth *n* እውነት
truthful *adj* እውነተኛ
try *v* መሞከር ፣ መመርመር
tub *n* ማጠቢያ ፣ ሳፋ
tuberculosis *n* የሳምባ ነቀርሳ

T

Tuesday *n* ማክሰኞ
tuition *n* ትምህረት
tulip *n* የጸደይ አበባ
tumble *v* መገለባበጥ ፣ መውደቅ
tummy *n* ሆድ
tumor *n* ዕጢ
tumult *n* ጫጫታ ፣ ሁካታ
tumultuous *adj* ጭብጨባ ፣ ሆታ
tuna *n* አምባዛ ዓሣ
tune *n* የዜማ ቅኝት
tune *v* መቃኘት
tune up *v* መቃኘት
tunic *n* ካፖርት
tunnel *n* የዋሻ መንገድ
turbine *n* ሞተር
turbulence *n* ብጥብጥ
turf *n* መስክ ፣ ሣር
Turk *adj* ቱርክ
Turkey *n* ቱርክ
turmoil *n* ግርግር
turn *n* ዙረት
turn *v* መዞር
turn back *v* ወደ ኋላ መመለስ
turn down *v* አለመቀበል
turn in *v* መመለስ
turn off *v* ማጥፋት
turn on *v* ማብራት
turn out *v* መገኘት ፣ ማጥፋት
turn over *v* መገልበጥ
turn up *v* መከሰት
turret *n* ጉልላት
turtle *n* የኤሊ ዘር
tusk *n* የዝሆን ጥርስ
tutor *n* አስጠኚ
tweezers *n* መቆንጠጫ
twelfth *adj* ዐሥራ ሁለተኛ
twelve *adj* ዐሥራ ሁለት
twentieth *adj* ሃያኛው
twenty *adj* ሃያ
twice *adv* በድጋሚ
twilight *n* ደብዛዛ ብርሃን
twin *n* መንታ
twinkle *v* የዓይን ጥቅሻ
twist *v* ማጠፍ ፣ መዞር
twist *n* መዞሪያ ፣ እጥፋት
twisted *adj* የዞረ ፣ ጥምዝ
twister *n* አውሎ ነፋስ
two *adj* ሁለት
tycoon *n* ስኬታማ ነጋዴ
type *n* ዓይነት ፣ ታይፕ
type *v* በታይፕ መጻፍ ፣ መለየት
typical *adj* ዓይነተኛ
tyranny *n* የግፍ አገዛዝ
tyrant *n* ግፈኛ መሪ ፣ አምባገነን

U

ugliness *n* አስቀያሚነት
ugly *adj* አስስቀያሚ
ulcer *n* አልሰር ፣ ቁስል
ultimate *adj* ፍጹም ፣ የመጨረሻ
ultimatum *n* የመጨረሻ ምርጫ
ultrasound *n* አልትራ ሳውንድ
umbrella *n* ጥላ ፣ ጃን ጥላ
umpire *n* አጫዋች ፣ ዳኛ
unable *adj* አቅመ ቢስ
unanimity *n* ሙሉ ስምምነት
unarmed *adj* ትጥቅ መፍታት
unassuming *adj* የማይገመት
unattached *adj* ያልተያያዘ
unavoidable *adj* የማይወገድ
unaware *adj* ያልታወቀ
unbearable *adj* ከአቅም በላይ
unbeatable *adj* የማይሸነፍ
unbelievable *adj* የማይተታመን
unbiased *adj* ያልተምታታ
unbroken *adj* ያልተሰበረ
unbutton *v* አዝራር መንቀል
uncertain *adj* እርግጠኛ ያልሆነ
uncle *n* አጐት
uncomfortable *adj* የማይመች
uncommon *adj* ያልተለመደ
unconscious *adj* ራሱን የሳተ
uncover *v* ማሳወቅ ፣ መግለጽ
undecided *adj* ያልተወሰነ
undeniable *adj* የማይካድ
under *pre* ሥር ፣ በ
undercover *adj* ድብቅ
underdog *n* ደካማ ቡድን
undergo *v* ማለፍ ፣ መሳተፍ
underground *adj* ከመሬት ሥር
underlie *v* መሠረት ፣ መነሻ
underline *v* ማስመር
underlying *adj* ዋና
undermine *v* መናቅ
underneath *pre* በታች
underpass *n* መሻለኪያ
understand *v* መረዳት
understandable *adj* መገንዘብ የሚቻል
understanding *adj* መረዳት
undertake *v* መጀመር
underwear *n* ውስጥ ልብስ
underwrite *v* መዋስ
undeserved *adj* የማይገባ
undesirable *adj* የማይፈለግ
undisputed *adj* የማያጠያየቅ
undo *v* መክፈት ፣ መሻር
undoubtedly *adv* በርግጥ
undress *v* መግፈፍ
undue *adj* ከመጠን በላይ
unearth *v* ቆፍሮማውጣት
uneasiness *n* አለመመቸት
uneasy *adj* የማይመች
uneducated *adj* ያልተመማረ
unemployed *adj* ሥራ አጥ
unemployment *n* ሥራ አጥነት
unending *adj* የማያልቅ

U

unequal *adj* የማይመጣጠን
unequivocal *adj* በእርግጥ
uneven *adj* የተዛባ
uneventful *adj* ያልተለየ
unexpected *adj* ያልተጠበቀ
unfailing *adj* የማይለወጥ
unfair *adj* ኢፍትሐዊ
unfairly *adv* በተዛባ ሁኔታ
unfairness *n* ያልተመዛዘነ
unfaithful *adj* አለመታመን
unfamiliar *adj* ያልተለመደ
unfasten *v* መፍታት
unfavorable *adj* የማይመች
unfit *adj* ያልሆነ
unfold *v* መዘርጋት
unforeseen *adj* ያልተጠበቀ
unforgettable *adj* የማይረሳ
unfounded *adj* መሠረት የለሽ
unfriendly *adj* ያልተወደደ
unfurnished *adj* ባዶ ፤ ያልተሟላ
ungrateful *adj* የሚያበሳጨ
unhappiness *n* ቅያሜ
unhappy *adj* የሚያስከፋ
unharmed *adj* ያልተጎዳ
unhealthy *adj* ሕሙም
unheard-of *adj* ያልተለመደ
unhurt *adj* ያልተጎዳ
unification *n* ጥምረት
uniform *n* ወጥ ፤ አንድ ዓይነት
uniformity *n* ወጥነት
unify *v* ማጣመር ፤ ማዋሐድ
unilateral *adj* ግላዊ
union *n* ቅልቅል ፤ ጥምረት
unique *adj* ልዩ
unit *n* አንድ
unite *v* ማበር
unity *n* ኅብረት
universal *adj* ዓለም አቀፍ
universe *n* ሕዋ
university *n* ዩኒቨርስቲ
unjust *adj* ፍትሕ የለሽ
unjustified *adj* የማይገባ
unknown *adj* የማይታወቅ
unlawful *adj* የማይፈቀድ
unleaded *adj* ሊድ የለሽ
unleash *v* ማስነሳት
unless *c* ያለበለዚያ
unlike *adj* በተለየ ፤ የተለየ
unlikely *adj* ላይሆን የሚችል
unlimited *adj* መጠን የለሽ
unload *v* ማውረድ
unlock *v* መክፈት
unlucky *adj* ዕድለ ቢስ
unmarried *adj* ያላገባ ፤ ያላገባች
unmask *v* ማጋለጥ
unmistakable *adj* ያለመሳሳት
unnecessary *adj* ዛዛታ
unnoticed *adj* የማይታይ
unoccupied *adj* ያልተያዘ
unofficially *adv* ድብቅ
unpack *v* ማራገፍ ፤ ማጋባት
unpleasant *adj* አስቀያሚ
unplug *v* መንቀል
unpopular *adj* ያልታወቀ

U

unpredictable *adj* የማይተነበይ
unprofitable *adj* የማያተርፍ
unprotected *adj* ክፍት
unravel *v* መተርተር
unreal *adj* ምናባዊ ፣ ሕልም
unrealistic *adj* የማይጨበጥ
unreasonable *adj* መምክንያትየለሽ
unrelated *adj* የማይገናኝ
unreliable *adj* የማይታመን
unrest *n* ሽብር
unsafe *adj* አስፈሪ
unselfish *adj* የማይስገበገብ
unspeakable *adj* የማይነገር
unstable *adj* ያልተረጋጋ
unsteady *adj* ያልጠነከረ
unsuccessful *adj* አለመሳካት
unsuitable *adj* የማይገጥም
unsuspecting *adj* የማይጠበቅ
unthinkable *adj* የማይታሰብ
untie *v* መፍታት
until *pre* እስከ
untimely *adj* ያለጊዜው ፣ ገና
untouchable *adj* የማይነካ
untrue *adj* ውሸት
unusual *adj* ያልተለመደ
unveil *v* መገለብ ፣ መገለጥ
unwillingly *adv* ያለፈቃደኛነት ፣ በግድ
unwind *v* መዘርጋት
unwise *adj* ሞኝ
unwrap *v* ማፍታት ፣ መተርተር
upbringing *n* አስተዳደግ
upcoming *adj* መጭው
update *v* ማደስ ፣ ማሻሻል
upgrade *v* ማሳደግ
upheaval *n* አብዮት
uphill *adv* ጥረት ፣ ዳገት
uphold *v* መደገፍ
upholstery *n* ማልበስ ፣ መለበድ
upkeep *n* ጥገና
upon *pre* በ ፣ በ...ላይ
upper *adj* ላይ
upright *adj* መቆም
uprising *n* አመጽ ፣ ነውጥ
uproar *n* አመጽ ፣ ጩኸት
uproot *v* መንቀል
upset *v* ማመሳቀል
upside-down *adv* የተገለበጠ
upstairs *adv* ፎቅ
uptight *adj* ቁጡ
up-to-date *adj* የተሻሻለ
upturn *n* የተሻለ
upwards *adv* ወደ ላይ
urban *adj* የከተማ
urge *n* ችኮላ
urge *v* ማቻኳል
urgency *n* አስቸኳይነት
urgent *adj* አስቸኳይ
urinate *v* መሽናት
urine *n* ሽንት
urn *n* ፌርሙስ
us *pro* እኛ
usage *n* ጥቅም
use *v* መጥቀም
use *n* ጥቅም

U

used to *adj* ከቀድሞ ጀምሮ
useful *adj* ጠቃሚ
usefulness *n* ጠቃሚነት
useless *adj* የማይጠቅም
user *n* ተጠቃሚ
usher *n* አስተናባሪ
usual *adj* የተለመደ
usurp *v* ያለአግባብ መያዝ
utensil *n* እቃ
uterus *n* ማኅፀን
utilize *v* መጠቀም
utmost *adj* ቢበዝ ቢበዛ
utter *v* ማጽደቅ ፣ ማወጅ

V

vacancy *n* ክፍት ፣ ያልተያዘ
vacant *adj* ክፍተት
vacate *v* መልቀቅ
vacation *n* እረፍት
vaccinate *v* መከተብ
vaccine *n* ክትባት
vacillate *v* መወላወል
vagrant *n* ቦዘኔ
vague *adj* ደብዛዛ
vain *adj* ራስ ወዳድ
vainly *adv* ያልተሳካ
valiant *adj* ትጉ ፣ ጀግና ፣ ባለወኔ
valid *adj* የተረጋገጠ
validate *v* ማረጋጥ
validity *n* ተቀባይነት
valley *n* ሸለቆ
valuable *adj* ዋጋ ያለው
value *n* ዋጋ ፣ ዕሴት
value *v* ዋጋ መስጠት
valve *n* የቧንቧ ጉሮሮ
vampire *n* ደም መጣጭ ሬሳ
van *n* ሸፍን ጭነት መኪና
vandal *n* አጥፊ
vandalism *n* የጥፋት ወንጀል
vandalize *v* ማውደም
vanguard *n* መሪ ፣ አውራ ፣ ሙሴ
vanish *v* መሰወር ፣ መጥፋት
vanity *n* ከንቱ
vanquish *v* መርታት
vaporize *v* መትነን
variable *adj* ተለዋጭ
varied *adj* በተለየ ፣ ልዩ
variety *n* በየዓይነቱ
various *adj* ብዙ ፣ ልዩ ልዩ
varnish *v* መቀባት
varnish *n* ዘይት ቅባት
vary *v* መለየት
vase *n* የአበባ ማስቀመጫ
vast *adj* ሰፊ
veal *n* የጥጃ ሥጋ
veer *v* ድንገት መታጠፍ
vegetable *v* አትክልት
vegetarian *v* አትክልት በላተኛ
vegetation *n* ቅጠላ ቅጠል

vehicle *n* ተሽከርካሪ
veil *n* ከንብንብ
vein *n* የደም ሥር
velocity *n* ፍጥነት
velvet *n* ለስላሳ ፣ ጥላስ
venerate *v* ማክበር
vengeance *n* በቀል
venison *n* የአጋዝን ሥጋ
venom *n* መርዝ
vent *n* ማናፈሻ ቀዳዳ
ventilate *v* ማናፈስ
ventilation *n* አየር መግቢያ
venture *v* ለአደጋ የተገለጠ
venture *n* አደገኛ
verb *n* ግሥ
verbally *adv* በቃል
verbatim *adv* ቃል በቃል
verdict *n* ብይን ፣ ፍርድ
verge *n* ቅርብ ምስከር
verification *n* ማረጋገጫ
verify *v* ማረጋገጥ
versatile *adj* ሁል ገብ ሙያ
verse *n* ጥቅስ ፣ ስንኝ
versed *adj* አዋቂ ፣ ስልጡን
version *n* ዕትም
versus *pre* ከ…ጋር ፣ ተቃራኒ
vertebra *n* የጀርባ አጥንት
very *adv* በጣም
vessel *n* ዋንጫ ፣ ቱቦ
vest *n* ከነቲራ
vestige *n* ቁራጭ ፣ ፍርስራሽ
veteran *n* ልምድ ያለው ፣ አዋቂ
veterinarian *n* የእንስሳ ሐኪም
veto *v* ማገጃ
viaduct *n* ድልድይ
vibrant *adj* ንቁ ፣ ሕያው
vibrate *v* መርገብገብ
vibration *n* ርግብግቢት
vice *n* ምክትል ፣ ክፉ
vicinity *n* ጉርብትና
vicious *adj* አረመኔያዊ
victim *n* ተጠቂ
victimize *v* ተጎጂ ማድረግ
victor *n* አሸናፊ
victorious *adj* ባለ ድል
victory *n* ድል
view *n* አመለካከት
view *v* መመልከት
viewpoint *n* ምልከታ
vigil *n* ዋዜማ
village *n* መንደር
villager *n* መንደርተኛ
villain *n* እኩይ
vindicate *v* ማቁም
vindictive *adj* ቂመኛ
vine *n* ወይን
vinegar *n* ኮምጣጤ
vineyard *n* የወይን ቦታ
violate *v* መጣስ ፣ ቁጡ
violence *n* አመጽ ፣ ጉዳት
violent *adj* አጥፊ
violet *n* ሐምራዊ ፣ አበባ
violin *n* ቫዮሊን
violinist *n* ቫዮሊን ተጫዋች

V

viper *n* እፉኝት
virgin *n* ድንግል ፣ ድንጋሌ
virginity *n* ድንግልና
virile *adj* ወንድ
virility *n* ወንድነት
virtually *adv* ተቀራራቢ በሆነ መልኩ
virtue *n* መልካምነት ፣ ንጹህነት
virtuous *adj* ደግ
virulent *adj* መርዛማ
virus *n* ቫይረስ
visibility *n* መታየት
visible *adj* የሚታይ
vision *n* እይታ ፣ ሕልም
visit *n* ጉብኝት
visit *v* መጎብኘት
visitor *n* ጎብኚ
visual *adj* ሥዕላዊ
visualize *v* ሥዕላዊ ዕይታ መስጠት
vital *adj* አስፈላጊ
vitality *n* አስፈላጊነት
vitamin *n* ቫይታሚን ፣ ጠቃሚ ንጥረ-ነገር
vivacious *adj* ተወዳጅ ጸባይ
vivid *adj* ግልጽ
vocabulary *n* ቃላት
vocation *n* ጥሪ
vogue *n* የወቅቱ ፣ ፋሽን
voice *n* ድምጽ
void *adj* ባዶ
volatile *adj* መትነን ፣ ተለዋዋጭ
volcano *n* እሳተ ገሞራ
volleyball *n* የመረብ ኳስ
voltage *n* የኤክትሪክ መጠን
volume *n* ይዘት
volunteer *n* ፈቃደኛ
vomit *v* ማስታወክ
vomit *n* ትውኪያ
vote *v* መምረጥ
vote *n* ምርጫ
voting *n* ምርጫ
vouch for *v* ተያዥ መሆን
voucher *n* ደረሰኝ
vow *v* ስለት ፣ ኪዳን
vowel *n* ድምጽ ሰጭ ቃላት
voyage *n* ጉዞ
voyager *n* ተጓዥ
vulgar *adj* ጋጥ ወጥ
vulgarity *n* አስቀያሚነት
vulnerable *adj* ለጥቃት የተጋለጠ
vulture *n* ጥንብ አንሣ

W

wafer *n* ለስላሳ
wag *v* ማውለብለብ
wage *v* መቀጠል (ጥል ፣ ጦርነትን)
wage *n* ደመወዝ
wagon *n* ጋሪ ፣ ሰረገላ
wail *n* ወዮታ ፣ ጩኸት
wail *v* መጮኽ

waist *n* ወገን
wait *v* መጠበቅ
waiter *n* አስተናጋጅ
waiting *n* ጥበቃ
waitress *n* ሴት አስተናጋጅ
waive *v* ማስተላለፍ
wake up *iv* መንቃት
walk *v* መራመድ
walk *n* ርምጃ
walkout *n* መውጣት
wall *n* ግድግዳ
wallet *n* የኪስ ቦርሳ
walnut *n* ጥሬ
walrus *n* የባሕር አውሬ
waltz *n* መደነስ ፣ እስክስታ
wander *v* መዞር
wanderer *n* ዘዋሪ
wane *v* መዳከም
want *v* መፈለግ
war *n* ጦርነት
ward *n* ክፍል
warden *n* ዋርድያ ፣ ዘብ
wardrobe *n* ቁም ሳጥን
warehouse *n* መጋዝን
warfare *n* ውጊያ
warm *adj* ሙቅ ፣ ለብ ያለ
warm up *v* ማሟሟቅ
warmth *n* ቀዝቀዝ
warn *v* ማስጠንቀቅ
warning *n* ማስጠንቀቂያ
warp *v* መሸብለል
warped *adj* ጥቅል
warrant *v* ማረጋገጫ
warrant *n* የፍርድ ቤት ማዘዣ
warranty *n* ዋስትና
warrior *n* ጦረኛ ፣ ተዋጊ
warship *n* የጦር መርከብ
wart *n* ኪንታሮት
wary *adj* ጥንቃቄ ፣ ሥጋት
wash *v* ማጠብ ፣ ማንጻት
washable *adj* የሚታጠብ
wasp *n* ተርብ
waste *n* የተበላሸ ፣ ቆሻሻ
waste *v* ማባላሸት
waste basket *n* የቆሻሻ ቅርጫት
wasteful *adj* ብክነት
watch *n* ሰዓት
watch *v* ማየት
watch out *v* ተጠንቀቅ
watchful *adj* በትኩረት መከታተል
watchmaker *n* ሰዓት ሠሪ
water *n* ውሃ
water *v* ማጠጣት
water down *v* ማቅጠን
water heater *n* ማሞቂያ
waterfall *n* ፏፏቴ
watermelon *n* ሃባብ
waterproof *adj* ውሃ የማያስገባ
watershed *n* ተጠቃሽ ጊዜ ፣ ግድብ
watertight *adj* ውሃ የማያሰርግ
watery *adj* ውሃማ ፣ ውሃ ያዘለ
watt *n* ዋት (ኤሌክትሪክ ኃይል መለኪያ)
wave *n* ሞገድ
wave *v* ማውለብለብ (እጅን)

W

waver *v* ፈራ ተባ
wavy *adj* ጥምልምል
wax *n* ሰም
way *n* መንገድ ፣ ዘዴ ፣ ሁኔታ
way in *n* መግቢያ
way out *n* መውጫ ፣ ማምለጫ
we *pro* እኛ
weak *adj* ደካማ
weaken *v* ማዳከም
weakness *n* ድክመት
wealth *n* ሀብት
wealthy *adj* ሀብታም
weapon *n* የጦር መሣሪያ
wear *n* ልብስ
wear *iv* መልበስ
wear down *v* ማዳከም
wear out *v* ማዛል ፣ ማስለል
weary *adj* የዛለ ፣ የደከመ
weather *n* የአየር ሁኔታ
weave *iv* መሸመን
web *n* ድር
web site *n* ድረ ገጽ
wed *iv* ማጋባት
wedding *n* ሠርግ
wedge *n* ሽብልቅ ፣ ውታፍ
Wednesday *n* ረቡዕ
weed *n* አረም
weed *v* ማረም
week *n* ሳምንት
weekday *adj* የሳምንቱ ቀን (ከቅዳሜና እሁድ ውጪ)
weekend *n* የሳምንት መጨረሻ ፣ ቅዳሜና እሁድ
weekly *adv* በየሳምንቱ ፣ ሳምንታዊ
weep *iv* ማልቀስ
weigh *v* መመዘን
weight *n* ክብደት
weird *adj* መጥፎ ፣ ያልተለመደ
welcome *v* በመልካም ሁኔታ መቀበል
welcome *n* መልካም አቀባበል
weld *v* መበየድ
welder *n* መበየጃ ፣ በያጅ
welfare *n* ደህንነት
well *n* ደህና ፣ ጥሩ
well-known *adj* በደንብ የታወቀ
well-to-do *adj* ሀብታም
west *n* ምዕራብ
westbound *adv* ምዕራባዊ ጉዞ
western *adj* ምዕራባዊ
westerner *adj* ምዕራባዊ ሰው
wet *adj* እርጥብ
whale *n* ዓሣ ነባሪ
wharf *n* ወደብ
what *adj* ምን
whatever *adj* ምንም ቢሆን
wheat *n* ስንዴ
wheel *n* ተሽከርካሪ ጐማ
wheelbarrow *n* የእጅ ጋሪ
wheelchair *n* ባለ ጎማ የአካል ጉዳተኞች ወንበር
wheeze *v* ማቃሰት
when *adv* መቼ
whenever *adv* መቼም ቢሆን
where *adv* የት
whereabouts *n* ያለበት ቦታ

whereas *c* ሆኖም ግን
whereupon *c* ከዚያ በኋላ
wherever *c* የትም
whether *c* ያም
which *adj* የቱ
while *c* በሌላ በኩል
whim *n* ድንገተኛ ሃሳብ
whine *v* ማለቃቀስ
whip *v* መግረፍ
whip *n* ጅራፍ
whirl *v* ማዞር ፣ ማማሰል
whirlpool *n* አዙሪት
whiskers *n* ጢም ፣ የድመት ጢም
whisper *v* ማሾከሾከ
whisper *n* ሹክሹክታ
whistle *v* ማፏጨት ፣ ማናፋት
whistle *n* ጡሩምባ ፣ ፊሽካ
white *adj* ነጭ
whiten *v* ማገርጣት
whittle *v* መጥረብ
who *pro* ማን
whoever *pro* ማንም
whole *adj* ሁሉም ፣ በአጠቃላይ
wholehearted *adj* ከልብ ፣ በሙሉ ልብ
wholesale *n* ጅምላ ንግድ
wholesome *adj* በጎነት (ለጤንነት)
whom *pro* ለማን
why *adv* ለምን
wicked *adj* ክፉ
wickedness *n* ክፋት ፣ ኃጢአት
wide *adj* ሰፊ
widely *adv* በስፋት
widen *v* ማስፋት
widespread *adj* በሰፊው የተሰራጨ
widow *n* ባሏ የሞተባት
widower *n* ሚስቱ የሞተችበት
width *n* ወርድ
wield *v* መያዝ ፣ መጨበጥ
wife *n* ሚስት
wig *n* ሰው ሰራሽ ጸጉር
wiggle *v* መንገዳገድ
wild *adj* ያልተገራ ፣ ዱር ፣ ጫካ
wild boar *n* የዱር ዓሣማ
wilderness *n* ዱር ፣ በረሀ ፣ ጫካ
wildlife *n* የዱር አራዊት
will *n* ፈቃድ ፣ ኑዛዜ (የሞት)
willfully *adv* ፈቃደኛ
willing *adj* ፈቃደኛ
willingly *adv* በፈቃደኛነት
willingness *n* ፈቃደኛነት
willow *n* አኻሎ ዛፍ
wily *adj* ብልጥ ፣ አታላይ
wimp *adj* ፈሪ
win *iv* ማሸነፍ
win back *v* መልሶ ማግኘት
wind *n* ነፋስ
wind *iv* ማጠንጠን
wind up *v* ማጠቃለል
winding *adj* የሚጠማዘዝ ፣ የሚጠማለል
windmill *n* በነፋስ የሚሰራ ወፍጮ
window *n* መስኮት
windpipe *n* የአየር ቱቦ
windshield *n* የነፋስ መከላከያ
windy *adj* ንፋሳማ

W

wine *n* ወይን
winery *n* ወይን መጥመቂያ
wing *n* ክንፍ
wink *n* ጥቅሻ
wink *v* መጥቀስ
winner *n* አሸናፊ
winter *n* ክረምት
wipe *v* መጥረግ
wipe out *v* ማጥፋት ፤ መደምሰስ
wire *n* ገመድ ፣ ሽቦ
wireless *adj* ገመድ አልባ
wisdom *n* ጥበብ
wise *adj* ምኞት
wish *v* መመኘት
wish *n* ምኞት
wit *n* ቀልድ
witch *n* ምትሐተኛ ሴት
witchcraft *n* ጥንቆላ ፣ ምዋርት
with *pre* በ ፣ ጋር
withdraw *v* መተው ፤ ማቋረጥ
withdrawal *n* ማፈግፈግ
withdrawn *adj* መመሰጥ ፣ ዝምታ
wither *v* መድረቅ
withhold *iv* መንፈግ
within *pre* ውስጥ
without *pre* ያለ
withstand *v* መቋቋም
witness *n* ምስክር
witty *adj* ቀልደኛ ፣ ተጫዋች
wives *n* ሚስቶች
wizard *n* ጠንቋይ ፣ ምትሐተኛ
wobble *v* መንገራደድ ፤ መንገጫገጭ
woes *n* ችግር ፣ መከራ ፣ ሐዘን
wolf *n* ተኩላ
woman *n* ሴት
womb *n* ማሕፀን
women *n* ሴቶች
wonder *n* የሚደነቅ ፤ ተደናቂ
wonder *v* መገረም ፣ ማድነቅ
wonderful *adj* አስደሳች ፣ በጣም ጥሩ
wood *n* እንጨት
wooden *adj* እንጨታማ
wool *n* ሱፍ
woolen *adj* የሱፍ
word *n* ቃል
wording *n* የቃላት አመራረጥ
work *n* ሥራ ፣ ተግባር
work *v* መሥራት ፣ መተግበር
work out *v* መፈጸም ፤ መጣር
workable *adj* የሚተገበር ፣ ተግባራዊ
workbook *n* መልመጃ ደብተር
worker *n* ሠራተኛ
workshop *n* ማምረቻ ፣ መሥሪያ
world *n* ዓለም
worldly *adj* ዓለማዊ
worldwide *adj* ዓለም አቀፍ
worm *n* ትል
worn-out *adj* ከጥቅምውጭ
worrisome *adj* አስጨናቂ
worry *v* አዘነ ፣ ሰጋ
worry *n* ሀዘን ፣ ስጋት
worse *adj* የባሰ
worsen *v* ማባስ ፣ ማባባስ
worship *n* አምልኮ

W

worst *adj* እጅግ በጣም የከፋ
worth *adj* የተገባው
worthless *adj* የማይጠቅም
worthwhile *adj* አስፈላጊ ፣ ጠቃሚ
worthy *adj* ጠቃሚ ፣ የሚረባ
would-be *adj* ሊሆን የሚችል
wound *n* ቁስል
wound *v* መቁሰል
woven *adj* የተሸመነ
wrap *v* መጠቅለል
wrap up *v* ማጠቃለል
wrapping *n* መጠቅለያ
wrath *n* ቁጣ
wreath *n* የአበባ ጉንጉን ፤ እቅፍ
wreck *v* ስባሪ ፣ ክስካሽ
wreckage *n* ፍራሽ ፣ ውዳሚ
wrench *n* ማዞር ፣ መፍታት
wrestle *v* መታገል
wrestler *n* የሚታገል ፣ ታጋይ
wrestling *n* ነጻ ትግል
wretched *adj* የተጎሳቆለ
wring *iv* መጠምዘዝ
wrinkle *v* መሸብሸብ
wrinkle *n* ሽብሽብ
wrist *n* አንጓ
write *iv* መጻፍ
write down *v* መጻፍ
writer *n* ደራሲ ፣ ጸሐፊ
writhe *v* መጥመልመል
writing *n* ጽሕፈት ፤ ድርሰት
written *adj* የተጻፈ
wrong *adj* የተሳሳተ

X

X-mas *n* ገና (በዓል)
X-ray *n* ራጅ

Y

yacht *n* ጀልባ
yam *n* የድንች ዘር
yard *n* ግቢ ፤ ርዝመት መለኪያ
yarn *n* ድር
yawn *n* ማዛጋት
yawn *v* ማዛጋት
year *n* ዓመት
yearly *adv* ዓመታዊ
yearn *v* መጓጓት
yeast *n* እርሾ
yell *v* መጮኽ
yellow *adj* ቢጫ
yes *adv* አዎ
yesterday *adv* ትናንት
yet *c* ገና ፣ ሆኖም
yield *v* ማምረት ፣ ማትረፍ
yield *n* ውጤት ፣ ምርት
yoke *n* ቀንበር
yolk *n* አስኳል
you *pro* አንተ ፣ አንቺ

young *adj* ወጣት
youngster *n* ጎረምሳ ፣ ጉልበተኛ
your *adj* የአንተ ፣ የአንቺ
yours *pro* የራስህ/የራስሺ
yourself *pro* ራስህ/ራስሽ
youth *n* ወጣት
youthful *adj* ወጣትነት

Z

zap *v* መደምሰስ
zeal *n* ቅንአት
zealous *adj* ቀናተኛ ፣ ቀነናዊ
zebra *n* የሜዳ አህያ
zero *n* ባዶ ፣ ዜሮ ፣ አልባ
zest *n* ማራኪ ፣ አስደሳች
zinc *n* ዚንክ
zip code *n* አድራሻ መለያ
zipper *n* የዚፐ መቆለፊያ
zone *n* ዞን ፣ ክልል
zoo *n* የዱር አራዊት መኀብኛ
zoology *n* የእንስሳት ጥናት

Amharic-English

Bilingual Dictionaries, Inc.

Abbreviations

a - article
n - noun
e - exclamation
pro - pronoun
adj - adjective
adv - adverb
v - verb
iv - irregular verb
pre - preposition
c - conjunction

ሀ

ሀሩር *n* heat wave
ሀብታም *adj* rich, wealthy, well-to-do
ሀብት *n* wealth
ሐሙስ *n* Thursday
ሐሜት *n* slander, calumny, gossip, rumor
ሐምሌ *n* July
ሐምራዊ *n* violet
ሐሞት *n* bile
ሐሰተኛ *adj* fake
ሐሰተኛነት *n* insincerity
ሐሴት *n* ecstasy
ሐረግ *n* phrase, clause; vine
ሐር *n* silk
ሐቀኛ ስሜት *adj* fervent
ሐቁን መግለጽ *v* debunk
ሐብል *n* necklace
ሐኪም *n* physician, doctor
ሐዋርያ *n* apostle
ሐዋርያዊ *adj* apostolic
ሐውልት *n* sculpture, statue, monument
ሐዘንተኛ *adj* bereaved
ሐይቅ *n* lake
ሐፍረት *n* shame
ሀያሲ *n* critique
ሁለተኛ *adj* second
ሁለተኛ ደረጃ *adj* secondary
ሁለቱም *adj* both
ሁለት *adj* two
ሁለትዮሽ *adj* dual
ሁለት ትዳር *n* bigamy
ሁለት ቋንቋ ተናጋሪ *adj* bilingual
ሁለት ነጥብ *n* colon
ሁለገብ *adj* versatile
ሁሉም *adj* whole, all
ሁልጊዜ *adv* always
ሁናቴ *n* circumstance
ሁኔታ *n* condition, state, status
ሁኔታዊ *adj* circumstantial
ሑዳዴ ጾም *n* Lent
ሂስ *n* criticism
ሂስፓኒክ *adj* Hispanic
ሂደት *n* process, trend, course
ሒሳብ *n* account; check; math; rate, calculation
ሒሳብ ማሽን *n* calculator
ሒሳብ ሰራተኛ *n* accountant
ሒሳብ አጻጻፍ *n* notation
ሃምበርገር *n* hamburger
ሃሺሽ *n* hashish, dope
ሃሺሽ መውሰድ *v* dope
ሃያ *adj* twenty
ሃያኛው *adj* twentieth
ሃይማኖተኛ *adj* religious
ሃይማኖት *n* religion
ሃይድሮጅን *n* hydrogen
ኃላፊ *adj* responsible
ኃላፊነት *n* responsibility
ኃላፊነት መስጠት *v* entrust

ኃይል *n* energy
ኃይለኛ *adj* powerful, energetic, potent, mighty
ኃይለኛ መርዝ *n* cyanide
ኀይል *n* force, power, might
ኃያልነት *n* superpower
ኃጢአተዊ *adj* sinful
ኃጢአተኛ *n* sinner
ኃጢአት *n* sin
ሄሊኮፕተር *n* helicopter
ሄሮይን *n* heroin
ህላዌ *n* existence
ህብረ ኮከብ *n* constellation
ሕልም *n* dream
ሕመምተኛነት *n* ailment, sickness
ሕትመት *n* press, print, publication
ሕንጻ *n* building
ሕክምና *n* therapy, treatment
ሕዋ *n* universe
ሕዝቦች *n* folks
ሕዝብ *adj* public
ሕዝብ ቆጠራ *n* census
ሕይወት *n* life
ሕይወት አልባ *adj* lifeless
ሕይወት አድን *n* lifeguard
ሕዳግ *n* margin
ሕገ መንግስት *n* constitution
ሕገወጥ *v* traffic
ሕገ ወጥነት *n* disorder
ሕጋዊ *adj* legitimate, lawful, legal
ሕጋዊነት *n* legality
ሕጋዊ ማድረግ *v* formalize, legalize
ሕጋዊ ክርክር *n* litigation
ሕጋዊ ያልሆነ *adj* illegal, illicit
ሕግ *n* law
ሕግ *n* legislation
ሕግ ማርቀቅ *v* legislate
ሕግ አለመከተል *n* exception
ሕግ አውጪ *n* lawmaker, legislature
ሕግ ጥሰት *n* infraction
ሕፃን *n* baby
ኅሊና *n* conscience
ኅሊና መሳት *n* coma
ኅዳር *n* November
ሆስፒታል መግባት *v* hospitalize
ሆኖም ግን *c* whereas
ሆላንዳዊ *adj* Dutch
ሆላንድ *n* Holland
ሆስፒታል *n* hospital, infirmary
ሆርሞን *n* hormone
ሆቴል *n* hotel
ሆን ተብሎ *adj* conscious, deliberate
ሆዳም *n* glut, glutton
ሆዴ *adj* darling
ሆድ *n* abdomen, belly, stomach, tummy
ሆዱ የደረቀ *adj* constipated
ሆድ መድረቅ *v* constipate
ሆድ ማጠቢያ *adj* laxative
ሆድ ዕቃ *n* bowels
ሆድ ድርቀት *n* constipation
ኋላ ቀር *adj* primitive
ኋላ ቀርነት *n* degeneration

ለ

ለ

ለ *pre* per, to, for
ለ---መከራከር *v* advocate
ለመያዝ የማይመች *adj* cumbersome
ለማን *pro* whom
ለማንኛውም *pro* anyhow
ለማኝ *n* beggar
ለማዳ *adj* domestic
ለማዳ እንስሳ *n* pet
ለም *adj* fertile
ለም መሬት *adj* arable
ለምልም *n* oasis
ለምሳሌ *adj* such
ለምን *adv* why
ለምጻም *n* leper
ለምጽ *n* leprosy
ለሰው የማያስብ *adj* insensitive
ለስላሳ *adj* gentle, smooth, soft
ለስላሳነት *n* softness
ለቀማ *n* peck
ለቅሶ *n* worry, melancholy, sadness, sorrow, woes, mourning
ለበጠ *v* board
ለብ ያለ *adj* lukewarm
ለብቻ *adj* private, alone
ለብቻ *n* privacy
ለብቻው *adj* singlehanded
ለትንሽ *adv* closely
ለአደጋ ማጋለጥ *v* jeopardize
ለኮሰ *v* fire
ለውዝ *n* chestnut, hazelnut, nut, peanut
ለውጥ *n* swap, shift, change, transformation
ለዘለዓለም *adv* forever
ለዘብተኛ *adj* tepid
ለዛቢስ *adj* distasteful
ሊጋ *adj* premature
ሊጋ ሽንኩርት *n* celery
ሊጋሽ *n* donor
ለጤናችን *n* cheers
ለጥ ያለ *adj* even
ለጥቂት *adv* nearly
ሉል *n* pearl; sphere
ሉካንዳ *n* butchery
ሉካንዳ ነጋዴ *n* butcher
ሉዓላዊ *adj* sovereign
ሉዓላዊነት *n* sovereignty
ሊቀመንበር *n* chairman
ሊቀ ጳጳስ *n* archbishop
ሊቀጵጵስና *n* papacy
ሊቅ *adj* senior
ሊቅነት *n* seniority
ሊትር *n* liter
ሊዝ *n* lease
ሊድየለሽ *adj* unleaded
ሊድማ *adj* leaded
ሊግ *n* league
ሊፍት መጠየቅ *n* hitchhike
ሊጥ *n* dough
ላም *n* cow
ላባ *n* feather

ላብ *n* perspiration, sweat
ላብራቶሪ *n* lab
ላንቃ *n* palate
ላኪ *n* sender
ላይ *pre* on
ላይ *adj* upper
ላይዳ *n* oar
ላጲስ *n* rubber, eraser
ሌሊት *n* night
ሌላ *adj* another, other
ሌላ *n* opposite
ሌባ *n* thief
ሌተና *n* lieutenant
ልመና *n* plea
ልመና *v* beseech
ልማት *n* fertility; cultivation, development
ልማዳዊ *adj* habitual
ልማድ *n* custom, habit
ልምምድ *n* rehearsal
ልምድ *n* experience
ልምድ ያለው *n* veteran
ልሳን *n* dialect
ልስላሴ *n* texture; smoothness
ልስን *n* plaster
ልቅ *adj* lenient
ልቅነት *n* leniency
ልባስ *n* drape
ልባዊ *adj* cordial, hearty
ልብ *n* heart
ልብ ማለት *v* bear
ልብ አንጠልጣይ *n* suspense
ልብ ወለድ *n* fiction
ልብ ወለዳዊ ፈጠራ *adj* fictitious
ልብ የሚያጠፋ *adj* breathtaking
ልብምት መቆም *n* cardiac arrest
ልብስ *n* clothing, clothes, costume, garment, wear
ልብስ መስቀያ *n* rail
ልብስ መተኮስ *v* iron
ልብስ ሰፊ *n* seamstress, tailor
ልብስ የማይለብስ *n* nudist
ልዑላዊ *adj* regal
ልዑላዊነት *n* royalty
ልዑል *adj* royal
ልዑል *n* prince
ልዕልት *n* princess
ልኬትን ማስተካከል *v* calibrate
ልክ *n* size
ልክ *adj* correct
ልወደድ ማለት *v* ingratiate
ልውውጥ *n* interchange
ልዘዝ ባይ *adj* bossy
ልዩ *adj* particular, varied, distinct, different, distinctive, peculiar, separate, unique
ልዩ *n* sort
ልዩ ልዩ *adj* various
ልዩ ነገር *n* specialty
ልዩ ክፍል *n* cabin
ልዩ የጥበብስራ *n* masterpiece
ልዩ ፍቅር *n* penchant
ልዩነት *n* exception, difference, disparity, diversity

ልዩነት ማጣት *n* disunity
ልዩነትን ማስወገድ *v* desegregate
ልደት *n* birth
ልጃገረድ *n* gal, girl
ልጅ *n* child, kid, lad, offspring
ልጅነት *n* boyhood, childhood
ልጆች *n* children
ልገሳ *n* transfusion
ልጓም *n* bridle, rein
ልጣጭ *n* peel
ልጥፍ *n* plaster
ልፋት *n* exertion
ልፍስፍስ *adj* fragile
ሎሚ *n* lime, lemon
ሎሚናት *n* lemonade
ሎተሪ *n* jackpot, lottery

መ

መሐላ *n* oath
መሐረብ *n* handkerchief
መሃል ከተማ *n* downtown
መሃን *adj* barren, childless
መሐንዲስ *n* engineer
መሐከለኛ *adj* mild
መሐከል *n* middle
መሃከል *pre* between
መሄድ *v* get away, go
መሄድ *adj* left
መሆን *v* occur, be, become, happen
መሆን *n* being
መሆን መቻል *v* come about
መሆን ያለበት *v* ought to
መለልቀቅ *v* let go
መለመን *v* beg, implore, plead
መለማመድ *v* exercise
መለማመጥ *v* coax, entreat
መለማማድ *v* rehearse
መለምታ *v* sprain
መለሰን *v* plaster
መለሳለስ *adj* relaxing
መለሳለስ *v* relent
መለሳለስ *n* thaw
መለቅለቅ *v* smear
መለበድ *n* upholstery
መለብለብ *v* scorch
መለከት *n* trumpet
መለኪያ *n* measurement
መለካት *v* gauge, measure
መለኮስ *v* ignite, kindle
መለኮሻ *n* spark plug; lighter
መለኮታዊ *adj* divine
መለኮት *n* divinity
መለወጥ *v* convert, shift, divert, transform, change
መለወጥ *n* conversion
መለዋወጥ *v* exchange, interchange, swap

መለየት *v* part, separate, break away, screen, sort out, differ, vary, spot, pick, identify, distinguish
መለየት *n* parting, distinction, separation, consecration
መለያየት *v* classify; split up, break up, disconnect, dislocate
መለያየት (በዘር) *v* segregate
መለዮ *n* outfit
መለገም *v* shirk
መለጐም *v* rein
መለጠጥ *v* stretch, expand
መለጠፍ *v* plaster, patch, fix, paste, stick
መለፍለፍ *v* rave
መላመድ *n* orient, adaptation
መላመድ *v* adapt
መላምት *n* hypothesis, presupposition
መላምት *v* presuppose
መላ ምት *c* supposing
መላስ *v* lick
መላሽ *adj* responsive
መላቅ *v* surpass, outperform
መላቅ *n* excellence
መላካም *adj* fine
መላክ *v* set out, delegate, dispatch, send
መላጣ *adj* bald
መላጥ *v* scrape, peel
መላጨት *v* shave
መልሕቅ *n* anchor
መልመድ *v* acquire, accustom
መልመጃ ደብተር *n* workbook
መልስ *n* response, answer, reply
መልሶ መምታት *v* hit back
መልሶ መነሳት *n* comeback
መልሶ መያዝ *v* reclaim
መልሶ መጨበጥ *v* reclaim
መልሶ ማቋቋም *v* repatriate
መልሶ ማግኘት *v* regain, win back, counteract, strike back
መልቀም *v* pick, peck
መልቀቂያ *n* resignation
መልቀቂያ ፈቃድ *n* clearance
መልቀቅ *v* acquit
መልቀቅ *v* evacuate, leave, release, vacate
መልቀቅ *n* discharge
መልቀቅ *v* get over
መልበስ *v* dress, wear
መልበሻ *n* dressing
መልአካዊ *adj* angelic
መልአክ *n* angel
መልእክተኛ *n* courier
መልዕክተኛ *n* messenger
መልዕክት *n* epistle, message
መልከመልካም *adj* dashing
መልኩን ለወጠ *v* mutate
መልካም *adj* positive
መልካም አቀባበል *n* welcome
መልካም ፈቃድ *n* goodwill
መልካምነት *n* virtue

መልክ *n* figure; feature, complexion, look
መልክ *v* disguise
መልክ ማጥፋት *v* disfigure
መልክተኛ *n* envoy
መልክዓ ምድር *n* terrain
መልክዓምድር *n* landscape
መልፋት *v* toil
መመለስ *v* bring back
መመለስ *v* revert, come back, get back, return, go back; pick up, answer, reply, respond; give back, turn in
መመላለስ *v* shuttle
መመልመል *v* recruit
መመልከት *v* glance, look at, review, view
መመሰጥ *v* impress, mesmerize
መመሰጥ *adj* withdrawn
መመሳሰል *adj* alike
መመሳሰል *v* correspond
መመሳሰል *n* liking
መመሳጠር *v* connive
መመስረት *v* constitute, base, establish
መመስረት *n* formation
መመረቅ *v* graduate, inaugurate
መመረዝ *adj* intoxicated
መመረዝ *v* poison
መመሪያ *n* guidance, manual, policy, principle, rule, precept, axiom, motto
መመሪያ *n* instruction, order
መመሪያ መጽሐፍ *n* guidebook
መመሪያውን የጠበቀ *adj* conventional
መመራት *adj* oriented
መመራት (በሕግ) *v* abide by
መመርመሪያ *n* detector
መመርመር *v* try, test, detect, diagnose, inspect, interrogate, investigate, probe, research; overhaul
መመርኮዝ *v* depend
መመቅኘት *v* envy
መመታት *v* hit
መመንመን *v* atrophy
መመንጠቅ *n* lift-off
መመንጨት *v* spring
መመኘት *v* aspire, long for, wish
መመከት *v* shield
መመኪያ *n* providence
መመካት *v* lean on
መመካት *n* reliance
መመዘን *v* appraise, scale, speculate, weigh
መመዘኛ *n* criterion
መመዝገብ *v* catalog, log; enroll, log in, register
መመዝገብ *v* record; carve, shape
መመደብ *v* allocate, allot, assign, earmark
መመደብ *n* band; allotment
መመገብ *v* nourish
መመጠን *v* gage

መመጠቅ *v* soar, hover
መመፃደቅ *v* brag
መመጽወት *v* hand out
መሙላት *v* saturate, clog, overflow; fill, refill, refuel, replenish
መማረክ *v* captivate, capture
መማር *v* pardon; learn
መማሪያ መጽሐፍ *n* handbook, textbook
መማሪያ ክፍል *n* classroom
መማገደድ *v* obligate
መማገጥ *v* flirt
መምህር *n* master, professor
መምሰል *v* border on, seem
መምሰል *n* semblance
መምረጥ *v* prefer, choose, elect, opt for, select, vote
መምራት *v* rule, preside; guide, conduct, direct, lead, manage
መምታታት *n* mix-up
መምታት *v* club, beat, kick; pop
መምታት *n* stroke
መምከር *v* exhort
መምጠቅ *v* excel
መምጠጥ *v* take in, absorb, soak up
መምጣት *v* come
መምጣት *n* coming
መሞረድ *v* file
መሞት *v* die, pass away
መሞቻ አልጋ *n* deathbed
መሞከር *v* try, attempt, pursue
መሟሚያ *adj* solvent
መሟሟት *v* dissolve, thaw
መሟገት *v* argue
መሰለል *v* eavesdrop, spy
መሰለፍ *v* line up
መሰላል *n* ladder, stepladder
መሰል *adj* borderline
መሰልቸት *v* outgrow
መሠልጠን *adj* oriented
መሠልጠን *v* train
መሰማት *v* hear, sense
መሰሳተፍ *v* attend
መሰስማማት *v* agree
መሰስቀል *v* put up
መሰስከረም *n* September
መሠረተቢስ *adj* groundless
መሰረታዊ *adj* basic, fundamental
መሰረታዊ ነገሮች *n* basics
መሠረት *n* groundwork, origin
መሠረት *v* underlie
መሰረት *n* base, basis, foundation
መሠረት የለሽ *adj* unfounded
መሰረት የለሽ *adj* baseless
መሰረት ድንጋይ *n* cornerstone
መሰረዝ *v* erase, call off, cancel, cross out, delete
መሰሪነት *v* perpetrate
መሰርሰሪያ *n* drill
መሠርሠሪያ *n* drill; punch
መሰርሰር *v* drill
መሰቀል *v* hang
መሰቀቅ *n* revulsion
መሰቃየት *v* afflict, agonize, languish, suffer, torture

መሰቅሰቅያ *n* lever
መሰባሰብ *v* get together
መሰባበር *v* smash
መሰብሰብ *v* collect, congregate, gather, hitch up, muster
መሰብሰብ *n* pickup
መሰናበቻ *n* farewell
መሰናክል *n* hurdle, obstacle
መሰናዶ *n* provision
መሰንዘር *n* stroke
መሰንጠቅ *v* crack; maul
መሰካት *v* plug
መሰወር *v* vanish, camouflage
መሰወር *n* camouflage
መሰዊያ *n* altar
መሰዊያ ቦታ *n* oracle
መሠውር *adj* stray
መሰየም *v* brand, name
መሰየም *n* sitting
መሰደድ *v* emigrate, immigrate, migrate
መሳለቂያ *adj* ridiculous, silly
መሳለቅ *v* scoff, ridicule
መሳል *v* draw, sharpen, engrave
መሳም *n* peck, kiss
መሳም *v* kiss
መሳሳብ *n* magnetism
መሳሳት *v* err, goof, miscalculate, mistake
መሳሳት *n* oversight
መሣሪያ *n* equipment, device, tool
መሣሪያ ትጥቅ *n* armaments
መሳቅ *v* laugh
መሳቢያ *n* gimmick, bait
መሳብ *v* draw, attract, charm, gravitate
መሳብ *n* leaning
መሳተፍ *v* undergo; participate
መሳት *v* miss
መሳካት *v* succeed
መሳይ *adj* circumstantial; like
መሳይነት *n* likelihood
መሳደብ *v* swear
መሳግ *v* stab
መሳፈር *v* embark
መስህብ *n* attraction
መስሎመታየት *n* pretense
መስመር *n* circuit, course; line
መስመር *v* flourish
መስመሮች *n* stripe
መስመጥ *v* go under
መስማማት *v* concur, consent; fit; negotiate
መስማት *v* feel
መስማትን አጋዥ *adj* acoustic
መስረቅ *v* rip off, pilfer, steal
መስረግ *v* penetrate, permeate
መስረጽ *v* proceed
መሥሪያ *n* workshop
መሥራት *v* work
መስራት *v* do, construct, make, manufacture
መሥራች *n* pioneer
መስራች *n* founder

መስቀለኛ *adj* cross
መስቀለኛ ተዋጊ *n* crusader
መስቀል *n* cross
መስቀል *v* crucify
መስቀለኛ መንገድ *n* crossroads
መስቀል ጦርነት *n* crusade
መስቀያ *n* hanger
መስበር *v* break down, break
መስበር *n* break
መስበክ *v* preach
መስተዋድድ *n* preposition
መስታወት *n* glassware; mirror
መስታውት *n* looking glass
መስታወት ድንጋይ *n* crystal
መስኖ *n* irrigation
መስክ *n* turf, field, pasture, lawn, meadow, plain
መስኮት *n* window
መስዋዕት *n* offering, martyr, sacrifice
መስዋዕትነት *n* price; martyrdom
መስደብ *v* insult
መስገር *v* cart
መስጊድ *n* shrine; mosque
መስገብገብ *n* avarice
መስገድ *adj* prostrate
መስጠም *v* drown; sink
መስጠም *n* diving
መስጠት *v* offer, pay, dispense, bestow, dedicate, donate, give, grant, provide, give away
መስፈር *v* reside, dwell, inhabit, live, lodge, camp
መስፋት *n* sewing
መስፋት *v* stitch
መስፋፋት *v* diffuse
መስፍን *n* duke
መረበሽ *v* disturb, bug
መረብ *n* net
መረታት *v* succumb
መረን መውጣት *v* stray
መረን አለባበስ *n* tart
መረዳት *v* comprehend, sink in, grasp, understand, realize, sympathize, discern, perceive; apprehend
መረዳት *adj* understanding
መረዳዳት *v* explode
መረጃ *n* information
መረጃ ሰጪ *n* informant
መረጃ ክምችት *n* database
መረገጫ *n* step
መረጋጋት *v* settle down, pacify, sedate, calm down
መሪ *adj* leading, principal
መሪ *n* conductor, guide, vanguard, ruler, captain, leader, president
መሪር ሐዘን *n* grief
መሪር ሃዘን *n* lament
መሪር ማዘን *v* lament
መሪነት *n* leadership, presidency
መራመድ *v* tread, pace, stride, walk
መራመድ ወደ ፊት *v* step
መራስ *v* soak in
መራራ *adj* bitter

መራራቅ *v* drift apart
መራራት *v* sympathize
መራቅ *n* avoidance
መራቆት *n* nudity
መራብ *v* starve
መራጭ *adj* choosy
መሬት *n* earth, ground, land
መሬት መንቀጥቀጥ *n* earthquake
መሬት ፎቅ *n* ground floor
መርሐ ግብር *n* program, schedule
መርሐ ግብር *v* schedule
መርሕ *n* schism
መርሆዎች *n* guidelines
መርማሪ *n* detective, inspector
መርሳት *v* forget
መርታት *v* vanquish
መርከብ *n* ferry, ship
መርከብ መሥሪያ *n* shipyard
መርከብ ማቆም *v* dock
መርዘኛ *n* toxin
መርዛማ *adj* noxious, poisonous, toxic, virulent
መርዝ *n* poison, venom
መርዳት *v* aid, help
መርገም *v* curse, damn
መርገብ *adj* slack
መርገብገብ *v* vibrate
መርገጥ *v* tread, trample; seal, stamp; print
መርጋት *v* stagnate, coagulate, curdle
መርጨት *v* splash, sprinkle, spray; sift; inflate
መርፌ *n* injection; needle
መሮ *n* chisel
መሮጥ *v* run
መሸለም *v* reward, award
መሸለት *v* shear
መሸመን *v* weave
መሸማቀቅ *n* cramp; hunch
መሸረዝ *v* revoke
መሸርከት *v* rip; unwrap, unravel
መሸሸጊያ *n* haven
መሸሸግ *v* conceal
መሸሽ *v* flee
መሸብሸብ *v* wrinkle
መሸከም *v* carry
መሸወድ *v* dupe
መሸጋገሪያ *n* postponement
መሸጥ *v* trade, sell
መሸፈን *n* cover, mask
መሹለኪያ *n* nozzle
መሻለኪያ *n* underpass
መሻል (ከህመም) *v* recuperate
መሻር *v* revoke, overturn, undo, override, abrogate, nullify, repeal
መሻሻል *n* pickup, boost, improvement, progress
መሻሻል *v* progress
መሻት *v* desire
መሻከር *n* texture
መሻገት *v* mold
መሸረፍ *v* nibble
መሸቀንጠር *n* plunge

መሽተት v smell, stink
መሽናት v urinate
መሽከርከር v rotate, spin
መሾም v constitute, ordain, nominate, appoint
መሾም መመደብ v designate
መታ መታ n pat
መቀለድ v tease, joke, kid
መቀለጃ n sod
መቀላቀል v mingle, mix
መቀላቀያ n mixer
መቀልበስ v revert, come back, get back, return, go back; pick up, answer, reply, respond; give back, turn in
መቀመጥ v pose; sit
መቀመጫ n seat
መቀማት v rob
መቀማት n deprivation
መቀስቀስ v activate, lobby
መቀስቀሻ ሰአት n alarm clock
መቀሶች n scissors
መቀርቀሪያ n latch
መቀርፈት v shell
መቀበል v accept, acknowledge, admit, receive, settle for
መቀበል n acceptance
መቀባት v polish, varnish; anoint
መቀባጠር adj garrulous
መቀብተት v bloat

መቀነስ v curtail, bring down, cut back, cut down, decrease, deduct, dwindle, lessen, mark down, reduce, subtract
መቀነስ adj minus
መቀንዘር v lust
መቀንጠስ v snap
መቀንጠብ v cut off
መቀየም v resent
መቀየር v shift, alter, switch
መቀየጥ v compound
መቀያየር v alternate
መቀደስ n consecration
መቀጠል v proceed, carry on, continue, go on, keep on, resume; stick out, extend
መቀጠል (ጦርነትን) v wage
መቀጣት v penalize
መቀጥቀጥ v bludgeon
መቀጥቀጫ n anvil
መቁሰል v wound
መቁረስ v nibble
መቁረጥ v saw, clip, cut
መቁረጫ n cutter
መቁጠር v count
መቃረቢያ n shack
መቃረን v contradict, antagonize
መቃቃር n chasm
መቃብር n grave, tomb
መቃብር ዋሻ n catacomb
መቃኘት v look out, scan; tune, tune up

መቃኞ *n* site
መቃወሚያ *n* deterrence
መቃወም *v* object, counter, disagree, oppose, protest, repudiate
መቅለጥ *v* melt
መቅላት *v* flush; redden
መቅመስ *n* sip
መቅመስ *v* taste
መቅሰስ *n* snack
መቅሰፍት *n* calamity, cataclysm, catastrophe
መቅረብ *v* approach
መቅረዝ *n* candlestick
መቅረጫ *n* sharpener; recorder
መቅረጽ *v* record; carve, shape
መቅርጸ ድምጽ *n* tape recorder
መቅበር *v* bury
መቅኒ *n* bone marrow, marrow
መቅዘፊያ *n* oar, rudder
መቅዘፍ *v* paddle; sail
መቅዘፍያ *n* paddle, oar
መቅደም *v* overtake, outrun; preempt, precede
መቅደስ *n* shrine, sanctuary
መቅደድ *v* rip, perforation
መቅዳት *v* pour
መቅድም *n* preface, prologue
መቅጃ *n* recorder
መቅጠር *v* hire, employ
መቅጣት *v* chastise, fine, punish
መቆለል *v* heap, pile up
መቆለፍ *v* lock
መቆመር *v* gamble
መቆም *v* stagnate, stall; stand
መቆም የጀመረ ሕጻን *n* toddler
መቆስቆስ *v* provoke
መቆረጣጠም *v* gnaw
መቆረጥ *n* incision
መቆራረጥ *v* hack, mutilate, shatter
መቆንጠጥ *v* pinch
መቆንጠጥ *n* pinch; theme, concept
መቆንጠጫ *n* tweezers
መቆንጠጫ ማሽን *n* crane
መቆየት *v* stay, sustain; span
መቆያ *n* retreat
መቆጠብ *v* conserve, economize; abstain
መቆጣጠር *v* control, monitor, regulate, supervise; quell, subdue, take over
መቆጣጠር መቻል *v* handle
መቆፈሪያ *n* spade
መቆፈር *v* excavate
መበላሸት *v* deteriorate
መበልጸግ *v* prosper
መበስበስ *v* decay, decompose
መበረዝ *n* distortion
መበቀል *v* avenge, retaliate, revenge
መበተን *n* dissolution
መበታተን *v* dispel; take apart
መበታተን (ተበታተነ) *v* disperse
መበከል *v* pollute, contaminate, infect; stain

መበዝበዝ *v* exploit
መበየን *v* dictate
መበየድ *v* solder, weld
መበየጃ *n* welder
መበደል *v* trespass, sin
መበደር *v* refinance
መበጣጠስ *v* shred
መበጥበጥ *v* disturb, disrupt
መበጥበጥ *n* disruption
መቡካት *v* ferment
መባለግ *v* misbehave
መባል *v* deem
መባረር *v* dismiss
መባረር *n* expulsion
መባረክ *v* bless
መባባስ *n* outburst
መብለዝ *adj* sore
መብለጥ *v* exceed, overtake
መብላት *v* dine, eat
መብል *n* consumption
መብሰል *adj* ripe
መብሰክሰክ *adj* strained
መብሳት *v* drill, penetrate, prick, punch, pierce
መብረር *v* take off, fly, fleet
መብረቅ *n* lightning
መብረቅና ነጎድጓድ *n* thunderbolt
መብራት *n* lamp
መብሻ *n* drill; punch
መብቀል *v* sprout
መብቃት *v* attain
መብት *n* right
መብዛት *v* outnumber; populate
መቦረሽ *v* brush
መቦረቅ *v* relish
መቦጨቅ *v* rip apart
መቦጫጨቅ *v* devour
መቧደን *v* cluster
መቧጠጥ *v* scramble
መተላለፊያ *n* aisle, corridor, cloister, alley; channel
መተላለፊያ አዳራሽ *n* lobby
መተልተል *v* slash
መተመን *v* covet
መተረብ *v* deride
መተረክ *v* narrate
መተባበር *v* ally, collaborate, cooperate
መተባበበር *n* solidarity
መተቸት *v* criticize
መተንበይ *v* suppose, forecast, foresee, predict
መተንፈስ *v* blow, breathe
መተንፈስ *adj* puffed
መተንፈስ *v* blow
መተኛት *adj* asleep
መተኛት *v* sleep
መተካት *v* transplant, replace, substitute, supersede; repatriate
መተካካት *v* offset
መተኮስ *v* shoot
መተኮሻ መላጭ *n* trigger
መተወን *v* perform
መተው *adj* predisposed

መተው *v* neglect, omit, forsake, sidestep; drop out, quit
መተዳደሪያ *n* livelihood
መተዳደሪያ ደንብ *n* charter
መተግበር *v* work; practice
መተጫጨት *n* engagement
መታለል *n* prey
መታመም *v* sicken
መታመቅ *v* suffocate
መታማመን *v* trust
መታማት *n* scapegoat
መታሰብ *v* deem
መታሸት *n* massage
መታቀብ *v* refrain
መታወቅ *v* take off, reveal, prevail
መታወክ *n* pang
መታየት *n* visibility
መታደስ *v* rejuvenate
መታደግ *v* ransom
መታገል *v* fight, tackle, struggle, wrestle; endure, resist, withstand; get over, cope
መታገስ *v* bear, endure, tolerate
መታጠቢያ ቤት *n* bathroom
መታጠቢያ ገንዳ *n* bathtub
መታጠን *v* scald
መታጠፍ *v* curve
መታጨት *v* engage
መታጨት *adj* engaged
መታፈን *adj* stifling
መታፈግ *v* huddle
መትረፍ *v* dodge
መትረፍረፍ *n* excess
መትረፍረፍ *v* abound
መትነን *v* evaporate, vaporize
መትነን *adj* volatile
መትከል *v* implant, install, plant, pitch
መትፋት *v* spit
መቶ *adj* hundred
መቶኛ *adj* hundredth
መቶኛ *n* percentage
መቶኛ ዓመት *n* centenary
መቸም *adv* ever
መቸከል *v* stake
መቸከቸክ *v* deface
መቸኮል *v* hurry, rush
መቸገር *v* trouble
መቻል *v* manage, put up with, accommodate, withstand, endure, get over, cope
መቻቻል *v* compromise
መቻቻል *n* tolerance
መቼ *adv* when
መቼም *adv* never
መቼም ቢሆን *adv* whenever
ማነሳሳት *v* rise, arise, arouse, inspire, instigate, motivate, stimulate, stir up
መነሳሻ *n* inspiration
መነሳት *v* get up
መነሳት (ለጉዞ) *v* depart
መነስነስ *v* scatter
መነሻ *n* standpoint, origin, source

መነሻ *v* underlie
መነሻ *adj* initial
መነሻው *n* prototype
መነቃቂያ *n* refreshment; prelude
መነቃቃት *v* refresh
መነቅነቅ *v* shake
መነንቃት *v* awake
መነኩሲት *n* nun
መነኩሴ *n* friar, monk
መነዝነዝ *v* hassle
መነደፍ *v* sting
መነገድ *v* trade
መነጋገሪያ *n* speaker
መነጠል *v* exclude
መነጠጣል *v* detach, isolate
መነጫነጭ *v* grouch
መነጽር *n* eyeglasses, glasses
መነፋረቅ *v* sob
መነፍረቅ *v* fester
መናቅ *v* scorn, shrug, undermine, look down on, neglect, snub
መናኛ *adj* shoddy, substandard
መናወጥ *n* breakdown, disruption
መናዘዝ *v* confess
መናገር *v* state, pronounce, speak, tell
መናገር ያቃተው *adj* speechless
መናጢ ድሃ *adj* destitute, indigent
መናጥ *v* shake
መናፈስ *n* outing
መናፈሻ *n* park, promenade
መናፍቃዊ *adj* heretic
መናፍቅነት *n* heresy
መንማና *adj* attenuating
መንሳፈፍ *v* float
መንሸራተት *v* glide, slip
መንሸራተቻ *n* runner
መንሽ *n* pitchfork
መንሾካሾክ *v* murmur
መንቀል *v* extract, pluck, unplug, uproot
መንቀሳቀስ *v* budge, move
መንቀርፈፍ *v* trail
መንቀጥቀጥ *v* shudder, shiver
መንቀጥቀጥ *n* tremor
መንቃት *v* rouse, wake up
መንቃት *adj* rousing
መንቃቃት *v* rattle
መንቋቋት *v* creak
መንበርከክ *v* genuflect, kneel
መንቦግቦግ *adj* ablaze
መንተባተብ *v* babble, slur, stammer
መንታ *n* twin
መንቻካ *adj* fanatic, implacable
መንከስ *v* nip, clench, bite
መንከር *v* saturate, soak
መንከርፈፍ *adj* sluggish
መንከባከቢያ *n* nursery
መንከባከብ *v* care, look after, minister
መንካት *v* touch
መንዘፍዘፍ *v* shudder, jolt, quake, quiver, tremble
መንዘፍዘፍ *n* shiver, convulsion, jolt

መንደል *v* perforate
መንደሪን *n* tangerine
መንደር *n* village
መንደርተኛ *n* neighborhood, villager
መንደፊያ *n* sting
መንደፍ *v* plot, draft, plan, sketch
መንዳት *v* drive, propel
መንገዳገድ *v* stagger, wiggle
መንገድ *n* way, road, lane, means, path
መንገዶች *n* tactics
መንገጫገጭ *v* jerk, wobble
መንገጫገጭ *n* jerk
መንጋ *n* swarm, flock
መንጋጋ *n* molar
መንጋጭላ *n* jaw
መንግስተሰማያዊ *adj* heavenly
መንግሥት *n* state
መንግስት *n* government
መንጎራደድ *v* wobble
መንጠር *n* bounce
መንጠቅ *v* snatch
መንጠባጠብ *v* exude
መንጠብጠብ *v* drip
መንጨት *v* pluck
መንጫጫት *adj* resounding
መንፈሳዊ *adj* pious, mystic, spiritual
መንፈስ *n* spirit
መንፈራጠጥ *v* sprawl
መንፈቅ *n* diameter
መንፈግ *v* withhold
መንፊያ *n* pump
መንፋት *v* sift; inflate; spray
መኖሪያ *n* residence, lodging, dwelling
መኖር *adj* inhabitable
መኖር *v* reside, dwell, inhabit, live, lodge
መኖር (አለበት) *v* have to
መኖር (አለው) *v* have
መንፈሰ ደካማ *adj* downcast
መንፈሳዊ ተጓዥ *n* pilgrim
መንፈሳዊ ጉዞ *n* pilgrimage
መንፈቀ ዓመት *n* semester
መኝታ ቤት *n* bedroom
መዓዛ *v* savor
መዓዛ *n* scent
መዓዝ *n* odor
መከለስ *v* revise
መከለያ *n* awning
መከላከል *v* protect, defend, hold back, prevent
መከላከያ *n* protection, defense, prevention
መከልከል *v* outlaw, forbid, inhibit, prohibit, restrict
መከልከል *n* prohibition
መከመር *v* pile, stack
መከሰስ *v* indict, prosecute
መከሰት *v* appear, reappear, show up, turn up
መከስከስ *n* fall
መከራ *n* hardship, ordeal, trouble, woes, tribulation

መከራከር *v* contend, haggle, dispute, debate, litigate
መከራከር *n* bargain, bargaining
መከራየት *v* hire
መከርከም *v* prune
መከተል *v* adhere, obey; follow, tail
መከተል *adj* predisposed
መከተብ *v* immunize, vaccinate
መከከሰስ *v* allege
መከዳ *n* couch
መከፈል *v* recoup
መከፋፈል *v* segregate, break down, divide, split
መኪና *n* jaguar; automobile, car
መኪና ማቆሚያ *n* driveway, parking
መኪና ማቆም *v* park
መካስ *v* redeem, pay off, compensate, indemnify, recompense
መካኒክ *n* mechanic
መካከል *pre* through
መካነ መቃብር *n* cemetery, graveyard
መካድ *v* defect, deny
መክሰስ *v* charge, accuse, sue
መክሰስ *v* snack
መክሰር *v* bankrupt
መክበብ *v* surround
መክብብ *v* encircle
መክተት *v* pack
መክተፍ *v* slice
መክዳት *v* betray
መክፈል *v* part, divide, sever; reward, pay, repay, reimburse, refund
መክፈት *v* open, unlock, pop
መክፈቻ *n* opening
መኮላተፍ *v* stutter
መኮልኮል *v* tickle
መኮማተር *v* shrink
መኮረጅ *v* imitate
መኮርኮሪያ ጫማ *n* spur
መኮርኮር *v* spur
መኮናተር *v* charter
መኳንንት *n* nobility, aristocracy, knight
መኳንንት *adj* noble, nobleman
መኳኳያ *n* cosmetic
መወለድ *v* be born
መወላለቅ *v* come apart
መወላወል *v* vacillate
መወልወል *v* mop
መወሰን *v* confine; decide, determine
መወሰን መቸገር *n* quandary
መወራረድ *v* bet
መወርወር *v* throw, toss
መወርዛት *v* soak in
መወተፍ *v* plug
መወንጀል *v* implicate
መወንጨፍ *n* projectile
መወከል *v* delegate, nominate, stand for, represent
መወዛወዝ *v* swing

መወያየት *v* discuss
መወዳደር *v* contend, compete, race
መወዳጀት *v* befriend
መወገር *v* stone
መወገድ *adj* stray
መወገድ *n* removal
መወጠን *v* conceive
መወጣጫ *n* scaffolding, staircase
መወፈር *v* thicken
መዋለል *v* drift
መዋስ *v* underwrite
መዋሸት *v* bluff, lie
መዋቅር *n* skeleton; structure
መዋኘት *v* swim
መዋኛ *n* pool
መዋዋል *v* contract
መዋጋት *v* fight, battle, combat
መዋጥ *v* take in, ingest, swallow
መዋፊጮ *v* pool
መውረስ *v* acquire, confiscate, inherit
መውለድ *v* procreate, rear; take, take out
መውቀስ *v* blame
መውረር *v* evade; invade, swarm
መውረድ *v* come down, descend, get off, go down, step down
መውረድ *n* dismissal
መውረድ (ከስልጣን) *v* abdicate
መውረድ (ከአውቶቡስ/መርከብ/አውሮፕላን) *v* disembark
መውቀጥ *v* pound
መውቃት *v* thresh
መውደቅ *v* come down, collapse, tumble, fall down, fail, fall
መውደቅ *n* fall
መውደድ *v* adore, care about, crave, like
መውደድ *n* predilection
መውጋት *v* stab, prick, inject
መውጣት *v* get out, go out, log off, step out, move out
መውጣት *n* walkout
መውጫ *n* way out, outlet, exit
መዘመር *v* sing
መዘርዘር *v* detail, itemize, list
መዘርጋት *v* stretch, unfold, unwind
መዘባረቅ *v* heckle
መዙብዙብ *adj* redundant
መዘንጋት *adj* senile
መዘከር *v* commemorate
መዘከዘከ *v* ransack
መዘዋወር *v* pass around
መዘውር *n* pulley
መዝጋ *v* close
መዝገብ *v* record, report
መዘጋት *n* closure
መዘጋጀት *v* brace for
መዘግየት *v* stall, delay
መዘግየት *n* delay
መዘፍዘፍ *v* marinate
መዛመት *v* overrun
መዛባት *n* fallacy
መዛኝ *v* outweigh

ሙ

መዛግ *v* corrode, rust
መዝለል *v* spring, jump, skip
መዝለያ መድረክ *n* springboard
መዝለፍ *v* affront, scold, anger
መዝመት *v* campaign
መዝሙር *n* song, hymn
መዝሙር ጓድ *n* choir
መዝረፍ *v* rob, loot, mug, pillage, plunder, raid
መዝራት *v* sow
መዝነብ *v* rain
መዝናናት *v* chill out, lounge
መዝናናት *n* ease
መዝናኛ *n* enjoyment, entertainment, leisure, recreation, refreshment
መዝገበቃላት *n* dictionary
መዝገብ *n* archive, record
መዝጋት *v* shut off, shut
መዝፈቅ *v* immerse
መዝፈን *v* sing
መዞሪያ *n* orbit, twist
መዞር *v* rotate, revolve, navigate, twist, swivel, turn, wander
መዟዟር *n* circulation
መያዝ *v* occupy, keep, wield, contain, consist, hold, posses, suffer from, comprise
መያዣ *n* container
መደለል *v* appease
መደላደል *v* settle down
መደልደል *v* pad
መደመር *v* add, sum up
መደመር *n* addition
መደምሰስ *v* annihilate, remit, stamp out, zap, wipe out
መደምደም *v* conclude, culminate
መደሰት *v* relish, delight in, enjoy
መደረብ *v* double
መደረት *v* darn
መደራረብ *v* pad, overlap
መደራደር *v* haggle
መደርመስ *v* pull down, sabotage
መደርደሪያ *n* shelf
መደርደሪያዎች *n* shelves
መደርደር *n* alignment
መደቆስ *v* crush
መደበላለቅ *adj* disorganized
መደበቂያ ቦታ *n* hideaway
መደበቅ *v* conceal, cover, hide
መደበት *v* depress
መደበኛ *adj* formal
መደበኛነት *n* regularity
መደባለቅ *v* adulterate, blend
መደባበስ *n* pat, caress
መደባበስ *v* caress
መደብር *n* stall, store
መደብዘዝ *v* fade, tarnish; flicker
መደብደብ *v* assault, lynch
መደነስ *n* waltz
መደነስ *v* dance
መደነዝ *n* hypnosis
መደናቀፍ *v* trip
መደናገር *adj* senile

መደናገር *v* overwhelm
መደናገጥ *adj* prostrate
መደንበር *n* bolt, stampede
መደንገጥ *v* shock
መደወል *v* dial
መደወሪያ *n* loom
መደወያ *n* buzzer
መደደብ *v* dampen
መደዳ *adv* abreast
መደገን *v* point
መደጋገም *v* frequent, recur
መደገፍ *v* endorse, back up, cushion, fortify, merit, recline, support, uphold
መደጎም *v* subsidize
መደፋት *v* spill
መዳህ *v* creep
መዳሊያ *n* medal
መዳመጥ *v* bulldoze, flatten
መዳሰስ *v* touch, touch on
መዳረሻ *n* reach
መዳበር *v* thrive
መዳብ *n* copper
መዳን *v* survive
መዳኘት *v* mediate
መዳከም *v* wane
መዳኸ *v* crawl
መዳፈር *n* sacrilege
መዳፍ *n* palm
መድኀኒታዊ *adj* medicinal
መድኀኒት *n* medicine, medication, drug; savior, cure
መድኀኒት መርጨት *v* disinfectant
መድኀኒት ማብላት *v* drug
መድኀኒት ቀማሚ *n* pharmacist
መድኀኒት ቤት *n* pharmacy, drugstore
መድልዎ *n* imbalance, inequality
መድረስ *v* occur, arrive, cave in, come up, reach
መድረስ *n* arrival
መድረሻ *n* ending, destination
መድረቅ *v* dry, wither
መድረክ *n* stage, platform; patio
መድብል *adj* ominous
መድከም *adj* tired
መድገም *adv* anew
መድገም *v* repeat
መድፈር *v* dare
መድፈር (አደጋን) *v* venture
መድፈን *v* clog
መድፍ *n* cannon
መዶለት *n* intrigue
መዶሻ *n* hammer
መጀመሪያ *n* opening, beginning, start
መጀመር *v* set, begin, commence, go ahead, launch, set off, start, undertake
መገለል *adj* secluded
መገለባበጥ *v* tumble
መገለብ *v* unveil
መገለጥ *v* unveil, manifest
መገለጫ *v* attribute

መገለጽ *n* revelation
መገልበጥ *v* overturn, flip, oust, trace, capsize, derail, overrule, overthrow, turn over
መገመት *v* account for, assume, envisage, estimate, evaluate, guess, imagine, presume, size up
መገመገም *v* standardize
መገምገም *v* oversee
መገሰጽ *v* scold, chide, rebuke
መገረም *n* amazement, amusement
መገረም *v* wonder
መገርሰስ *v* fall down, topple
መገርጣት *n* paleness
መገሸለጥ *v* skin, strip
መገበ *v* feed
መገባት *v* deserve
መገብየት *v* shop
መገተር *v* park
መገተግ *v* scrub
መገነጣጠል *v* disintegrate
መገናኘት *v* contact, catch up, meet, construct, build
መገናኘት *n* mate
መገንዘብ *v* comprehend
መገንዘብ የሚቻል *adj* understandable
መገንጠል *n* parting
መገንጠል *v* rip apart
መገንጠያ መንገድ *n* junction
መገንፈል *v* boil over
መገኘት *v* turn out, originate, present
መገኛ *n* origin
መገኛ *adj* situated
መገኛኘት *v* communicate
መገኘት *n* presence
መገዛት *v* comply
መገዘገዝ *v* saw
መገደብ *v* restrain, limit
መገደድ *v* oblige, must
መገጓዝ *v* march
መገጣጠም *v* assemble
መገፋት *n* extortion
መገፋፋት *v* tease, seduce, dissuade, incite
መጉመጥመጥ *v* gargle
መጉረድ *v* splinter
መጉረፍ *v* flood; trickle
መጉዳት *v* inflict, damage, harm
መጋለብ *v* gallop
መጋለጥ *n* strain
መጋለጥ (ለጉዳት) *adj* vulnerable
መጋረድ *v* obstruct
መጋረጃ *n* curtain
መጋረጥ *n* confrontation
መጋራት *v* tame
መጋበዝ *n* treat
መጋበዝ *v* invite
መጋቢት *n* march
መጋዘን *n* depot
መጋዝ *n* chainsaw; jigsaw; saw
መጋዘን *n* stockroom; warehouse
መጋገር *v* bake
መጋጠም *v* coincide

መጋጥ *v* scrape, graze
መጋጨት *v* conflict, clash, collide, crash
መጋፈጥ *v* challenge, confront
መጌጫ አበባ *n* carnation
መግለጥ *v* open, uncover
መግለጫ *n* account, announcement, statement
መግለጽ *v* reveal, uncover, disclose; illustrate, define, announce, clarify, describe, portray, picture
መግል *n* pus
መግመስ *v* sever
መግረዝ *v* circumcise
መግረፍ *v* paddle, flog, lash, spank, whip
መግቢያ *n* access, entrance, introduction, preamble, way in, entry
መግቢያ ምግብ *n* entree
መግቢያ (መጽሐፍ) *n* foreword
መግባባት *v* get along, converse well
መግባባት *n* rapport
መግባት *v* check in, come in, enter, get in, go in
መግታት (ለጊዜው) *n* holdup
መግነን *v* prevail, exalt
መግነዝ *n* shroud
መግዛት *v* subject, reign, dominate
መግደል *v* assassinate, kill, slay
መግደፍ *v* omit, forsake, quit
መግጠም *v* encounter
መግጨት *v* ram
መግፈፍ *v* shear, skin, undress
መግፊያ *n* pump
መግፋት *v* push, persist, pressure
መግፍት *v* shove
መጎምጀት *v* tempt
መጎስጎስ *v* scoff
መጎሸም *v* pop
መጎብኘት *v* call on, sightseeing
መጎብኜት *v* visit
መጎተት *v* pull, drag, haul, tow; linger, trail
መጐተት *n* traction
መጎትጎት *v* nag
መጎነፍ *v* scald
መጎንተል *v* fondle
መጎንጨት *v* gulp
መጎዳት *v* hurt, strain
መጎዳኘት *v* accompany
መጓዝ *v* travel
መጓጎር *v* groan, growl
መጓጓት *v* yearn
መጓጓዝ *v* transport
መጓጓዣ *n* transit
መጠለል *v* shelter
መጠለያ *v* shed
መጠለያ *n* shelter
መጠማት *v* thirst
መጠምዘዝ *n* curve
መጠምዘዝ *v* wring
መጥሪያ *v* subpoena
መጠራት *v* summon

መጠራጠር *v* doubt
መጠርነፍ *v* compile
መጠርጠር *v* suspect
መጠቀሚያ ማገረግ *v* capitalize; manipulate
መጠቀም *v* consume; utilize
መጠቀስ *n* mention
መጠቀቅ *v* observe
መጠቃት *n* prey
መጠቅለል *v* wrap, roll; comprise, curl, warp
መጠቅለያ *n* wrapping
መጠቅጠቅ *v* stuff
መጠቆም *v* denote, indicate, pinpoint, refer to
መጠበቅ *v* care for, maintain, preserve, conserve, guard, keep, protect; anticipate, await, reckon on, wait
መጠበቅ *n* safeguard
መጠባበቂያ *n* contingency
መጠባበቅ *v* expect, look forward
መጠባበቅ *n* expectancy
መጠነኛ *n* piece, little bit, moderation, small print
መጠነኛ እረፍት *v* snooze
መጠናናት *n* courtship
መጠን *n* size, amount, dosage
መጠን የለሽ *adj* unlimited
መጠንን ማሳደግ *v* augment
መጠንቀቅ *v* beware
መጠዝጠዝ *v* throb
መጠየቅ *v* solicit, ask, inquire, question, quiz, demand, request; sound out; contact
መጠየፍ *v* abhor
መጠይቅ *n* request; questionnaire
መጠገን *v* patch, sew, repair, fix, mend
መጠገኛ *n* splint
መጠጊያ *n* refuge
መጠጣት *v* consume, drink
መጠጥ *n* aperitif, beverage, drink, liqueur, liquor, rum
መጠጥ ሱሰኛ *adj* alcoholic
መጠጥ ቀጂ ሴት *n* barmaid
መጠጥ ቀጂ ወንድ *n* barman, bartender
መጠጥግ *v* sweep
መጣላት *v* split up, conflict, dispute, quarrel
መጣል *v* throw, scrap, throw away, abandon, drop
መጣመር *v* affiliate
መጣም *v* content
መጣስ *v* trespass, violate
መጣስ *n* breach
መጣራት *v* call out, cry out, hail
መጣር *v* strive; work out
መጣበቅ *v* cling, stick to
መጣደፍ *v* dash
መጣጣር *v* persevere
መጣጭ *adj* absorbent
መጤ *n* newcomer, settler

መጥለቂያ *n* pitcher
መጥለቅ *v* set; submerge
መጥለፍ *v* tackle; sew
መጥላት *v* despise, detest, hate, loathe
መጥላት *adj* averse
መጥመልመል *v* writhe
መጥመቂያ *n* brewery
መጥረቢያ *n* ax
መጥረብ *v* whittle
መጥረጊያ *n* broom; rake
መጥረግ *v* wipe
መጥራት *v* call
መጥቀም *v* benefit; use
መጥቀስ *v* mention; quote
መጥበስ *v* toast; roast; broil; fry; grill
መጥበሻ *n* broiler; frying pan; grill; pan; toaster
መጥባት *v* suck
መጥፋት *v* vanish, lose, disappear, perish
መጥፍት *v* astray
መጥፎ *adj* nasty, bad, weird
መጥፎ መናገር *v* malign
መጥፎ ሽታ *adj* putrid
መጥፎ ትዝታ *adj* traumatic
መጥፎ ዕድል *n* misfortune
መጥፎ ጎን *n* disadvantage
መጥፎ ጸባይ *n* misconduct
መጨመር *v* rise, boost, increase; insert, include
መጨማመር *n* infusion
መጨረስ *v* finish, run out, end, finalize, last
መጨረሻ *n* end
መጨቅጨቅ *v* nag
መጨቆን *v* suppress, oppress
መጨበጥ *v* grip
መጨባበጥ *n* handshake
መጨነቅ *v* distress, obsess
መጨናነቅ *n* congestion
መጨናናቅ *adj* overcrowded
መጨፈር *v* party
መጨፍለቅ *v* dent, mash
መጪ *adj* incoming
መጪውን መጠቆም *v* herald
መጫረት *v* bid
መጫር *v* scratch
መጫን *v* pile, load, mount, burden; charge, recharge
መጫን *adj* overbearing
መጫወት *v* play
መጫዎቻ ሜዳ *n* playground
መጭመቅ *v* compress, press, squash, squeeze
መጭው *adj* upcoming
መጭው ትውልድ *n* posterity
መጮኽ *v* roar, shriek, crow, scream, screech, shout, squeak, wail, yell
መጸለይ *v* meditate, pray
መፀት *n* accident, disaster
መጸው *n* autumn

መጸየፍ *n* disgust

መፀዳጃ *n* rest room

መፀዳጃ ቤት *n* toilet, lavatory

መጸጸት *v* regret, repent

መጻረር *v* contradict

መጻፊያ *n* marker

መጻፍ *v* transcribe, write, write down

መጽሐፍ *n* book

መጽሐፍ መደርደሪያ *n* bookcase

መጽሐፍ ሻጭ *n* bookseller

መጽሐፍ ቅዱሳዊ *adj* biblical

መጽሐፍ ቅዱስ *n* bible

መጽሐፍት መደብር *n* bookstore

መጽሄት *n* magazine

መጽናት *v* persist

መጽናናት *n* solace

መጽናናት.ማገገም *adj* resilient

መጽናኛ *n* sustenance, consolation

መጽዳት *v* freshen

መጾም *v* fast

መፈለጊያ *n* browser

መፈለግ *v* search; desire, want

መፈልሰፍ *v* discover

መፈረም *v* endorse

መፈረስ *v* collapse

መፈርጠጥ *v* run away

መፈርፈር *v* crumble

መፈብረክ *v* fabricate

መፈተን *v* test, examine; tempt

መፈተግ *v* rub

መፈታተሽ *n* showdown

መፈታታት *v* disentangle, dismantle

መፈንዳት *v* break out, burst, rupture

መፈንዳት *n* outbreak

መፈንጠቅ *v* spark off

መፈንጠዝ *v* revel

መፈክር *n* slogan

መፈወስ *v* heal

መፈጠር *v* originate

መፈጸም *v* work out, process; commit

መፈፀም *v* carry out, execute

መፈፍትሔ *n* resolution

መፋራት *v* terrify

መፋቅ *v* scratch

መፋጠጥ *v* squeeze up

መፋፋም *n* climax

መፋፋም *v* escalate

መፍለቅለቅ *v* giggle

መፍለጥ *v* chop

መፍላት *v* ferment

መፍሰስ *v* flow

መፍረስ *n* dismissal

መፍረድ *v* convict, sentence, judge

መፍራት *v* scare, dread, frighten

መፍራት *adj* afraid

መፍቀድ *v* allow, authorize, license, permit

መፍታት *v* settle, remedy, resolve, solve; loose, unfasten, untie

መፍታት *n* wrench

መፍትሔ *n* solution

መፍጀት *v* decimate, exterminate
መፍጠር *v* create, generate, invent, make up
መፍጠን *v* rash
መፍጠን *n* speed
መፍጨት *v* crush, grind, mince
ሙሉ *adj* full
ሙሉ ልብስ *n* suit
ሙሉ ስምምነት *n* unanimity
ሙሉ በሙሉ መሸፈን *v* engulf
ሙሉነት *n* totality
ሙላት *n* completion; charge
ሙሌት *n* completion
ሙሴ *n* vanguard
ሙሽሪት *n* bride
ሙሽራ *n* bridegroom
ሙሽራ *adj* newlywed
ሙቀት *n* heat, heating, temperature
ሙቀት መቆጣጠሪያ *n* thermostat
ሙቅ *adj* warm; hot
ሙታንታ *n* briefs
ሙከራ *n* endeavor, attempt, experiment
ሙዚቀኛ *n* musician
ሙዚቃ *n* music
ሙዚቃ አጻጻፍ *n* notation
ሙዚቃዊ ድራማ *n* revue
ሙዝ *n* banana
ሙያ *n* craft, profession
ሙያዊ *adj* technical
ሙገሳ *n* adulation
ሙግት *n* argument
ሚሊሜትር *n* millimeter
ሚሊዮኔር *adj* millionaire
ሚሊዮን *n* million
ሚሊግራም *n* milligram
ሚሌኒየም *n* millennium
ሚሲዮናዊ *n* missionary
ሚሳይል *n* missile
ሚስቱ የሞተችበት *n* widower
ሚስት *v* divorce
ሚስት *n* wife
ሚስቶቹ የበዙ *adj* polygamist
ሚስቶች *n* wives
ሚስጥራዊ *adj* discreet
ሚስጥራዊ ማረግ *v* mystify
ሚስጥራዊ ሰው *n* clam
ሚቲዎር *n* meteor
ሚኒስቴር *n* ministry
ሚንስቤት *n* canteen
ሚክሮብ *n* microbe
ሚዛናዊ *n* symmetry
ሚዛን *n* equilibrium; scale
ሚዜ *n* best man
ሚዩዝየም *n* museum
ሚያዝያ *n* April
ሚዶ *n* comb
ሚጢጢ *adj* petite
ማሃይም *adj* ignorant, illiterate
ማህበረሰብ *n* community
ማህበር *n* corporation
ማኅበር *n* association
ማኅበር *n* society

ማሕተም *n* seal, stamp
ማሕፀን *n* womb
ማኅፀን *n* uterus
ማለም *v* dream
ማለስለስ *v* lubricate, smooth, soften
ማለስለሻ *n* lubrication
ማለቂያ ቢስ *adj* endless
ማለቃቀስ *v* whine
ማለቅ *v* run out, hold out, lapse
ማለቅለቅ *v* rinse
ማለት *v* mean; say
ማለት መፈለግ *v* drive at
ማለከለክ *v* pulsate
ማለፊያ *n* passage, pass
ማለፊያ የሌለው ዝግ የሆነ መንገድ *n* dead end
ማለፍ *v* undergo, pass
ማላላት *v* loosen, relax
ማላመድ *v* tame, acclimatize, normalize
ማላም *v* digest
ማላብ *v* perspire, sweat
ማላብ *n* perspiration
ማላገጥ *v* mock
ማልማት *v* cultivate
ማልቀስ *v* tear, cry, weep
ማልበስ *v* deck, clothe
ማልበስ *n* upholstery
ማመሃኘት *v* justify
ማመልከት *v* spot; apply for; sign
ማመልከቻ *n* application
ማመምጣት *v* bring
ማመሰል *v* pretend
ማመሳሰል *v* resemble
ማመሳቀል *v* upset
ማመስገን *v* praise, commend, thank
ማመቅ *v* compress
ማመቻቸት *v* ease
ማመን *v* trust, profess, believe; concede, credit
ማመንታት *n* indecision
ማመንጨት *v* emit
ማመጣጠን *v* balance
ማመጻደቅ *v* flatter
ማመጽ *v* rebel, revolt, riot
ማማ *n* tower
ማማለል *v* seduce
ማማለድ *n* intercession
ማማለድ *v* intercede
ማማሰል *v* whirl, stir
ማማረር *v* grouch, complain
ማማር *v* flourish
ማማት *v* gossip
ማማከል *v* center
ማማከር *v* advise, counsel, consult
ማምለጥ *v* get away, break out, dodge, elude, escape, evade
ማምለጥ *n* evasion
ማምለጫ *n* way out, escapade
ማምለጫ *adj* evasive
ማምረት *v* fabricate, produce, yield, harvest, reproduce
ማምረቻ *n* workshop

ማምራት *v* head for
ማምታታት *n* scam
ማምከን *v* detonate
ማምከን *n* detonation
ማምከኛ *n* detonator
ማሞቂያ *n* heater, radiator, water heater
ማሞቅ *v* heat; pasteurize; toast; defrost
ማሞኘት *v* fool
ማሞኘት *n* hoax
ማሞገስ *v* celebrate
ማሟላት *v* pander, complete, fulfill, qualify
ማሟሟቅ *v* warm up
ማሟረት *n* priestess
ማሰላሰል *v* contemplate, speculate
ማሰልቸት *v* bore
ማሰልጠን *v* civilize; coach
ማሰልጠን *n* coaching
ማሰመን *v* convince
ማሰማት *v* sound
ማሰሳነስ *v* minimize
ማሰስ *v* canvas, explore, scour
ማሰስተላለፍ *v* hand down
ማሰስጠንቀቂያ *n* portent
ማሰረዳት *v* reason
ማሰሪያ *n* tie, lace, leash
ማሰራጨት *v* defuse, disseminate, propagate, spread
ማሰር *v* fasten, bundle, detain, tie, bound; arrest, intern, jail, lock up, put away
ማሰሮ *n* jar
ማሰቀቅ *v* traumatize
ማሰቃየት *v* traumatize, brutalize, torment
ማሰባሰብ *v* concentrate
ማሰብ *v* suppose, conceive, ponder, calculate, mind, reckon, think
ማሰተካከያ *n* ratification
ማሰታወቅ *v* advertise
ማሰነሳሻ *n* stimulant
ማሰናበት *v* dismay
ማሰናከል *v* intercept; cripple
ማሰናዳት *v* arrange
ማሰጠር *v* condense
ማሰፈንጠር *v* eject
ማሳለፍ *v* spend
ማሳል *v* cough
ማሳመር *v* beautify
ማሳመን *v* convert, enlist, induce
ማሳሰቢያ *n* reminder
ማሳሰብ *v* preoccupy, concern, connote, remind, suggest
ማሳሳት *v* mislead
ማሳረር *v* char
ማሳረፍ *n* landing
ማሳቅ *v* tickle, amuse
ማሳበድ *v* madden
ማሳተሚያ *n* printing
ማሳተም *v* publish
ማሳት *v* stun
ማሳነስ *v* downsize

ማሳካት v pander; achieve

ማሳወር v blind

ማሳወቅ v uncover; signify

ማሳየት v signify, demonstrate, display, exhibit, show, stage

ማሳያ n display

ማሳደድ v chase, chase away, persecute, repel, drive away

ማሳደድ n chase

ማሳደጊያ n nursery

ማሳደግ v procreate

ማሳደግ v enhance, nurture, adopt, develop, foster, grow, upgrade

ማሳጠር v clip, abbreviate, abridge, boil down to, shorten

ማሳጣት v deprive

ማሳፈር v embarrass

ማሴር v plot, conspire

ማስለል v wear out

ማስለቀቅ v evacuate; dislodge

ማስለወጥ v divert

ማስላት v calculate

ማስመለስ v throw up

ማስመለጥ v extricate

ማስመሰል v fake, feign, forge, simulate, mask

ማስመሰያ n cover-up

ማስመረር v embitter

ማስመሪያ n ruler

ማስመር v rule, underline

ማስመዝገብ v file

ማስመጣት v import

ማስማማት v conform

ማስረከብ v hand in, hand over

ማስረከቢያ ሰአት n deadline

ማስረዘም v heighten, lengthen

ማስረዳት v object, explain

ማስረጃ n evidence

ማስረጽ v emit

ማስቀመጥ v depict, put, place

ማስቀመጥ n set

ማስቀረት v omit

ማስቀረት n omission

ማስቀየም v offend

ማስቀየር v rebut

ማስቆም v shut off, halt

ማስቆጠር v score

ማስቆጣት v enrage, irritate

ማስቆጣት n provocation

ማስበርገግ v scare away

ማስባት v beef up

ማስተላለፍ v adjourn, transfer, waive; circulate, transmit, channel

ማስተማመን v insure

ማስተማር v educate, instruct, teach

ማስተባበል v refute

ማስተባበር v coordinate

ማስተናገድ v accommodate, treat, entertain

ማስተካከል v correct, adjust, align, amend, ratify, trim

ማስተካከያ n adjustment, amendment; equation

ማስተዋል *v* notice, heed
ማስተዋል *n* prudence
ማስተዋወቅ *v* acquaint, introduce, promote
ማስተዳደር *v* govern, administer
ማስቲካ *n* bubble gum
ማስታረቅ *v* conciliate, reconcile
ማስታወስ *v* picture, evoke, recall, recapture, recollect, relive, remember
ማስታወሻ *n* note, token, memento, memo, reminder
ማስታወሻ *n* remembrance
ማስታወሻ መያዝ *v* scribble
ማስታወሻ ደብተር *n* notebook
ማስታወቂያ *n* banner, notice, notification, advertising
ማስታወቂያ መለጠፍ *v* emboss
ማስታወቅ *v* notify, inform
ማስታወክ *v* throw up, vomit
ማስታገስ *v* deaden, alleviate, relieve
ማስታገሻ *n* painkiller
ማስታጠቅ *v* arm equip
ማስቻል *v* enable, open up
ማስነሣት *v* trigger
ማስነሳት *v* unleash
ማስከተል *v* cause, precipitate
ማስከን *v* neutralize
ማስከፈል *v* bill
ማስከፋት *v* repulse, confound, disappoint, displease
ማስወረድ *v* abort, miscarry
ማስወገድ *v* oust, throw away, purge, rid of, dissipate, abolish, avoid, discard, eliminate, evict, expel, pull out, remove, shun
ማስወገጃ ቱቦ *n* sewer
ማስወጣት *v* discharge
ማስዋብ *v* polish
ማስያዝ *v* pawn
ማስደሰት *v* enchant, enthrall, excite, please, thrill
ማስደሰት *n* treat
ማስደት *v* gratify
ማስደነቅ *v* fascinate
ማስደንገጥ *v* startle, surprise
ማስገረም *v* amaze, astound
ማስገረም *adj* startled
ማስገባት *v* revert, let in, submit, tap into
ማስገደድ *v* constrain, coerce, compel, enforce, force, impose, persuade, repress
ማስገደድ *n* imposition
ማስጋት *v* preoccupy
ማስጌጥ *v* adorn, garnish
ማስጎብኘት *v* guide
ማስጠላት *v* put off
ማስጠሎ *adj* disgusting
ማስጠንቀቂያ *n* order; homily; alert, warning
ማስጠንቀቅ *v* alert, forewarn, warn
ማስጠየፍ *v* appall

ማስፈለግ *v* necessitate
ማስፈራሪያ *n* threat
ማስፈራራት *v* dishearten, horrify, intimidate, threaten
ማስፈር *v* deploy
ማስፋት *v* broaden, deepen, enlarge, widen
ማስፋፋት *n* enlargement
ማረም *v* correct, edit, rectify, redress, weed
ማረሳሻ *n* respite
ማረስ *v* plow
ማረስ *v* till
ማረስ *v* farm
ማረሻ *n* ploy
ማረሻ መኪና *n* tractor
ማረድ *v* slaughter
ማረጋጋት *v* calm, soothe
ማረጋገጥ *v* prove, confirm, affirm, ascertain, assert, assure, attest, authenticate, certify, check, corroborate, ensure, testify, verify
ማረጋገጫ *n* approval, assertion, confirmation, proof, verification
ማረጋገጫ *v* warrant
ማረጋጥ *v* validate
ማረግ *v* ascend
ማረፊያ ቤት *n* custody
ማረፍ *v* land, repose, rest
ማራመድ *v* advance
ማራቅ *v* repulse
ማራባት *v* fertilize
ማራኪ *n* zest, appeal, sweetness
ማራኪ *adj* juicy, alluring, appealing, catching, picturesque
ማራኪ *v* outshine
ማራኪ አቀማመጥ *adj* scenic
ማራኪነት *n* allure
ማራዘም *v* protract, outlast, prolong
ማራገቢያ *n* fan
ማራገፍ *v* unpack
ማር *n* honey
ማርመላታ *n* jam
ማርማላታ *n* marmalade
ማርስ *n* Mars
ማርሻል *n* marshal
ማርሽ *n* gear
ማርቀቅ *v* draft
ማርባት *v* breed
ማርከስ *v* defile, desecrate
ማርከስ *n* sacrilege
ማርከሻ *n* antidote
ማርካት *v* quench, satisfy
ማርክሳዊ *adj* Marxist
ማርገብ *v* deaden, slacken
ማርጋት *v* coagulate
ማርጋት *n* coagulation
ማርጠብ *v* dampen, moisten
ማሸለብ *n* nap
ማሸመቅ *v* ambush
ማሸበር *v* terrorize
ማሸት *v* massage

ማሸነፍ *v* overpower, defeat, overcome, win
ማሸጊያ *n* tape
ማሺጋገር *v* transform; postpone
ማሸግ *v* seal
ማሻሻል *v* revise, update, reform, brush up, improve, modify, touch up
ማሻሻጥ *v* market
ማሻገር *v* relocate
ማሻገት *v* rot
ማሽቆልቆል *v* degenerate, slump; nosedive
ማሽን *n* machine
ማሽን ማሽከርከሪያ እጀታ *n* crank
ማሽግ *v* seal, stamp
ማሽከርከር *v* screw
ማሽኮርመም *v* court
ማሾ *n* lantern
ማሾለክ *v* look through
ማሾል *v* sharpen, point
ማሾክሾክ *v* whisper
ማሾፍ *v* ridicule
ማሾፍ *n* sarcasm
ማቀላጠፍ *v* facilitate
ማቀማጠል *v* pamper
ማቀረብ *v* convey
ማቀቆልቆል *n* downturn
ማቀበል *v* pass, relay
ማቀብ *v* sanction
ማቀናበር *v* concoct
ማቀናበር *n* setup
ማቀዝቀዝ *v* chill, cool, cool down, refrigerate
ማቀያየር *adj* alternate
ማቀድ *v* plan, devise, project
ማቀጣጠያ *n* fuse
ማቀፍ *v* cuddle, embrace, hug
ማቁሰል *v* injure
ማቃለል *v* simplify
ማቃሰት *v* shriek, moan; wheeze
ማቃሰት *n* sigh
ማቃጠል *v* burn, cremate
ማቃጠር *v* snitch, tattle
ማቄም *v* vindicate
ማቅለል *v* mitigate
ማቅለሚያ *n* dye
ማቅለም *v* color
ማቅለሽለሽ *adj* seasick, sickening
ማቅለሽለሽ *n* nausea
ማቅላት *v* redden
ማቅረብ *v* set out, offer, present, state, supply
ማቅጠን *v* dilute, water down
ማቆልቆል *v* plunge
ማቆሚያ *n* ending
ማቆም *v* curtail, seize, stop, terminate; pitch, erect, cease, desist
ማቆሸሽ *v* pollute, defile, soil
ማቆያ *n* sustenance
ማቆጣት *v* offend
ማቋረጠ *v* cross
ማቋረጥ *v* withdraw, nip, abort, discontinue, interrupt

ማቋረጥ *n* interruption
ማቋረጫ *n* crossing
ማቆረጥ *v* intersect
ማበላሰት *v* mess up
ማበላሸት *v* botch, corrupt, impair, mangle, spoil
ማበልጸግ *v* enhance, enrich
ማበሳጨት *v* exasperate
ማበስበስ *v* rot
ማበረታታት *v* nurture, encourage, straighten out
ማበር *v* unite
ማበብ *v* thrive, blossom
ማበብዛት *v* multiply
ማበደር *v* lend, loan
ማበጠሪያ *n* comb
ማበጠር *v* sift, comb
ማበጥ *v* swell
ማባላሸት *v* waste
ማባስ *v* worsen
ማባረር *n* purification; banishment
ማባረር *v* chase, drive away
ማባበል *v* entice
ማባበያ *n* gimmick
ማባበያ መስጠት *v* dangle
ማባባል *v* solicit
ማባባስ *v* worsen, aggravate; step up
ማባባስ *n* aggravation
ማባከን *v* dissipate, lavish, squander
ማባዛት *v* duplicate, replicate
ማባዛት *n* duplication, multiplication
ማባዥ *n* copier
ማብሰል *v* roast, cook, ripen
ማብሰያ *n* oven, stove
ማብረቅረቅ *v* gleam, glitter
ማብረድ *v* calm, soothe
ማብራሪያ *n* annotation, clarification
ማብሪያ ማጥፊያ *n* switch
ማብራራት *v* define, annotate; enlighten
ማብራት *v* electrify, glow, illuminate, light, switch on, turn on
ማብቃቃት *v* get by
ማቧረቅ *v* bark
ማተም *v* print
ማተርፍ *v* profit
ማተኮር *v* focus on
ማታ *n* evening
ማታለል *v* beguile, trick
ማታለል *n* trick
ማታለያ *n* trick
ማታካት *v* make up for
ማታወቂያ *n* promotion
ማትረፍ *v* yield; salvage, save
ማቻቻል *v* offset
ማቻኳል *v* urge
ማነሳሻ *n* incitement
ማነቀፍ *v* stumble
ማነቂያ *n* noose
ማነቃቂያ *n* incentive, stimulus
ማነቃቃት *adj* refreshing
ማነቅ *v* strangle

ማነቆ *n* bottleneck
ማነቋሸሽ *n* degradation
ማነከስ *v* limp
ማነከስ *n* limp
ማነጻጸር *v* contrast, compare
ማነጻጸር *n* analogy
ማነፍነፍ *v* sniff
ማናወጥ *v* dislocate
ማናደድ *v* annoy, infuriate
ማናፈስ *v* ventilate
ማናፈሻ ቀዳዳ *n* vent
ማናፋት *v* whistle
ማን *pro* who
ማንም *pre* none
ማንም *pro* whoever
ማንም ሰው *pro* no one, nobody
ማንሰራረት *v* rehabilitate
ማንሰራራት *v* revive
ማንሰራፋት *v* stifle, curb; stem
ማንሳት *v* pick up, bring up, lift, raise
ማንሸራተት *v* slide
ማንሸራተቻ *n* chute
ማንቀላፋት *n* doze
ማንቀላፋት *v* doze
ማንቀሳቀስ *v* animate; launch; operate
ማንቂያ *adj* rousing
ማንቋሸሽ *n* disdain
ማንቋሸሽ *v* degrade
ማንበብ *v* read, recite
ማንባት *v* tear
ማንተከተክ *v* simmer
ማንነት *n* identity
ማንኛውም *adj* any
ማንኛውም ሰው *pro* anybody, anyone
ማንኛውም ነገር *pro* anything
ማንኳኳት *n* knock
ማንኳኳት *v* knock
ማንኪያ *n* spoon
ማንኮራፋት *v* snore
ማንኮታኮት *v* deplete
ማንኳሰስ *v* snub; trivialize
ማንዛዛት *v* protract
ማንዣበብ *v* soar, hover
ማንገላታት *v* boss around, harass
ማንገላታት *n* harassment
ማንገራገር *adj* reluctant
ማንጉድጎድ *n* outpouring
ማንጎራጎር *v* hum
ማንጠልጠል *v* suspend
ማንጠልጠያ *n* suspenders
ማንጠስ *v* sneeze
ማንጠር *v* bounce
ማንጠብጠብ *v* leak
ማንጣት *n* bleach
ማንጫ *n* cleaner, cleanser
ማንጸባረቅ *v* emanate, reflect, shine
ማንጻ *v* purify
ማንጻት *v* wash, absolve, clean, sanctify
ማኖር *v* place
ማኘክ *v* chew

መ

ማኘክ v munch
ማዕረግ n title
ማዕረግ n protocol
ማዕረግ መስጠት v confer
ማዕቀብ n sanction
ማእቀፍ v ring
ማዕበላማ adj stormy
ማዕበል n storm
ማዕከላዊ adj central
ማዕከል n center, core
ማእዘን n angle
ማዕዘን n block
ማዕድን n mineral, plutonium
ማዕድን ቆፋሪ n miner
ማከማቸት v agglomerate, hoard, stock
ማከማቻ n reservoir
ማከም v treat
ማከራየት v lease, rent
ማከናወን v perform; accomplish
ማከካበት v amass
ማከክ v itch
ማከፋፈል v ration
ማካሄድ v conduct, process
ማካሄድ adj practicing
ማካበት v secure, accumulate
ማካተት v contain, consist, embody, incorporate
ማካፋት v drizzle
ማክሰኞ n Tuesday
ማክበር v praise, celebrate; dignify, esteem, respect, venerate

ማክበብ v circle
ማኮብኮቢያ n airstrip, runway
ማወላወል v hesitate
ማወላገድ v distort
ማወሳሰብ v complicate, entangle
ማወቅ v prove, discern, know, recognize
ማወክ v disrupt
ማወዛወዝ v toss, sway
ማወዳደር v contrast
ማወጅ v utter, declare, decree, proclaim
ማወገድ v scrap, put aside
ማወጋገድ v denounce
ማዋሐድ v unify
ማዋሃድ v compound, assimilate, combine, integrate, merge
ማዋል v embody, consecrate
ማዋረድ v disgrace, confound, debase, humiliate
ማውለቅ v strip
ማውለብለብ v wag
ማውለብለብ (እጅን) v wave
ማውረስ v bequeath
ማውረድ v topple; unload
ማውራት v talk
ማውደልደል v roam
ማውደም v destroy, devastate, ravage, raze, vandalize
ማውገዝ v condemn
ማውጋት v chat
ማውጠንጠን v ponder, analyze

ማውጣት v extract; cost; date

ማውጫ n directory, index, outline

ማዘን v distress, grieve, mourn, sadden

ማዘን n sore

ማዘንበል v decline, incline, tilt

ማዘንበል n decline

ማዘዝ v ordain, command, prescribe, order

ማዘዣ n prescription

ማዘጋጀት v pack, compose, prepare

ማዘጋጃ ቤት n city hall, town hall

ማዘግየት n retention, setback

ማዘግየት v defer

ማዛል v wear out

ማዛመድ v correlate

ማዛባት v misplace

ማዛወር v relocate, transplant

ማዛጋት n yawn

ማዛጋት v yawn

ማዞሪያ n screwdriver

ማዞር v circle; whirl; screw

ማዞር v pervert

ማየል v transcend, overpower

ማየት v observe, note, look, see, watch

ማያያዝ v rivet, attach, chain, join, link, staple

ማያያዣ n link

ማያያዣመሣሪያ n stapler

ማያያዣ ሽቦ n staple

ማይል n mile

ማይክሮስኮፕ n microscope

ማይክሮዌቭ n microwave

ማደላደል v level

ማደላደል n level

ማደል v distribute, dole out

ማደል v dispense

ማደስ v reform, update, remake, renew, restore

ማደሪያ n residence

ማደራጀት v mobilize, organize, reorganize

ማደራጀት n buildup

ማደር v reside

ማደባለቂያ n blender

ማደባለቅ v shuffle

ማደናቀፍ v stumble, hinder

ማደናገር v confuse

ማደናገጥ v daunt

ማደን v hunt

ማደንቆር v deafen

ማደንዘዝ v paralyze

ማደንዘዝ v stun, immobilize, daze, hypnotize

ማደንዘዣ n anesthesia

ማደንዘዣ መድሐኒት n morphine

ማደግ v outgrow, grow up, move up

ማደጎ v adopt

ማደጎ n adoption

ማዳላት v discriminate

ማዳመጫ መሳሪያ n headphones

ማዳረስ v distribute

ማዳበር v nourish

ማዳን *v* redeem, spare, rescue, avert, cure, spruce up
ማዳከም *v* attenuate, overshadow, weaken, wear down, sap
ማድረስ *v* deliver
ማድረቂያ *n* dryer
ማድረቅ *v* stiffen, parch
ማድረግ *v* do, act
ማድቀቅ *v* pulverize
ማድባት *v* prowl, sneak, stalk
ማድነቅ *v* admire, appreciate, astonish, cheer, wonder
ማድነቅ *n* appreciation
ማድከም *v* exhaust, tire
ማድፈጥ *v* crouch, lurk
ማዶልዶም *v* dull
ማጅራት አጥንት *n* collarbone
ማጃጃል *v* sap
ማገልገል *v* serve
ማገረም *v* amuse
ማገርሸት *n* relapse
ማገርጣት *v* whiten
ማገት *v* restrain
ማገናኘት *v* associate, connect, match
ማገኔታዊ *adj* magnetic
ማገኔት *n* magnet
ማገዝ *v* assist
ማገድ *v* confine, obstruct, ban, bar, block, blockade, boycott, deter, insulate, seal off
ማገዶ *n* firewood
ማገጃ *v* veto
ማገጃ ሕግ *n* ban
ማገገሚያ *n* retreat, recovery
ማገገም *v* recover
ማገግኘት *v* secure
ማገጣጠም *v* adjoin
ማጉላላት *v* mistreat
ማጉላት *v* amplify; overrate
ማጉመትመት *v* maim
ማጉረምረም *v* grumble, mumble, rumble
ማጉበጥ *v* bend
ማጋለጥ *v* expose, unmask
ማጋላጥ *v* give away
ማጋመስ *v* halve
ማጋራት *v* share; socialize
ማጋሳት *v* roar
ማጋነን *v* amplify, exaggerate, glorify, magnify, overestimate, overstate
ማጋዝ *v* exile
ማጋደል *adj* slanted
ማጋደም *v* lay
ማጋጋል *v* fuel
ማጋጠም *v* encounter
ማጌጥ *v* decorate, embellish, deck
ማግለል *v* rid of; neutralize
ማግለል *adj* outcast
ማግሳት *v* belch, burp
ማግረር *v* stiffen
ማግባት *v* wed, transfer
ማግዘዋወር *v* wed, transfer

ማግባባት *v* coax; placate
ማግባባት *n* persuasion
ማግባት *v* marry
ማግኘት *v* discover, derive, find, trace; gain, get, obtain, procure
ማግኘት *n* attainment
ማግዛት *v* purchase
ማጎሳቆል *v* abuse
ማጎር *v* crowd
ማጎንቆል *v* germinate
ማጎንበስ *v* bend down, duck, get down
ማጓተት *v* procrastinate
ማጓጓዝ *v* convey
ማጠላለፍ *v* crisscross
ማጠራቀሚያ *n* storage
ማጠራቀም *v* store
ማጠር *v* enclose
ማጠር *n* fencing
ማጠቃለል *v* generalize, recap, summarize, wind up, wrap up, cap
ማጠቃለያ *n* roundup, summary
ማጠቢያ *n* tub
ማጠብ *v* wash
ማጠናቀቅ *v* finish, end up
ማጠናከሪያ *n* reinforcements
ማጠናከር *v* consolidate, reinforce, reiterate, strengthen
ማጠንቀቅ *v* notify
ማጠንከር *v* harden, toughen
ማጠንጠን *v* revolve, wind
ማጠጣት *v* water
ማጠፊያ *n* hinge
ማጠፍ *v* twist, double, fold
ማጠፍና መዘርጋት *v* flex
ማጣመም *v* distort
ማጣመር *v* unify
ማጣሪያ *n* strainer, filter, refinery
ማጣሪያ ስራ *n* liquidation
ማጣራት *v* screen, purify, filter
ማጣበቂያ *n* gum, glue, sticker
ማጣበቅ *v* affix, glue, lump together, stick
ማጣት *v* lose, lack
ማጣጣም *v* harmonize
ማጣፈጥ *v* sweeten
ማጤስ *adj* puffed
ማጥለቅለቅ *v* swarm; inundate
ማጥለያ *n* strainer
ማጥላላት *v* override
ማጥመቅ *v* immerse; baptize
ማጥመድ *v* snare, trap
ማጥራት *v* refine
ማጥቃት *v* subject, inflict, assail, attack, set about, strike
ማጥቃት *n* offense
ማጥቆር *v* pitch
ማጥበቅ *v* fasten, tighten
ማጥባት *v* nurse
ማጥናት *v* discuss, go over, study
ማጥፊያ *n* rubber
ማጥፋት *v* erase, turn out, wipe out, diminish, put out, switch off, turn off

ማጥፍት *v* spend
ማጧጧፍ *v* intensify
ማጨለም *v* darken, dim
ማጨማደድ *v* crease
ማጨስ *v* smoke
ማጨቅ *v* stuff, cram, jam
ማጭበርበሪያ ዘዴ *n* ruse
ማጨብጨብ *v* applaud, clap
ማጨት *v* engage
ማጨናነቅ *v* squeeze in
ማጨናገፍ *v* thwart
ማጨድ *v* crop, reap
ማጫረት *v* auction
ማጫወት *v* entertain
ማጭበርበር *v* rip off, cheat, deceive, swindle
ማጭበርበር *n* deceit, deception, fraud
ማጭድ *n* sickle
ማጮለቅ *v* peep
ማጮል *v* slap, smack
ማጽናናት *v* cheer up, console
ማፅናናት *v* hearten
ማጽደቅ *v* confirm, utter, approve, canonize
ማጽዳት *v* cleanse, clear, sterilize
ማፈራረቅ *v* cycle
ማፈሪያ *n* disgrace, mortification
ማፈር *adj* sorry
ማፈር *v* shame
ማፈን *v* suppress, stifle, abduct, kidnap
ማፈንገጥ *v* dissent
ማፈኛ *n* muffler
ማፈግፈግ *v* retreat, back down
ማፈግፈግ *n* withdrawal
ማፋጠን *v* step up, accelerate
ማፌዝ *adj* annoying
ማፍለቅ *v* mastermind
ማፍሰስ *v* pour, drain
ማፍሰስ *n* spill
ማፍረስ *v* demolish, ruin; liquidate
ማፍረስ *n* demolition
ማፍራት *v* earn
ማፍቀር *adj* fond
ማፍቀር *v* love
ማፍታት *v* unwrap
ማፍዘዝ *v* bewitch
ማፍያ *n* boiler
ማፍጠን *v* quicken, run over
ማፍጠጥ *v* stare
ማፏጨት *v* whistle
ሜርኩሪ *n* mercury
ሜትራዊ *adj* metric
ሜትር *n* meter
ሜኑ *n* menu
ሜኒንጃይተስ *n* meningitis
ሜንታ *n* mint
ሜንጦ *n* hook
ሜክሲካዊ *adj* Mexican
ሜዳ *n* field
ሜዳ ላይ ዘፍኖ መለመን *v* bask
ሜዳሊያ *n* medallion
ምሁራዊ *adj* academic

ምህዳረ ምድር *n* ecology
ምሑር *n* scholar
ምሁር *n* scholar
ምህለላ *n* litany
ምህረት *n* mercy
ምሕረት *n* pardon
ምሕዋር *n* orbit
ምህፃረ ቃል *v* initial
ምህጻረ ቃል *adj* italics
ምሉነት *n* complement
ምሉዕ *adj* excellent
ምላስ *n* tongue
ምላሽ *n* response, reaction
ምላሽ መስጠት *v* react
ምልመላ *n* recruitment
ምልምል *n* conscript
ምልከታ *n* review, viewpoint
ምልክት *n* symbol, asterisk, brand, label, mark, sign, signal
ምልክት መስጠት *v* motion, signal
ምልክት ማሳየት *v* motion
ምልክት ማረግ *v* mark
ምልክት አጻጻፍ *n* notation
ምልጃ *n* intercession
ምሰሶ *n* pole, pillar
ምሳ *n* lunch
ምሳ መብያ *n* lounge
ምሳሌ *n* symbol, parable, precedent, example, proverb
ምሳሌያዊ *n* metaphor
ምሳሌያዊ *adj* symbolic
ምስል *n* illustration, image
ምስል ሀውልት *n* effigy
ምስማር *n* nail
ምሥራቃዊ *adj* oriental
ምስራቃዊ *adj* eastbound, eastern
ምስራቃዊ *n* easterner
ምሥራቅ *n* orient
ምስራቅ *n* east
ምስር *n* lentil
ምስኪን *adj* innocent
ምስክር *n* testament, reference, witness
ምስክር ወረቀት *n* certificate
ምስክርነት *n* testimony
ምስጋና *n* praise, commendation, compliment, gratitude
ምስጋና ቢስነት *n* ingratitude
ምስጋና የሚገባው *adj* praiseworthy
ምስጢራዊ *adj* clandestine, confidential, covert
ምስጢራዊ ቃል *n* password
ምስጢር *n* mystery, sacrament, secrecy, secret
ምስጢር ማካፈል *v* confide
ምስጢር ማውጣት *v* divulge
ምስጢር ማውጣት *n* indiscretion
ምስጢር የማይደብቅ *adj* indiscreet
ምስጥ *n* termite
ምራቅ *n* saliva
ምሬት *n* bitterness, lead
ምርመራ *n* probing, inquiry, test, check up, inquisition, inspection, investigation, trial

ምርምር *n* research

ምርቃት *n* blessing, graduation, inauguration

ምርቃና *n* trip

ምርቃና *v* space out

ምርታማ *adj* productive

ምርት *n* product, yield, output, produce, production, reproduction

ምርኩዝ *n* crutch

ምርኮ *n* booty, captivity, capture, spoils

ምርኮኛ *n* captive

ምርጫ *n* preference, choice, election, option, selection, vote, voting

ምርጫ አዋቂ *adj* tasteful

ምሽት *n* night, evening, sundown, dusk

ምሽግ *n* bunker, fort, fortress

ምቀኝነት *n* envy

ምታት *v* throb

ምት *n* knock, hit

ምትሐተኛ *n* wizard

ምትሐተኛ ሴት *n* witch

ምትሀታዊ *adj* occult

ምትክ *n* substitute, replacement

ምቹ *adj* opportune, handy, comfortable, conducive, convenient, suitable, compatible

ምቹ *n* convenience

ምቾት *n* ease, convenience, luxury, comforter, comfort

ምናልባት *adv* maybe, perhaps

ምናልባት *v* may

ምናብ *n* illusion

ምናባዊ *adj* unreal

ምን *adj* what

ምንም *pre* none

ምንም *n* nothing

ምንም ቢሆን *adj* whatever

ምንም እንኳ *c* though

ምንም እንኳን *c* despite

ምንሽር *n* rifle

ምንቀኝነት *n* grudge

ምንቃር *n* beak

ምንባብ *n* passage

ምንነት *n* essence

ምንጣፍ *n* rug, carpet, mat; tile

ምንጭ *n* source, spring, fountain

ምኞት *n* notion, ambition, aspiration, impulse, wish

ምኞት *adj* wise

ምዕራባዊ *adj* western

ምዕራባዊ ሰው *adj* westerner

ምዕራባዊ ጉዞ *adv* westbound

ምዕራብ *n* west

ምዕራፍ *n* chapter

ምክር *n* guidance, precept, counsel, consultation, advice

ምክርቤት *n* cabinet

ምክር ቤት *n* senate, parliament, congress, council

ምክትል *n* vice

ምክንያተቢስ *adj* irrational

ምክንያቱም *c* because
ምክንያቱም *adv* owing to
ምክንያታዊ *adj* reasonable
ምክንያት *n* plea, excuse, cause, factor, reason
ምክንያት መስጠት *v* rationalize
ምክንያትየለሽ *adj* unreasonable
ምክክር *n* consultation
ምዋርት *n* witchcraft, superstition
ምዝገባ *n* registration, enrollment
ምድር ቤት *n* basement, cellar
ምድራዊ (ምድር ላይ ያለ/የሚኖር) *adj* terrestrial
ምድብ *n* category
ምድጃ *n* fireplace, hearth
ምግባረ ብልሹ *adj* corrupt
ምግባር የለሽ *adj* amoral
ምግብ *n* dish, cuisine, food, foodstuff, meal, nourishment
ምግብ መቀነስ *n* diet
ምግብ ማብሰል *n* cooking
ምግብን በቁጥጥር መብላት (ክብደት ለመቀነስ) *v* diet
ምግብ ቤት *n* mess; restaurant
ምግብ አለመሸራሸር *n* indigestion
ምግብ አዘገጃጀት *n* recipe
ምጡቅ *adj* stupendous
ምጣኔ *n* proportion
ምጥ *n* contraction
ምጥን *adj* concise; nutritious
ምጸታዊ *adj* ironic
ምጸት *n* irony, satire
ምጽአት *n* exodus
ምጽዋት *n* alms
ምፅዋት *n* handout
ምጽድቅ *n* flattery
ሞለኪዩል *n* molecule
ሞላላ *adj* oval
ሞረታር *n* mortar
ሞረድ *n* sharpener, file
ሞራ *n* grease
ሞራ መቀባት *v* grease
ሞራል መስበር *v* demoralize
ሞራል የለሽ *adj* degenerate
ሞራላዊ *adj* moral
ሞርጌጅ *n* mortgage
ሞቅ ያለ *adj* warm
ሞተር *n* auto, engine, motor, turbine
ሞተር ቢስክሌት *n* motorcycle
ሞት *n* death
ሞኖፖሊ *n* monopoly
ሞኝ *adj* silly, foolish, unwise
ሞኝ *n* sap
ሞዴል *n* model
ሞድ *n* fashion
ሞድ *adj* classy
ሞገድ *n* ripple, tide, wave
ሞግዚት *n* guardian, babysitter, nanny; regret
ሟች *adj* dying, mortal
ሟችነት *n* mortality

ሰ

ሰሀን *n* plate
ሰላማዊ *adj* peaceful
ሰላም *n* peace
ሰላም *e* hello
ሰላም ማለት *v* greet
ሰላም ማሳጣት *v* incapacitate
ሰላምታ *n* greetings
ሠላሳ *adj* thirty
ሰላይ *n* informer, spy
ሰላጣ *n* lettuce, salad
ሰላጤ *n* bay
ሰሌዳ *n* plate, board, screen
ሰልጣኝ *n* trainee
ሰልፍ *n* procession, parade; queue, array
ሰመመን *n* oblivion
ሰመጠ *v* bog down
ሰማንያ *adj* eighty
ሰማያዊ *adj* blue, celestial
ሰማይ *n* sky
ሰማይ ጠቀስ *n* skyscraper
ሰሜን *n* north
ሰሜን ምስራቅ *n* northeast
ሰም *n* wax
ሰሞንኛ *n* euphoria
ሰረገላ *n* wagon, carriage
ሠራተኛ *n* worker, employee, maid, maker
ሠራዊት *n* troop
ሠራተኞች መቅጠር *v* staff
ሰሜናዊ *adj* northern
ሰርሳሪ ሌባ *n* burglar
ሰርከስ *n* circus
ሰርክ *n* sundown, nightfall
ሰርዲን *n* sardine
ሠርግ *n* wedding
ሰርጎ መግባት *v* infiltrate
ሰርጎ ገብነት *n* infiltration, insurgency
ሰርጥምድር *n* cape
ሰርጥ መንገድ *n* track
የባቡር ሐዲድ *n* track
ሰቅጣጭ *adj* grisly
ሰቆቃ *n* numbness
ሰበካ ጉባኤ *adj* parochial
ሰባ *adj* seventy
ሰባተኛ *adj* seventh
ሰባት *adj* seven
ሰባኪ *n* preacher
ሰብል *n* crop, harvest
ሰብሮ መግባት *v* break in
ሰብሮ ከፈተ *v* break open
ሰብሳቢ *n* collector
ሰብዓዊ *adj* human
ሰብአዊ ያልሆነ *adj* inhuman
ሰብዓዊ ጥናቶች *n* humanities
ሰነበተ *v* remain
ሰነድ *n* document
ሰነድ አያያዝ *n* documentation
ሰነፍ *adj* slob, lazy, lousy
ሰነጠቀ *v* slit

ሰናፍጭ *n* mustard
ሰኔ *n* June
ሰንሰለት *n* bond, chain
ሰንበር *n* stripe, bruise
ሰንበር ማውጣት *v* bruise
ሰንደቅ ዓላማ *n* flag
ሰንደቅ ዓላማ መስቀያ *n* flagpole
ሰንጠረዥ *n* chart
ሰኞ *n* Monday
ሠዓሊ *n* painter
ሰዓት *n* clock, hour, watch
ሰዓት እላፊ *n* curfew
ሰዓት ሠሪ *n* watchmaker
ሰካራም *adj* drunk
ሰዋሰው *n* grammar
ሰዋች *n* people
ሰው *n* person, guy, human being, man
ሰው ሰራሽ ጸጉር *n* wig
ሰው ሰራሽ *adj* artificial
ሰው በላ *n* barbarian, cannibal
ሰው በላ *adj* barbaric
ሰው በላተኝነት *n* barbarism
ሰው አለማመን *n* distrust
ሰው አለማመን *v* distrust
ሰው የማያምን *adj* distrustful
ሰውነት *n* person, body
ሰውኛ *v* personify
ሰዎች *n* people
ሰይጣናዊ *adj* satanic
ሰይጣን *n* devil
ሰይፍ *n* sword
ሰደፍ *n* butt
ሠገራ *n* stool
ሰገነት *n* pulpit, grandstand, observatory
ሰገደ *v* bow
ሰጋ *v* worry
ሰጎን *n* ostrich
ሰጦታ *n* donation
ሰፈራ *n* deployment
ሰፈር *n* borough
ሰፊ *adj* baggy, broad, roomy, vast, wide
ሰፊ ባቡርመንገድ *n* freeway
ሰፊ ባለ አራት ማዕዘን ወለል *n* sheet
ሰፊ ቦታ *adj* spacious
ሰፊ እርሻ *n* ranch
ሰፊ የመኝታ ልብስ *n* pajamas
ሰፋሪ *n* settler
ሰፍነግ *n* sponge
ሱሰኛ *adj* addicted
ሱስ *n* addiction
ሱስ አስያዥ *adj* addictive
ሱሪ *n* trousers, pants, slacks
ሱቅ *n* store, shop
ሱፍ *n* wool
ሱፐር ማርኬት *n* supermarket
ሲመሽ *n* nightfall
ሲሚንቶ *n* cement
ሲምፎኒ *n* symphony
ሲሪንጅ *n* syringe
ሲሮፕ *n* syrup
ሲቃ *n* groan

ሰ

ሲባዛ *n* times
ሲባጎ ገመድ *n* cord
ሲኒማ *n* cinema
ሲኖዶስ *n* synod
ሲኦል *n* abyss
ሲደመር *adv* plus
ሲጋራ *n* cigarette
ሲጋር *n* cigar
ሲቪል *adj* civil
ሲቪክ *adj* civic
ሳህን *n* dish
ሳህን አጣቢ *n* dishwasher
ሳል *n* cough
ሳሎን *n* living room
ሳሎን ቤት *n* saloon
ሳሙና *n* detergent
ሳምሶናይት *n* briefcase
ሳምባ *n* lung
ሳምንታዊ *adv* weekly
ሳምንት *n* week
ሣር *n* turf
ሳር *n* grass
ሣር ሜዳ *n* prairie
ሳቅ *n* smile, laugh, laughter
ሳቅ ማለት *v* chuckle
ሳቢ *adj* charming
ሳተላይት *n* satellite
ሳንሱር *n* censorship
ሳንሱር ማድረግ *v* censure
ሳንቲም *n* coin, cent, dime, penny
ሳንጃ *n* bayonet
ሳንድ ዊች *n* sandwich
ሳያቋርጥ *adv* ceaselessly
ሳይናሳዊ *adj* scientific
ሳይንስ *n* science
ሳይንቲስት *n* scientist
ሳጥን *n* case, box
ሳፋ *n* tub
ሴሚናር *n* seminary
ሴሰኛ *adj* promiscuous
ሴረኛ *n* conspirator
ሴራ *n* conspiracy
ሴራሚክ *n* ceramic
ሴተኛ አዳሪ ቤት *n* brothel
ሴት *n* stewardess, female, woman
ሴት ልጅ *n* daughter
ሴት አምለክ *n* goddess
ሴት አስተናጋጅ *n* waitress
ሴት አያት *n* grandmother, granny
ሴት ወራሽ *n* heiress
ሴት ወይዘሮ *n* countess, duchess
ሴት ዶሮ *n* hen
ሴትሚዜ *n* bridesmaid
ሴቶች *n* women
ሴኔት *n* senate
ሴንቲሜትር *n* centimeter
ሴኮንድ (የሰዓት መለኪያ) *n* second
ስህተታም *adj* faulty
ስህተት *n* slip, blunder, error, fault, mistake
ስለ *pre* of, about
ስለሆነም... *adv* thus
ስለሰው መከራከር *v* champion
ስለታም *adj* sharp

ሰለት *n* oath; blade, razor
ሰለት *v* vow
ሰለት መሳል *v* edge
ስለዚህ *adv* therefore, thus, hence, since then
ሲሊንደር *n* cylinder
ስላጣን *n* dominion
ስሌት *n* calculation
ስልት *n* strategy
ስልክ *n* phone, telephone
ስልክ መዝጋት *v* hang up
ስልክ መደወል *v* phone
ስልጠና *n* orientation, training
ስልጡን *adj* versed, genteel
ስልጣኔ *n* civilization
ሥልጣን *n* power, regime, position
ስመጥር *adj* famous
ስመጥር *n* celebrity
ስማቸው *adv* namely
ስሜታዊ *adj* effusive, emotional, impulsive, sensitive, torrid
ስሜታዊነት *adj* passionate
ስሜት *n* passion, emotion, mood, sense
ስሜት ቀስቃሽ *n* sensation
ስሜት የሚነካ *adj* touching, poignant, sentimental
ስሜት የሚይዝ *adj* irresistible
ስሜት የማይሰጥ *adj* senseless
ስሜት ያለው *adj* sensible
ስሜት ያጣ *adj* disenchanted
ስሜትን የጠበቀ *adj* sensual
ስሜቶች *n* feelings
ስም *n* name, noun
ስም ማውጣት *v* brand
ስም ማጥፋት *n* blackmail
ስም ማጥፋት *v* defame
ስም አጎደፈ *v* blaspheme
ስም አጠፋ *v* blackmail
ስም ዝርዝር ማውጣት *v* enumerate
ስምምነት *n* fit, treaty, deal, agreement, approbation, conformity, consensus, convention, harmony, negotiation
ስምረት *n* cohesion
ስምንተኛ *adj* eighth
ስምንት *adj* eight
ስስ *adj* flimsy
ስስ *n* wafer
ስስ ደመና *n* haze
ስስታም *adj* frugal
ስስት *n* frugality
ሥረወ መንግስት *n* dynasty
ስረዛ *n* cancellation
ስራ *n* work, occupation, office, career, job, labor, task
ስራ ላይ ማዋል *v* implement
ስራ አስኪያጅ *n* manager
ሥራ አጥ *adj* jobless, unemployed
ሥራ አጥነት *n* unemployment
ሥራ የበዛበት *adj* busy
ሥራ ፈጣሪ *n* entrepreneur
ሥራፈት *adj* idle

ስ

ስርቆት *n* larceny, theft
ስር *n* bottom, root
ስር ነቀል *adj* radical
ስር የሰደደ *adj* chronic, ingrained
ስርየት *n* remission
ሥርዓት *n* discipline, formality, procedure
ሥርዓተ አምልኮ *n* rite
ሥርዓት አልባነት *n* anarchy
ሥርዓት የለሽ *n* muddle
ሥርዓተ-ንጉስ *n* monarchy
ሥርወ ቃል *n* terminology
ስርጉድ *n* cleft
ስርጭት *n* circulation
ስቁረት *n* pothole
ስቃይ *n* hardship, ordeal, ache, affliction, agony, misery, suffering, torment, torture
ስቅለት *n* crucifix, crucifixion
ስቅታ *n* hiccup
ስባም *adj* fatty
ስባሪ *v* wreck
ስብ *n* fat, lard
ስብሐት *n* glory, grace
ስብሰባ *n* assembly, gathering, meeting, rally
ስብስብ *n* cluster, collection
ስብሰባ መምራት *v* chair
ስብሰባ መጥራት *v* convene
ስብርባሪ *n* debris
ስብከት *n* preaching, sermon
ስታስቲክስ *n* statistic
ስቶኪንግ *n* stocking
ሥነምግባራዊ *adj* ethical
ሥነምግባር *n* ethics
ሥነቃላት *adj* pragmatist
ስነቅመማ *n* chemistry
ሥነ ሕይወት *n* biology
ሥነ-ሕይወታዊ *adj* biological
ሥነ-አትክልት *n* botany
ሥነ አእምሮ ሐኪም *n* psychiatrist
ሥነ አእምሮ ሕክምና *n* psychiatry
ሥነ ዜግነታዊ *adj* civic
ሥነ ፅሑፍ *n* literature
ሥነ ፈለካዊ *adj* astronomic
ሥነ ፈለክ *n* astronomy
ስኒ *n* cup
ስንቅ *n* provision
ስንብት *v* dismiss
ስንኝ *n* verse
ስንዴ *n* wheat
ስንጥቅ *n* cleft, crack, fracture, groove
ስንፍና *n* laziness
ሥዕላዊ *adj* visual
ሥዕል መሣል *v* paint
ሥዕላዊ ሰሌዳ *n* poster
ሥዕላዊ ዕይታ መስጠት *v* visualize
ስዕል *n* picture, painting
ስካር *n* booze, drunkenness
ስኬታማ *adj* successful
ስኬት *n* achievement, success
ስኬታማ ነጋዴ *n* tycoon
ስኮት *n* scout

ስኳር *n* sugar
ስዊዘርላንድ *n* Switzerland
ስዊዝ *adj* Swiss
ስዊድናዊ *adj* Swedish
ስዊድን *n* Sweden
ስውር *adj* occult
ስደተኛ *n* fugitive, immigrant, migrant, refugee
ስደት *n* immigration
ስድ *adj* uncouth, bold
ስድ ንባብ *n* prose
ስድሳ *adj* sixty
ስድስተኛ *adj* sixth
ስድስት *adj* six
ስድብ *n* obscenity, insult
ስጉ *adj* paranoid, anxious, apprehensive
ሲጋ *n* meat
ሲጋ ሳንዱዊች *n* burger
ሲጋ ነክ *adj* carnal
ሥጋት *adj* wary
ሲጋት *n* worry, anxiety; trance, premonition
ሲጋዊ አካል *n* flesh
ሲጋዊ *adj* bodily
ሥጋጃ *n* rug
ሲጋጃ ማንጣፍ *n* tapestry
ስግብገብነት *adj* avaricious
ስግብግብ *adj* greedy
ስግብግብነት *n* greed
ስጥ ሲጥታ *n* creak
ስጥመት *n* shipwreck
ስጦታ *n* offering, offer, gratuity, dedication, gift, grant
ስፋት *n* breadth, dimension
ስፌት *n* stitch
ስፍራ *n* compartment
ስፔናዊ *n* Spaniard
ስፔን *n* Spain
ስፖርተኛ *n* sportsman
ስፖርታዊ አቋም *adj* sporty
ስፖርት *n* sport
ስፖንሰር *n* sponsor
ስፖንጅ *n* sponge
ሶለግ ውሻ *n* greyhound
ሶሻሊስት *adj* socialist
ሶሻሊዝም *n* socialism
ሶኬት *n* plug
ሶዳ *n* soda
ሶፋ *n* sofa
ሦስተኛ *adj* third
ሦስት *adj* three
ሦስተኛ መድገም *adj* triple
ሦስት ማእዘን *n* triangle

ረ

ረሀብ *n* famine
ረሃብ *n* hunger
ረሸ *n* shotgun
ረቀቅ ማለት *adj* compact
ረቂቅ *n* draft, bill
ረቂቅ *adj* abstract
ረቡዕ *n* Wednesday
ረባሽ *n* intruder
ረባሽ *adj* disturbing
ረብሻ *n* disturbance, brawl
ረብጣ *n* roll
ረድኤት *n* glory, grace
ረጅም *adj* lengthy, tall, lofty, long
ረጅም ቀሚስ *n* gown
ረጅም ታሪክ *n* novel
ረዥም የእግር ጉዞ *n* hike
ረጅም ዳቦ *n* baguette
ረዳት *n* aide, assistance, helper
ረዳት *adj* auxiliary
ረዳት ሀኪም *n* dresser
ረድፍ *n* row, column; terrace
ረጋ ያለ *n* gentleman
ረጋ ያለ *adj* modest
ረግረግ *n* quagmire
ረግገግ *n* swamp
ሩሲያ *n* Russia
ሩስያዊ *adj* Russian
ሩቅ *adj* distant, remote
ሩቅ የማያይ *adj* shortsighted
ሩብ *n* quarters
ሩዝ *n* rice
ሩጫ *n* rash
ሩጫ *v* rampage
ሪበን *n* ribbon
ሪፐብሊክ *n* republic
ራሱን የሳተ *adj* unconscious
ራሴ *pro* myself
ራስ *n* head
ራስ መክበድ *n* dizziness
ራስ ምታት *n* migraine, headache
ራስ ወዳድ *adj* selfish, vain
ራስ ወዳድ *n* egoist
ራስ ወዳድነት *n* egoism, selfishness
ራስ የሚየዞር *adj* mind-boggling
ራስህ *pro* yourself
ራስሽ *pro* yourself
ራስአገዛዊ *adj* autonomous
ራስአገዝ *n* autonomy
ራስን መሳት *n* blackout, faint
ራስን መሳት *v* faint, pass out
ራስን መስጠት *v* devote
ራስን መስጠት *n* devotion
ራስን መቻል *v* fend
ራስን መከላከል *v* fend off
ራስን ማሞገስ *v* show off
ራስን ማክበር *n* self-respect
ራስን ማዋረድ *v* demean
ራስን ማግለል *v* secede
ራስን ማጥፋት *n* suicide
ራስን ዝቅ ማድረግ *v* condescend
ራሷ *pro* herself

ራሽን *n* pool
ራቁት *adj* naked, bare, nude
ራት *n* supper
ራዕይ *n* vision, revelation; apocalypse
ራኬት *n* racket
ራዲዩስ *n* radius
ራዳር *n* radar
ራጅ *n* X-ray
ሬሳ ማቃጠያ *n* crematorium
ሬሳ ሳጥን *n* coffin
ሬሳ ቤት *n* mortuary
ሬሳሳጥን *n* casket
ሬድዮ *n* radio
ርኅሩኅ *adj* tender
ርህሩህ *adj* compassionate
ርህራሄ *n* clemency, compassion
ርኅራኄ *n* pity, sympathy, tenderness
ርህራሄ ቢስ *n* fondness
ርምጃ *n* pace, walk
ርስ በርስ *adj* each other
ርስት *n* estate
ርቀት *n* distance, mileage
ርቃን *adj* naked
ርቆ መሄድ *v* drive away, go away
ርቢ *n* regeneration
ርቢ *adj* derivative
ርብራብ *n* slab
ርችት *n* firecracker, fireworks
ርዕስ *n* title, theme
ርዕሰ መምህር *n* director
ርዕሰ ጉዳይ *n* topic
ርዕዮተዓለም *n* ideology
ርካሽ *adj* shoddy, economical, cheap, inexpensive
ርካሽ *n* slump
ርካታ *n* triumph, fulfillment, satisfaction
ርዝመት *n* length
ርዝመት መለኪያ *n* yard
ርዳታ *n* relief, aid, funds
ርጋታ *n* peace, coolness, calm, composure, gentleness, modesty, sedation
ርጋታ *adj* serene
ርግማን *n* damnation
ርግብግቢት *n* vibration
ርጥበት *n* moisture
ሮማን *n* pomegranate
ሮኬት *n* rocket
ሮዛማ *adj* rosy
ሮዝ *adj* pink
ሯጭ *n* runner

ረ

ሽ

ሽሉብ ማድረግ *v* drop off
ሽለቆ *n* canyon, gorge, valley
ሸሚዝ *n* shirt
ሸማቂ *adj* treacherous
ሸምበቆ *n* reed, bamboo
ሸረሪት *n* spider
ሸረኛ *adj* mischievous
ሸራ *n* canvas
ሸር *n* mischief
ሸቀጣሸቀጦች *n* groceries
ሸቀጥ *n* trade
ሸንቃጣ *adj* slender
ሸንጥ *n* loin
ሸካራነት *n* harshness
ሸክላ *n* clay
ሸክም *n* burden, load
ሸክም *adj* burdensome
ሹል *adj* sharp
ሹመት *n* ordination, appointment, rank
ሹራብ *n* sweater
ሹራብ ልብስ *n* jersey
ሹካ *n* fork
ሹክሹክታ *n* murmur, whisper
ሺመላ *n* stork
ሻለቃ *n* major
ሻማ *n* candle
ሻምበል *n* captain
ሻርክ *n* shark
ሻርፕ *n* scarf
ሻንጣ *n* luggage, suitcase
ሻኛ *n* hump
ሻካራ *adj* dissonant, rough
ሻወር *n* shower
ሻይ *n* tea
ሻጋታ *adj* moldy
ሻጭ *n* clerk, salesman, seller
ሽህ *adj* thousand
ሽል *n* fetus
ሽል ጽንስ *n* embryo
ሽልማት *n* reward, award, prize
ሽሚያ *adj* scrambled
ሽምቅቅ *n* noose
ሽምቅ ውጊያ *n* guerrilla
ሽረት *n* annulment
ሽራፊ *n* chip
ሽርሽር *n* excursion
ሽርካ *n* shareholder
ሽርክ *n* partner
ሽርክና *n* partnership
ሽርጣን *n* crab
ሽርጥ *n* apron; cove
ሽሽግ *adj* sleeveless
ሽባ *adj* cripple
ሽብልቅ *n* wedge
ሽብር *n* commotion, havoc, panic, horror, terror, unrest
ሽብርተኛ *n* terrorist
ሽብርተኛነት *n* terrorism
ሽብሽብ *n* wrinkle
ሽቦ *n* wire, cable

ሽቱ *n* perfume
ሽታ *n* stink, smell
ሽታማ *adj* smelly
ሽቶ *n* fragrance
ሽንሽን *n* pleat
ሽንቁር *n* leakage
ሽንት *n* urine
ሽንት ጨርቅ *n* diaper
ሽንኩርት *n* onion
ሽንጥ *n* sirloin, flank
ሽንፈት *n* defeat
ሽኮ *n* otter
ሽኮኮ *n* squirrel
ሽወዳ *n* enticement
ሽያጭ *n* sale
ሽጉጥ *n* gun, handgun, pistol, revolver
ሽግግር *n* transformation, relocation, leap, transition
ሽፋሽፍት *n* eyelash
ሽፋን *n* surface, layer
ሽፋን *v* cover up
ሽፍን ጭነት መኪና *n* van
ሽፍታ *n* rash
ሾርባ *n* oatmeal, broth, soup
ሾርኒ *n* allusion, innuendo
ሾፌር *n* chauffeur, driver

ቀ

ቀለል ያለ ጉብኝት (ጓደኛን) *v* come over
ቀለም *n* polish, color; ink, paint
ቀለም መንከር *v* dye
ቀለም ማንጠብ *v* blot
ቀለም ቀቢ *n* painter
ቀለበት *n* ring
ቀላል *adj* easy, simple
ቀላጅ *n* joker
ቀልሀ *n* cartridge
ቀልደኛ *adj* witty, humorous
ቀልደኛ *n* comedian
ቀልድ *n* wit, fun, humor, joke, prank
ቀልጣፋ *adj* supple; active
ቀመር *n* formula
ቀሚስ *n* dress
ቀማሚ *n* chemist
ቀማኛ *n* robber
ቀምቶ መውረስ *v* impound
ቀሰም *n* reel
ቀስ በቀስ መድከም *v* ebb
ቀስ በቀስ ማበላሸት *v* eat away
ቀስ በቀስ ማደግ *v* evolve
ቀስ ያለ እንቅስቃሴ *n* slow motion
ቀስቃሽ *n* agitator
ቀስ በቀስ *adv* slowly, step-by-step, little by little, piecemeal
ቀስተ ደመና *n* rainbow

ሸ
ቀ

ቀስት *n* arrow, bow
ቀረጥ *n* customs
ቀረጥ መጫን *v* levy
ቀበቶ መታጠቅ *v* buckle up
ቀረጻ *n* recording
ቀረፋ *n* cinnamon
ቀሪ *adj* absent; remaining
ቀሪ *n* remnant
ቀራጺ *n* sculptor
ቀርፋፋ *adj* slow, lingering
ቀቀለ *v* boil
ቀበሮ *n* fox, jackal
ቀበቶ *n* strap, belt
ቀበጥ *adj* indulgent
ቀበጥ *n* brat
ቀብር *n* burial, funeral
ቀብድ *n* down payment
ቀትር *n* noon, midday
ቀነናዊ *adj* zealous
ቀና የማያስብ *adj* malevolent
ቀናተኛ *adj* zealous
ቀናነት *n* simplicity
ቀን *n* day
ቀን መቁጠሪያ *n* almanac, calendar
ቀንበር *n* yoke
ቀንድ *n* horn
ቀንድ አውጣ *n* snail
ቀንድ ከብት *n* cattle
ቀኖና *n* doctrine
ቀኖናዊ *adj* dogmatic
ቀኝ *n* right
ቀውላላ *adj* lofty, long
ቀውስ *adv* berserk, maniac
ቀውስ *adj* chaotic
ቀውስ *n* chaos
ቀዛፊ *n* sailor
ቀዝቀዝ *n* warmth
ቀዝቃዛ *adj* chilly, cool, frosty, ice-cold
ቀዝቃዛ በረዶ *n* blizzard
ቀዥቃዣ *adj* naughty; nutty, neurotic
ቀይ *adj* red
ቀይ ስር *n* beet
ቀይ አትክልት *n* radish
ቀደም ብሎ *adv* already
ቀደምት *n* pioneer
ቀደምትነት *n* primacy
ቀዳሚ *adj* paramount, principal, prime, leading, first, foremost
ቀዳሚ ክስተት *n* antecedent
ቀዳሚ ኮርስ *v* major in
ቀዳሚት *n* Saturday
ቀዳሚነት *n* seniority
ቀዳዳ *n* puncture, hole, slot
ቀድሞ መጠቆም *v* foreshadow
ቀድሞ ማወቅ *v* foretell
ቀድሞ ማወቅ *n* telepathy
ቀዶ ጥገና *n* operation
ቀዶ ጥገና *adv* surgical
ቀጣሪ *n* employer
ቀጣዩ ክፍል *adj* next door
ቀጣይ *adj* next, continuous
ቀጣይነት *n* continuity

ቀጥ ማድረግ *v* erect
ቀጥ ያለ *adj* erect, upright
ቀጥሎ *adj* adjacent
ቀጥብሎ መቆም *v* stand up
ቀጥቃጣ *adj* inept
ቀጥተኛ *adj* straight, forthright, direct
ቀጭኔ *n* giraffe
ቀጭን *adj* thin, slim, narrow
ቀጭን ህዋስ *n* corpuscle
ቀፈፊ *adj* bleak
ቁልል *n* heap
ቁልምጫ *n* flattery
ቁልቁል *adv* downhill
ቁልቁል ቆጠራ *n* countdown
ቁልቋል *n* fig
ቁልፍ *n* button; key, lock
ቁልፍ መያዣ *n* key ring
ቁልፍ ሰራተኛ *n* locksmith
ቁልፍ ሰው *n* linchpin
ቁመት *n* stand
ቁመና *n* looks
ቁም *n* stop
ቁም ሳጥን *n* cupboard, wardrobe
ቁም ነገረኛነት *n* seriousness
ቁምሳጥን *n* closet
ቁምስና *n* diocese
ቁምጣ *n* shorts
ቁሳቁስ *n* stuff
ቁሳዊ *adj* tangible
ቁሳዊነት *n* materialism
ቁስ *n* material, object
ቁስል *n* ulcer; stab, injury, wound
ቁራ *n* crow
ቁራጭ *n* piece, scrap, chunk, clipping, fraction, stub, butt, patch; vestige
ቁራጭ ሐይቅ *n* lagoon
ቁራጭ ዳቦ *n* loaf
ቁርስ *n* breakfast
ቁርስና ምሳ *n* brunch
ቁርባን *n* communion
ቁርጠኛ *n* severance
ቁርጥ *adj* terse
ቁርጥ ያለ *adj* brusque
ቁርጥማት *n* arthritis
ቁርጭምጭሚት *n* ankle
ቁሻሻ *adj* nasty
ቁንጥንጥ *adj* restless
ቁንጥጫ *n* pinch, nip
ቁንጫ *n* flea
ቁዘማ *n* nostalgia
ቁጠባ *adj* thrifty
ቁጡ *adj* angry, furious, grumpy, uptight
ቁጡ *v* violate
ቁጣ *n* outrage, scolding, anger, rage, wrath
ቁጡ ሽማግሌ *n* trout
ቁጥር *n* number, digit
ቁጥቋጦ *n* bush, shrub
ቁጥጥር *n* regulation, control, supervision
ቁጥጥር *v* audit

ቀ

ቁጭት *n* regret
ቂል *adj* silly
ቂልነት *adj* silly
ቂመኛ *adj* vindictive
ቂም *n* displeasure, rancor
ቂጥ *n* bum
ቂጥኝ *n* syphilis
ቂጣ መጋገር *n* pastry
ቃለመጠይቅ *n* interview
ቃላት *n* glossary, vocabulary
ቃላ ኪዳን *n* covenant
ቃል *n* word
ቃልኪዳን *n* promise
ቃል መግባት *v* pledge
ቃል መግባት *n* pledge
ቃል በቃል *adv* literally, verbatim
ቃል በቃል *adj* literal
ቃልን ማጠፍ *v* retract
ቃር *n* heartburn
ቃጠሎ *n* burn
ቃጫ *n* fiber
ቃጫ መሰል ቁስ *n* fiber
ቃጭል *n* bell
ቄስ *n* priest, pastor, clerk, chaplain, minister
ቄንጠኛ *adj* fashionable
ቅለቅል *n* solution
ቅልቅል *n* assortment, mix, union, mixture, synthesis
ቅመማ ቅመም *n* seasoning
ቅመም *n* condiment, spice
ቅመም መጨመር *v* season
ቅሚያ *n* robbery
ቅማል *n* lice, louse
ቅምሻ *n* taste, snack
ቅምጥ *n* mistress
ቅስቀሳ *n* activation
ቅስቀሳ *adj* awake
ቅስት *n* arc
ቅስት ድጋፍ *n* arch
ቅስና *n* priesthood
ቅሪተ አካል *n* fossil
ቅሪት *n* relic, remains
ቅራቅንቦ *n* stuff
ቅሬኔ ማቅረብ *v* complain
ቅሬታ *n* displeasure, disappointment, resentment, chagrin, complaint
ቅር ያለው *adj* dissatisfied, discontent
ቅርስ *n* treasure; legacy, relic; ghost
ምትሐት *n* relic; ghost
ቅርበት *n* intimacy, proximity
ቅርብ *adj* intimate, shallow
ቅርብ *pre* close to, near
ቅርብ ምስክር *n* verge
ቅርብ እይታ *n* foreground
ቅርንጫፍ *n* stalk, bough, branch; branch office
ቅርንጫፍ *adj* subsidiary
ቅርጫት *n* basket
ቅርጽ *n* sculpture, form, contour, format, shape

ቅርጽ መቀየር *v* remodel
ቅርጽ ማበላሸት *v* deform
ቅርጽ ማውጣት *v* cast
ቅርጽ ማውጫ *n* mold
ቅርጽ ብልሽት *n* deformity
ቅርጽ የለሽ *adj* amorphous
ቅርፊታም *adj* crusty
ቅርፊት *n* crust, shell
ቅባታማ *adj* creamy
ቅባታም *adj* balmy
ቅባት *n* oil, balm, ointment
ቅባትማ *adj* greasy
ቅቤ *n* butter
ቅነሳ *n* deduction
ቅናሽ *n* decrease, subtraction
ቅናተኛ *adj* envious, jealous
ቅናት *n* jealousy
ቅን *adj* straight
ቅን *n* right
ቅን ተስፋ *adj* optimistic
ቅኝ መግዛት *v* colonize
ቅኝ ግዛታዊ *adj* colonial
ቅኝ ግዛት *n* colony
ቅኝ ግዛት መያዝ *n* colonization
ቅንአት *n* zeal
ቅንዝረት *n* lust
ቅንዝረኛ *adj* lustful
ቅንድብ *n* eyebrow
ቅንጅት *n* coordination
ቅንጣቢ *n* particle
ቅንፍ *n* bracket, parenthesis
ቅኝት *n* survey
ቅኝት *v* overlook
ቅዝቃዜ *n* coolness
ቅዠት *n* dilemma, fantasy, mirage, nightmare
ቅዠት *adj* fancy
ቅያ *n* shift
ቅያሜ *n* disappointment, resentment, unhappiness
ቅያሪ *n* alteration
ቅይጥ *n* assortment, mix
ቅይጥ *adj* assorted
ቅደም ተከተል *n* chronology, order
ቅደም ተካታታይነት *n* prerequisite
ቅዱስ *n* saint
ቅዱስ *adj* holy
ቅዱስ ስፍራ *n* shrine
ቅዳሴ *n* litany, mass
ቅዳሜ *n* Saturday
ቅድመ ታሪክ *adj* prehistoric
ቅድመ ትውልድ *n* ancestor
ቅድመ አያት *n* antecedents
ቅድመ እይታ *n* preview
ቅድመ ዝግጅት *adj* preliminary
ቅድመ ጥላቻ *n* prejudice
ቅድመ ጥንቃቄ *n* precaution
ቅድሚያ *n* advance, priority
ቅድስት *n* nave
ቅጅ *n* copy, replica
ቅጠላ ቅጠል *n* herb, vegetation
ቅጠል *n* blade, leaf, petal
ቅጠሎች *n* leaves
ቅጣት *n* fine, penalty, punishment

ቅጣትን መቀበል *v* expiate
ቅጣትን መቀበል *n* expiation
ቅጣይ *n* continuation
ቅጥል ስም *n* nickname
ቅጥር *n* employment; premises; documentary
ቅጥያ *n* extension, adjunct
ቅጥፈት *n* malice
ቅጽ *n* form
ቅጽል *n* adjective
ቅጽበት *n* moment
ቆልማማ ዱላ *n* crook
ቆላማ *adj* parched
ቆሞየቀረ *adj* standstill
ቆስቋሽ *v* spearhead
ቆስቋሽ *n* nuisance
ቆረጣ *n* cut
ቆራጥ *adj* staunch
ቆራጥነት *n* determination
ቆራጥነት *adj* resolute
ቆርቆሮ *n* tin, can
ቆርቆሮ መክፈቻ *n* can opener
ቆርቆንዳ *n* cob
ቆርጦ ማውጣት *v* cut out
ቆሻሻ *n* rubbish, pollution, waste, garbage, litter; dirt
ቆሻሻ *adj* filthy, dirty, squalid
ቆሻሻ መቅበሪያ *n* landfill
ቆሻሻ መጣል *v* dispose, dump
ቆሻሻ መጣል *n* disposal
ቆሻሻ መጣያ *adj* disposable
ቆሻሻ መጣያ ቦታ *n* dumpsite
ቆሻሻ መጣያ ዕቃ *n* dust bin
ቆሻሻመጣያ *n* trash can
ቆቅ *n* partridge
ቆብ *n* cap, beret
ቆንሱላ *n* consulate
ቆንሲል *n* consul
ቆንጆ *adj* beautiful, gorgeous, attractive, handsome
ቆንጆ *n* bombshell
ቆንጬ *adj* good-looking
ቆይታ *n* duration, stay
ቆዳ *n* leather, skin
ቆጠራ *n* count, inventory
ቆጣቢ *adj* economical, thrifty
ቆጥ *n* tower, attic; berth
ቆፍሮ ማውጣት *v* unearth
ቋሊማ *n* sausage
ቋሚ *adj* permanent, compatible, definitive
ቋንቋ *n* tongue, speech, language
ቋጠሮ *n* knot
ቋጥኛማ *adj* rocky
ቋጥኝ *n* boulder, rock

በ

በ *pre* under, per, on, upon, by, with, of, at
በ.. *pre* through (thru)
በ…ላይ *pre* upon
በ……መሰረት *pre* according to, like
በ…..ተጠቀመ *v* exert
በ---ጊዜ ውስጥ *pre* during
በሀ ድንጋይ *n* limestone
በሃሰት መወንጀል *v* frame
በሐሳብ *adv* mentally
በሀሩር መታመም *n* heatstroke
በሁለት ተራሮች መካከል ያለ የባህር አካል *n* fjord
በሁካታ *adv* noisily
በሁዋላ *adv* afterwards
በሁዋላ *pre* behind
በሂደት ላይ *adj* pending
በኋላ ላይ *adv* later
በኃይል መተንፈስ *v* gasp, sigh
በኃይል መወርወር *v* hurl
በኃይል መዝጋት *v* slam
በኃይል ጮኸ *v* howl
በህመም የተሞላ ወሲባዊ እርካታ *n* masochism
በህትመት ማሠራጨት *v* issue
በሕይወት መኖር *adj* alive
በሕግ የሚገዛ *adj* law-abiding
በሕግ የማያምን *n* anarchist
በኋላ *pre* after
በኋላ *adj* later
በለስ *n* fig
በሌላ በኩል *adv* otherwise, opposite
በሌላ በኩል *c* while
በሌላ ቦታ *adv* elsewhere
በላይ *pre* over, above
በልጦመገኘት *v* stand out
በመሃከሉ *adv* meanwhile
በመሆኑ *adv* hence
በመልካም ሁኔታ መቀበል *v* welcome
በመሠረቱ *adv* originally
በመስኖ ማልማት *v* irrigate
በመራቆት ማመን *n* nudism
በመርከብ መላክ *v* ship
በመርከብ መንሸራሸር *v* cruise
በመርከብ የሚዘርፍ *n* pirate
በመርዝ መጠቀም *n* poisoning
በመርፌ ማያያዝ *v* pin
በመቶ *adv* percent
በመካከሉ *pre* amid
በመወከል *adv* behalf (on)
በመዋለል *adv* adrift
በመዳፍ መሸሸግ *v* palm
በመዳፍ ማሻሸት *v* palm
በመዶሻ መምታት *v* hammer
በመጀመሪያ *adv* primarily
በመጠኑ *adv* quite, slightly
በመጠን *adj* sober
በመጥፎ ሁኔታ *adv* badly
በመጨረሻ *adv* lastly
በሙሉ *adv* completely
በሙሉ ልብ *adj* wholehearted

በሙቀት ማኮማተር *v* parch
በሙያ መሠረት *n* technicality
በመያዣነት የተያዘ ሰው *n* hostage
በሚመለከት *n* regards
በሚስማር መቸንከር *v* nail
በሚስማር ማያያዝ *v* nail
በማለት *adj* mean
በማለዳ በጊዜ *adv* early
በማርፈድ *adv* late
በማለፍ *v* go through
በማስረጃ የተደገፈ ጽሁፍ *n* thesis
በማስፈራራት መቀማት *v* extort
በማሽን ማሰራት *v* mechanize
በማጠፊያ ማያያዝ *v* hinge
በሜዳ ማሰማራት (ወታደራዊ) *v* field
በምስጢር *adv* secretly
በምሽት *adv* tonight, overnight
በምግብ ውስጥ የሚገኝ የሃይል መጠን *n* calorie
በምንቀኝነት *adv* grudgingly
በሞላ *adv* fully
በሞራል መጎዳት *n* depravity
በሞራል የተጎዳ *adj* deprave
በሰዓቱ *adj* timely
በሰዓቱ *adv* hourly
በሰው ዕጅ *adj* manual
በሰው እጅ መኖር *v* live off
በሰው የተጨናንቀ *adj* bustling
በሰፊው *adv* broadly
በሰፊው የተሰራጨ *adj* widespread
በሳል *adj* mature
በሳቅ መፍጀት *v* convulse
በሳጥን ማሸግ *v* box
በስህተት መተርጎም *v* misconstrue, misinterpret
በስህተት መፍረድ *v* misjudge
በስልጣን ማዘዝ *v* dictate
በስልጣን ማድረግ *v* wield
በስሜት መናገር *v* enthuse
በስሜት የተመሠረተ *n* sentiment
በሥራ ተወጥሮ *adv* busily
በስሱ *adv* thinly
በስተመጨረሻ *adv* eventually
በስተቀር *pre* except
በስፋት *adv* widely
በረሀ *n* wilderness
በረሀብ መሞት *n* starvation
በረራ *n* flight
በረሮ *n* cockroach; moth; moss
በረት *n* stall
በረንዳ *n* porch, balcony
በረዶ *n* ice, ice cube, snow
በረዶ መንሸራተት *v* ice skate
በረዶ ማድረግ *v* ice
በረዶ ቤት *n* freezer
በረዶ ላይ መንሸራተቻ *n* skate
በረዶ ቤት መክተት *adj* freezing
በረዶ ግግር *n* iceberg
በረዶማ *adj* icy
በሩቅ *adv* farther, afar
በራሱ በቂ *adj* self-evident
በራስ መበሳጨት *adj* self-conscious
በራስ መተማመን *n* self-esteem, confidence

በራስ ማፈር *n* hang-up
በራስ የተሰራ *adj* custom-made
በራሪ ወረቀት *n* leaflet, pamphlet
በሬ *n* ox
በሬዎች *n* oxen
በር *n* door
በርሃ *n* desert
በርሚል *n* tank
በርቀት *adv* farther, far
በርበሬ *n* pepper
በርጋታ *adv* slowly, softly
በርግጥ *adv* indeed, really, undoubtedly, actually
በርጩሜ *n* stool
በሸምቀቆ ፈረሰ *v* lasso
በሸካራው *adv* harshly
በሽብር መሞላት *n* consternation
በሽተኛ *adj* sick
በሽታ *n* infection, disease, illness
በቀለም ያሸበረቀ *adj* colorful
በቀላሉ *adv* easily, lightly, plainly, simply
በቀላሉ ተሰባሪ *adj* brittle, delicate
በቀላሉ የሚገኝ *adj* accessible
በቀላሉ የሚታለል ሰው *n* gull
በቀላሉ የሚጠቃ *adj* prone
በቀላሉ የሚፈጭ *adj* digestive
በቀል *n* reprisal, retaliation, revenge, vengeance
በቀልድ *adv* jokingly
በቀልድ የሚያዝናና *n* comedian
በቀስታ *adv* smoothly
በቀቀን *n* parakeet, parrot
በቀድሞ *adj* preceding
በቁምነገር *adv* earnestly
በቁጠባ *adv* sparingly
በቀጥታ መናገር *n* bluntness
በቁም መቃዠት *v* daydream, hallucinate
በቁም መጠየቅ *v* stop by
በቁጣ *adv* furiously
በቁጣ ሃሳቦችን መግለጽ *v* jar
በቁጣ መገሰጽ *v* rate
በቂ *adj* adequate, ample, sufficient
በቂ *adv* enough
በቂ ያልሆነ *adj* inadequate
በቃ *adv* okay
በቃል *adv* orally, verbally
በቃል መያዝ *v* memorize
በቅሎ *n* mare, mule
በቅርበት *adv* closely
በቅርቡ *adv* soon
በቅርቡ *adj* coming
በቅርብ *adv* shortly
በቅርቡ የሚሆን *adj* forthcoming
በቅድሚያ *pre* ahead
በቅርንጫፎች መደልደል *n* ramification
በቅዝቃዜ የደረቀ *adj* frigid
በቆሎ *n* corn
በቆርቆር መታሸግ *v* can
በቆርቆር ማሸግ *v* can
በቆርቆሮ የታሸገ *adj* canned
በቆርቆሮ የታሸገ *n* conserve

በ

በበለጠ *adv* exceedingly
በበረዶ የረጋ *adj* frozen
በበረዶ ላይ መጫወት *v* ski
በባህር መጓዝ *v* sail
በባህር ወይም በአየር የሚጫን ዕቃ *n* cargo
በቤት ውስጥ *adv* indoor
በብልህት የታቀደ *adj* tactical
በብቃት መያዝ *v* deal
በብዙሃን መገናኛ ማስተላለፍ *v* broadcast
በብዛት *adv* lot
በብዛት መጉረፍ *n* influx
በቦምብ መደብደብ *v* bomb
በቦርሳ ማስቀመጥ *v* bag
በቦርሳ ማሸግ *v* bag
በቦክስ መምታት *v* box
በተለምዶ *adv* regularly
በተለየ *adj* varied, unlike, specific
በተለይ *adv* particularly
በተለይም *adv* especially
በተመለከተ *pre* concerning, regarding
በተማሪነት መመዝገብ *v* matriculate
በተስፋ *adv* hopefully
በተራ *adv* step-by-step, ordinarily
በተቀራራቢ *adv* almost
በተቃራኒ *pre* against
በተቃራኒው *adv* conversely
በተቃርኖ *adj* adverse
በተንቀሳቃሽ ምስል ካሜራ መቀረጽ *v* film
በተዘዋዋሪ *adj* indirect
በተዘዋዋሪ መናገር *v* insinuate
በተዘዋዋሪ መጠቆም *v* imply
በተዛባ ሁኔታ *adv* unfairly
በተጨማሪ *adv* also, further, moreover
በተጨማሪ *pre* besides
በተጨባጭ አማኝ *adj* rational
በተፈጥሮ *adv* naturally
በቱቦመግፋ *v* pump
በታች *pre* underneath
በታይፕ መጻፍ *v* type
በቴሌቪዥን ማሰራጨት *v* televise
በትህትና *adv* kindly
በትህትና መምከር *v* admonish
በትህትና መገሰጽ *v* admonish
በትልቁ መዋጥ *v* gulp down
በትር *n* rod
በትንሹ ፈገግ ማለት *v* grin
በትንንሹ ክፍያ *n* installment
በትዕይንት ማቅረብ *v* dramatize
በትኩረት መከታተል *adj* watchful
በችኮላ *adv* hurriedly
በችኮላ መብላት *v* gobble
በነገሩ ላይ *adv* incidentally
በነገር መመሰጥ *adj* engrossed
በነፋስ የሚሰራ ወፍጮ *n* windmill
በንዴት መጦፍ *v* blow up
በንግግር ሃሳብን መለዋወጥ *v* converse
በንጽሕና የተደራጀ *adj* tidy
በአሁኑ ጊዜ *adv* currently, nowadays
በአራት ዓመት አንዴ *n* leap year

በአቅራቢያ *adj* nearby
በአብዛኛው *adv* normally, mostly
በአንድ ላይ *adv* jointly
በአንድ ጊዜ *adj* simultaneous
በአንፃሩ *adv* instead
በአካል *adj* physically
በአካፋ ማፈስ *v* shovel
በአደራ የተሰጠን ዕቃ ለራስ መጠቀም *v* embezzle
በአደራ የተሰጠን ገንዘብ ለራስ መጠቀም *v* embezzle
በአደባባይ *adv* publicly
በአደጋ ሟች *n* casualty
በአዲሱ *adv* newly
በአጋጣሚ መገናኘት *v* bump into, come across
በአግባቡ *adv* duly, properly
በአግባቡ *adj* sober
በአግባቡ መግለጽ *v* stipulate
በአጠቃላይ *adj* whole
በአጠቃላይ *n* nut-shell
በአጠቃላይ *adv* overall
በአጭሩ *adv* briefly
በዓላማ *adv* purposely
በዓል *n* holiday, occasion, celebration, ceremony
በዓይነ ልቦና መሳል *v* conjure up
በዓይን *adj* optical
በኤሌትሪክ ማቃጠል *v* electrocute
በእሳት የተለኮሰ *adv* alight
በእርግጠኛነት *adv* surely
በእርግጥ *adj* unequivocal
በእጅ የተሰራ *adj* handmade
በዕድሜ ከሌላው አስበልጦ መኖር *v* outlive
በእግር መጓዝ *v* hike
በእግር ጣት መራመድ *n* tiptoe
በአፊሴል መጠየቅ *v* debrief
በከራ *n* spool, roll
በከሰል የተጠበሰ *adj* charbroil
በከፊል *adv* partially, partly
በከፍተኛ ደረጃ *adv* highly
በኩል *pre* through (thru)
በኩራት *adv* proudly
በኩብ ቅርጽ መቁረጥ *v* dice
በካርታ መንደፍ *v* map
በካቴና ማሰር *v* handcuff
በካይ *adj* infectious
በወር ሁለት ጊዜ *adj* bimonthly
በወቅቱ *adj* opportune, prompt
በወቅቱ *v* pertain
በዋነኛነት *adv* mainly
በዋንኛነት *adv* chiefly
በውስጥ... *pre* through (thru)
በውርጭ መጎዳት *n* frostbite
በውርጭ የተጎዳ *adj* frostbitten
በውድ *adv* dearly
በዘር መከፋፈል *n* segregation
በዘፈቀደ *adj* arbitrary
በዚህ *adv* here
በዚህ መሰረት *adv* hereby
በዚህ ምክንያት *pre* because of
በዝግታ *adj* stealthy
በየብስ ሚጫን ዕቃ *n* freight

በ

ሀ

በየብስም በባህርም መንቀሳቀስ የሚችል *adj* amphibious
በየብስም በባህርም መኖር የሚችል *adj* amphibious
በየሳምንቱ *adv* weekly
በየሶስት ወር *adj* quarterly
በየትም ቦታ *adv* nowhere
በየቀኑ *adj* everyday
በየዓይነቱ *n* variety
በየእለቱ *adv* daily
በየጊዜው *adv* often
በየጊዜው *adj* steady
በያጅ *n* welder
በያዙት መቀጠል *v* keep up
በይፋ *adv* publicly
በይፋ መሥራት *v* officiate
በይፋ መሻር *v* annul
በይፋ መካድ *v* disclaim
በይፋ ማስታረቅ *v* arbitrate
በደህና *adv* normally
በደል *n* sin, abuse, mistreatment, repression
በደመና የተጋረደ *adj* hazy
በደም ስር *adj* intravenous
በደረጃ ዙሪያ የሚተከል የእጅ ድጋፍ *n* handrail
በደስታ *adv* joyfully
በደረቁ ማጠብ *v* dry-clean
በደረቁ እጥበት *n* laundry
በደንብ *adv* nicely
በደንብ መሰረት *adv* formally
በደንብ የተለየ *adj* clear-cut
በደንብ የተሰራ ማሽን *adj* foolproof
በደብዳቤ ግንኙነት የሚያደርግ *n* correspondent
በደንብ የታወቀ *adj* well-known
በደንብ ያልሆነ *adj* casual
በደፋርነት *adv* bravely
በዱቄት የተለወሰ *v* batter
በዱካው ማግኘት *v* track
በድሮ *adv* formerly
በድን ማድረቅ *v* embalm
በድንገት *adv* abruptly
በድንገት የተመረጠ *adv* randomly
በድንጋጤ መጮኽ *v* exclaim
በድጋሜ *adv* twice
በድፍኑ በሙሉ *adv* entirely
በጀት *n* budget
በጅምሩ *adv* initially
በገንዘብ መደለል *v* buy off
በገና *n* piano, harp
በጉልበት *adv* forcibly
በጉልበት *v* manhandle
በጉልበት የሚገዛ *adj* domineering
በጉዳይ መግባት *v* involve
በጉድለት *adv* poorly
በጊዜው *adj* timely
በጋ *n* summer
በጋራ *adv* mutually
በግ *n* sheep
በግድ ማሳመን *v* indoctrinate
በግልጥ *adv* frankly
በግልጽ *adv* obviously, apparently, clearly, expressly

በግልጽ *adj* explicit
በግልጽ አሻፈረኝ ማለት *n* defiance
በግዜው *adv* momentarily
በግድ *adv* unwillingly
በጎ *adv* right
በጎነት (ለጤንነት) *adj* wholesome
በጎ ራዕይ *adj* auspicious
በጎ ተስፋ *n* optimism
በጎ አድራጊ *adj* charitable
በጎ አድጎት *n* charity
በጎን *adv* aside, sideways
በጎድጓዳ ሳህን ውስጥ ማስቀመጥ *v* bowl
በጓሮ በር *n* backdoor
በጠባቡ *adv* narrowly
በጠጠር ተሞልቶ *adv* gravely
በጣም *adv* too, very
በጣም መሞከር *v* endeavor
በጣም መዝለል *v* overstep
በጣም መደሰት *v* exult
በጣም ማራኪ *adj* splendid
በጣም ሰፊ *adj* immense
በጣም ሰፊነት *n* immensity
በጣም ረዥም *adj* towering
በጣም ትልቅ *adj* gigantic, tremendous
በጣም ትንሽ *adj* marginal
በጣም አስቂኝ *adj* hilarious
በጣም አስፈላጊ *adj* momentous
በጣም የተደሰተ *adj* elated
በጣም ግዙፍ ስራ *adj* enormous
በጣም ጠንካራ ንፋስ *n* gale
በጣም ጥሩ *adj* wonderful
በጣም ጥቂት *adv* scarcely
በጥልቀት *adj* nice
በጥልቀት መመርመር *n* scrutiny
በጥልቅ ማስተማር *v* instill
በጥልቅ ስሜት መናገር *v* rave
በጥሩ *adv* fine
በጥቂቱ *adv* narrowly
በጥቅሻ መጥራት *v* beckon
በጥባጭ *adj* disturbing, naughty
በጥባጭ *n* menace
በጥብቅ የተዘጋ *adj* airtight
በጥንቃቄ *adv* nicely, gingerly, neatly
በጥንቃቄ ማሰብ *v* consider
በጥንቃቄ የተጠናቀቀ *adj* thorough
በጥፍር መያዝ *v* claw
በጨረር መጋረድ *v* dazzle
በጨረፍታ ማየት *v* glimpse
በጩኸት *adv* noisily
በጩኸት *adj* squeaky
በጭስ ማጠን *v* fumigate
በጭስ የደረቀ *adj* smoked
በጭራሽ *adv* hardly
በጭካኔ የሚደሰት *n* sadist
በጭፍን *adv* blindly
በጸጸት *adj* remorseful
በጽሑፍ የሰፈረ *n* paperwork
በጽኑ መቃወም *v* deplore
በፈቃደኛነት *adv* willingly
በፊት *pre* before
በፊት ለፊት *adv* head-on
በፊደል መጻፍ *v* spell

በፋሻ መጠገን *v* bandage
በፍራቻ መዋጥ *adj* aghast
በፍርሀት *adv* cowardly
በፍቃድ መውረድ *n* abdication
በፍትሕ *adv* justly
በፍጥነት *adv* quickly, speedily
በፍጥነት መንቀሳቀስ *v* dart
በፍጥነት መወርወር *v* dart
በፍጥነት ማለፍ *v* fleet
በፖሊስ ማጠር *v* cordon off
በፖስታ መላክ *v* ship
በፖስታ ማሸግ *v* envelop
ቡራኬ *n* benediction
ቡርቂያ *n* bark
ቡርቡር *adj* hollow
ቡርቡር *n* cavity
ቡትቶ *n* rag
ቡትቶ *adj* ragged
ቡችላ *n* puppy
ቡና *n* coffee
ቡና ቤት *n* bar, tavern
ቡናማ *adj* brown
ቡናማ ቀለም *adj* tanned
ቡድን *n* party, group, team
ቡድን መበተን *v* disband
ቡግ ማለት *v* flare-up
ቡግታ *n* flare
ቡጢ *n* punch, fist, blow
ቡጢ *v* punch
ቢ . . . *c* if
ቢሆንም *adv* regardless
ቢሆንም *c* however, yet
ቢሆን እንኳ *c* even if
ቢሆን እንኳን *c* although
ቢሆንም እንኳን *c* inasmuch as
ቢሊያርዶ *n* billiards
ቢሊዮኔር *n* billionaire
ቢሊዮን *n* billion
ቢላና ሹካ *n* cutlery
ቢላዋ *n* knife
ቢራ *n* beer
ቢራቢሮ *n* butterfly
ቢሮ *n* office, bureau
ቢሮክራሲ *n* bureaucracy, red tape
ቢሮክራት *n* bureaucrat
ቢበዛ *adj* maximum
ቢበዛ ቢበዛ *adj* utmost
ቢንቢ *n* mosquito
ቢያንስ *n* minimum
ቢጤ *n* fellow
ቢጫ *adj* yellow
ቢጫና ነጭ የሆነ የአበባ ዘር *n* daisy
ቢጫ ወፍ *n* canary
ባሕር ዳር *n* beach
ባሕር ኃይል *n* navy
ባህር መግቢያ *n* estuary
ባሕር ዳርቻ *n* coast
ባሕርወደብ አልባ *adj* landlocked
ባሕርይ *n* behavior
ባህላዊ *adj* cultural
ባህል *n* norm, culture
ባሕረሰላጤ *n* gulf
ባሕሪያዊ *adj* characteristic
ባሕር *n* sea

ባሕር–ዳራዊ *adj* coastal

ባህታዊ *n* hermit

ባሕታዊ *adj* solitary

ባለ ሁለት ጎማ ሞተር ያለው ተሽከርካሪ *n* scooter

ባሕታዊነት *n* seclusion

ባለ ጎማ የአካል ጉዳተኞች ወንበር *n* wheelchair

ባለሁለት አናባቢ *n* diphthong

ባለሙብት *n* prerogative

ባለመደገፊያ ወንበር *n* armchair

ባለሙያ *n* craftsman, technician

ባለሙያ *adj* expert, professional

ባለሙያ መሆን *v* specialize

ባለማዕረግነት *n* distinction

ባለስልጣን *n* authority, officer, chancellor, dignitary, executive

ባለስልጣን *adj* official

ባለሶስት እግር *n* tripod

ባለሸራ ጀልባ *n* sailboat

ባለቀዳዳ ሳጥን *n* piggy bank

ባለበት መቆም *n* stagnation

ባለበት የቆመ *adj* stationary

ባለቡኒ ፀጉር *adj* brunette

ባለቤት *n* subject; owner; spouse

ባለቤትነት *v* own

ባለቤትነት *n* ownership

ባለትዳሮች *n* couple

ባለአንድ ዓላማ *adj* single-minded

ባለወኔ *adj* valiant

ባለውለታ *adj* grateful

ባለው መቆየት *v* subsist

ባለድል *adj* triumphant, victorious

ባለድርሻ *n* shareholder

ባለጉዳይ *n* subject

ባለግርማ ሞገስ *adj* graceful

ባለጸጋ *adj* affluent, prosperous

ባሉር *n* emerald

ባላንጣ *n* opponent, foe

ባላገር *n* countryman

ባላገር *adj* rustic

ባለገር *n* homeland, countryside

ባለጌ *adj* lewd, disrespectful, improper, rude, crude, gross, impertinent, profane

ሐፍረተቢስ *adj* lewd, shameless

ባለጭስ መሣሪያ *n* smoking gun

ባለፈ ሕግ መዳኘት *adj* retroactive

ባለፈው ለሊት *adv* last night

ባል *n* husband

ባል መፍታት *v* divorce

ባልደረባ *n* outfit

ባልደረቦች *n* staff

ባልዲ *n* bucket, pail

ባምቡላ *n* dummy

ባሩድ *n* powder, gunpowder

ባሪያ *n* slave

ባሬላ *n* barrel

ባርቤኪው *n* barbecue

ባርነት *n* slavery, bondage

ባርኔጣ *n* hat

ባርኮት *n* blessing

ባሮ ሜትር *n* barometer

ባሻገር *adv* abroad, beyond

ባሻገር *pre* across
ባቄላ *n* bean
ባቡር *n* rail, train
ባታሊዮን *n* battalion, legion
ባት *n* calf, thigh
ባትሪ *n* battery
ባንክ *n* bank
ባንኮኒ *n* counter
ባንዳ *n* treason
ባንጼ *adj* concurrent
ባንዲራ መስቀያ *n* mast
ባንድ *n* band
ባንድ መጠቅለል *v* centralize
ባንድ ያማከለ *adj* concentric
ባኞ *n* bath
ባዕድ *adv* overseas
ባዕድ *n* outsider
ባዕድ *adj* foreign
ባዕድ ቅጥያ *n* prefix
ባክቴርያ *n* bacteria
ባውዛ *n* spotlight
ባይተዋር *n* alien
ባይን መጥቀስ *v* wink
ባድማ *adj* desolate
ባዶ *adj* null, blank, void; deserted, empty, unfurnished
ባዶ *pre* none
ባዶ *n* zero
ባዶ ማድረግ *v* empty
ባዶ እጅ *adj* penniless
ባዶ እግር *adj* barefoot
ባዶነት *n* emptiness
ባዶኪስ *adj* broke
ባጅ *n* badge
ባግባብ አለመጠቀም *n* misuse
ባጠቃላይ *adj* altogether
ባጭር የተቀጨ *adj* short-lived
ቤልጅየም *n* Belgium
ቤልጅጋዊ *adj* Belgian
ቤልጅግ *n* Belgium
ቤርጎ *n* motel
ቤተመቅደስ *n* temple
ቤተመንግስት *n* castle, palace
ቤተመጻሕፍት ሠራተኛ *n* librarian
ቤተመጻሕፍት *n* library
ቤተሰብ *n* family; parents
ቤተክርስቲያን *n* church
ቤት *n* home, house
ቤት *adj* next door
ቤት ሠራሽ *adj* homemade
ቤትን ማሳመር *v* refurbish
ቤትአልባ *adj* homeless
ቤዝቦል ተጫዋች *n* pitcher
ብሔራዊ *adj* national
ብሔራዊነት *n* nationality
ብሔር *n* nation
ብሕትውና *adj* ascetic
ብላቴና *n* boy
ብላክቤሪ (የፍራፍሬ ዘር) *n* blackberry
ብሌን *n* lens
ብልሀት *n* scheme
ብልሀ *adj* versed, intelligent
ብልኀት *n* ingenuity
ብልሽት *n* breakdown, deterioration, malfunction

ብልግና *n* indecency, rudeness
ብልጥ *adj* wily, clever, cunning, shrewd, subtle
ብልጭታ *n* spark, sparkle
ብልጭ ማለት *n* flash
ብልጭታ ብርሃን *n* flashlight
ብልጭታማ *adj* flashy
ብልጽግና *n* affluence, prosperity
ብሎን *v* rivet
ብሎን *n* screw
ብስ *n* puncture
ብስለት *n* maturity
ብስባሽ *n* decay, rot
ብስባሽ ማዳበሪያ *n* compost
ብስኩት *n* cookie, biscuit
ብስክሌተኛ *n* cyclist
ብስክሌት *n* bicycle,. bike
ብስጩ *adj* nervous
ብረታዊ *adj* metallic
ብረት *n* iron, metal, steel
ብረት ማቅለጫ *n* furnace
ብረት ማያያዣ *n* clamp
ብረት ሠራተኛ *n* blacksmith
ብረት ኮፍያ *n* helmet
ብረት ድስት *n* saucepan
ብረትን በዚንክ መሸፈን *v* galvanize
ብሩህ *n* genius
ብሩሕ *adj* bright
ብሩሕነት *n* brightness
ብሩሽ *n* brush
ብሩክ *adj* blessed
ብሪታንያ *n* Britain
ብሪታንያዊ *adj* British
ብራ *n* raven
ብራነት *n* serenity, silence, tranquility
ብራና *n* parchment
ብር *n* note, silver
ብር አንጣሪ *n* silversmith
ብርሃን ቤት *n* lighthouse
ብርሃን የማያሳልፍ *adj* opaque
ብርሃናማ *adj* light
ብርሃን *n* shine, beam, light
ብርቅ *adj* scarce
ብርቅርቅ *n* gloss
ብርቅብ *adj* silver plated
ብርብር ማለት *v* flutter
ብርቱ *adj* arduous
ብርቱካናማ *n* apricot
ብርቱካን *n* orange
ብርዳማ *adj* cold
ብርድ *n* chill, coldness
ብርድ ልብስ *n* blanket
ብርጌድ *n* brigade
ብርጭቆ *n* glass
ብርጭቅ *n* cantaloupe
ብሮሹር *n* brochure
ብቁ *adj* eligible, able, capable, competent, proficient; fitting, efficient, fit
ብቁነት *n* competence
ብቃት *n* fit, competence, capacity, efficiency
ብቃት ማጣት *n* incompetence

ብቃት የለሽ *adj* incompetent
ብቅ ማለት *v* come out, emerge, drop in, loom
ብብት *n* armpit
ብተና *n* disintegration
ብትንትን *n* dispersal
ብቸኛ *adj* single, premier, sole
ብቸኛ *adv* only, lonely
ብቸኛ *n* drifter, recluse, solitude, sole
ብቸኛነት *adj* solitary
ብቸኛ መብት *n* privilege
ብቸኝነት ስሜት *n* desolation
ብቸኝነትን የሚወድ *n* loner
ብቸኝነት *n* isolation, loneliness
ብቸኝነት *adj* lonesome
ብቻ *adv* only, solely
ብቻ ማውራት *n* monologue
ብዕር *n* pen
ብክለት *n* pollution, infection, stain, contamination
ብክነት *adj* wasteful
ብኮል *n* compass
ብዙ *adj* various, many, multiple, numerous, several
ብዙ *n* plenty
ብዙ *adv* much
ብዙ ነገር ማካተት *v* encompass
ብዙ የማይታይ *adj* rare
ብዙ ጥይት የሚተፋ ጠመንጃ *n* machine gun
ብዙሃን *n* multitude
ብዙዎች *adj* lots
ብዛት *n* number, quantity
ብዝበዛ *n* exploitation
ብዥ ያለ *adj* fuzzy
ብይ *n* marble
ብይን *n* verdict
ብድር *n* credit, loan
ብጉር *n* pimple
ብጣሽ *n* shred
ብጥብጥ *n* disturbance, commotion, disruption, havoc, mayhem, turbulence
ብጫቂ *n* shred
ብጹዕነት *n* holiness
ቦላሌ *n* trousers
ቦምብ *n* bomb
ቦረቦር *adj* naive
ቦርሳ *n* bag, purse
ቦቲ *n* boot
ቦታ *n* scene, place, space, area, location, lieu
ቦታ መልቀቅ *v* displace
ቦታ መስጠት *v* consider
ቦታ መያዝ *v* reserve
ቦታ ማወቅ *v* locate
ቦክሰኛ *n* boxer
ቦክስ *n* boxing
ቦዘኔ *adj* idle
ቦዘኔ *n* vagrant
ቦዝ አንቀጽ *n* participle
ቦይ *n* aqueduct, trench, canal, ditch

ቧልት *n* slander; farce
ባሏ የሞተባት *n* widow
ቧንቧ *n* pipe; tap
ቧንቧ ሠራተኛ *n* plumber

ተ

ተለዋዋጭ *adj* volatile
ተለዋጭ *n* substitute, spare part; tentative, variable
ተለዋጭ መንገድ *n* detour
ተለጣፊ *n* tag
ተላላ *adj* gullible
ተላላኪነት ሥራ *n* errand
ተላላፊ *adj* contagious
ተላላፊ በሽታ *n* epidemic
ተላማጅ *adj* docile
ተልዕኮ *n* delegation, mission
ተመላሽ *n* reentry, return
ተመልማይ *n* recruit
ተመልሶ መቀላቀል *v* rejoin
ተመልሶ መግባት *v* move back
ተመልካች *n* bystander, onlooker, spectator
ተመሳሳይ *n* resemblance, synonym
ተመሳሳይ *adj* akin, equivalent, identical, same, similar
ተመሳሳይነት *n* likeness, similarity
ተመራጭ *adj* favorite, prime
ተመን *n* tariff
ተመጋቢ *n* diner
ተማሪ *n* pupil, learner, student
ተማሮ *adv* bitterly
ተምር *n* coconut
ተምዘግዝጎ መውደቅ *v* plummet
ተሰሚነት ያለው *adj* influential
ተሳላቂ *n* ridicule
ተሰባሪ *adj* breakable
ተሳትፎ *n* attendance, participation
ተሳዳቢ *adj* bully, insolent
ተሳዳቢ *n* obscenity
ተሳፈረ *v* board
ተሳፋሪ *n* passenger
ተስማሚ *adj* fitting, agreeable, favorable
ተስማሚነት *n* compatibility
ተስተካካይ *adj* adjustable
ተስፈኛ *n* prospect
ተስፈኛ *adj* hopeful
ተስፋ *n* prospect, anticipation, expectation, hope
ተስፋ መቁረጥ *n* despair, dismay, frustration, discouragement
ተስፋ መቁረጥ *v* give up
ተስፋ ማስቁረጥ *v* frustrate
ተስፋ ማስቆረጥ *v* discourage
ተስፋ ማድረግ *v* hope
ተስፋ አስቆራጭ *adj* discouraging
ተስፋ የቆረጠ *adj* desperate
ተረት ተረት *n* fairy

ተስፋቢስ *adj* hopeless
ተስፋፋ *v* branch out
ተረተር *n* ridge
ተረት *n* parable, story, tale, fable
ተረከዝ *n* heel
ተረፈምርት *n* by-product
ተራ *adj* ordinary
ተራ ሰው *n* lay, layman
ተራው ሕዝብ *adj* grassroots
ተራማጅ *adj* progressive
ተራራ *n* mount, mountain
ተራራማ *adj* mountainous
ተራክቦት *n* sex
ተርብ *n* wasp
ተርታ *n* row
ተርታ *v* row
ተርጓሚ *n* interpreter, translator
ተሽከርካሪ *n* vehicle
ተሽከርካሪ ጐማ *n* wheel
ተሸጋሪ ዘንግ *n* axle
ተቀልባሽ *adj* reversible
ተቀማጭ *n* occupant, deposit
ተቀራራቢ በሆነ መልኩ *adv* virtually
ተቀባይ *n* receptionist
ተቀባይነት *n* validity
ተቀባይነት የለሽ *adj* deplorable
ተቀባይነት የሌለው *adj* inadmissible
ተቀባይነት ያለው *adj* acceptable, admissible, amicable
ተቀናሽ *n* debit
ተቀናሽ *adj* deductible
ተቀናቃኝነት *n* rivalry
ተቀጣሪ *n* employee
ተቀጣጣይ *adj* flammable
ተቀጣጣይነት *n* combustible
ተቀጭ *adj* punishable
ተቃራኒ *n* negative, adversary, counterpart, reverse
ተቃራኒ *adj* negative, polar, contrary, opposite, reciprocal
ተቃራኒ *pre* versus
ተቃራኒነት *n* reversal
ተቃርኖ *n* adversity, contradiction
ተቃውሞ *n* antipathy, animosity, objection, opposition, protest
ተቅማጥ *n* diarrhea
ተቆጣጣሪ *n* foreman
ተቆርጣሚ *adj* crunchy
ተቋም *n* firm, institution
ተበደረ *v* borrow
ተበዳሪ *n* debtor
ተብሎ መገመት *adv* reputedly
ተባባሪ *n* affiliation, ally, collaborator
ተባብሮ *adj* allied
ተባይ *n* pest
ተብየ *adj* so-called
ተተኪ *n* successor
ተነሳሒ *n* penitent
ተነሳሽነት ያለው *adj* committed
ተነባቢ ጽሁፍ *n* consonant
ተነጣጠለ *v* break off
ተነፃፃሪ *adj* comparative
ተነፃፃሪነት *adj* comparable

ተናጋሪ *n* speaker
ተን *n* steam
ተንሳፋፊ *adv* afloat
ተንቀሳቃሽ *adj* portable, mobile
ተንቀሳቃሽ ስልክ *n* cell phone
ተንተተራሰ *v* bolster
ተንኮለኛ *adj* crooked, infamous
ተንኮለኛ *n* rascal
ተንኳሽ *n* aggressor
ተንገዳግዶ መነሳት *v* hoist
ተንገዳግዶ መነሳት *n* hoist
ተንጠልጣይ ቁልፍ *n* padlock
ተንጠብጣቢ *n* leak
ተዓምራዊ *adj* magical, miraculous
ተዓምር *n* miracle
ተከላ *n* installation
ተከላካይ *adj* preventive
ተከላካይ *n* defender
ተከላካይ አልባ *adj* defenseless
ተከሳሽ *n* clientele, defendant
ተከሳች *adv* likely
ተከራይ *n* tenant, lessee
ተከታታይ *adj* consecutive, respective
ተከታታይ *n* sequence, series
ተከታታይ ታሪክ *n* sequel
ተከታይ *n* follower
ተከታይ *adj* subsequent
ተከታይ ሁሌታ *n* episode
ተከታይ ምግብ *n* trimmings
ተከታይ ውጤት *n* consequence
ተከታይ ውጤት *adj* consequent
ተከትሎ *pre* along
ተከፋይ ሰው *n* payee
ተከፋይ ገንዘብ *adj* payable
ተኵላ *n* wolf
ተኩስ *n* gunfire, shot
ተኩስ ማቆም *n* cease-fire
ተኩስ አቁም *n* armistice
ተኩሶ መጣል *v* gun down, shoot down
ተካፋይ *adj* divisible
ተክል *n* plant
ተኮሰ *v* fire
ተወላጅ *adj* native, born
ተወላጅ *n* descendant
ተወሳከ ግስ *n* adverb
ተወቃሽነት *n* culpability
ተወንጫፊ *n* rocket
ተወካይ *n* senator
ተወዋህዶ *n* fusion
ተወዛዋዥ ዘንግ *n* pendulum
ተወዳዳሪ *n* competitor, contender, contestant, rival
ተወዳዳሪ *adj* competitive
ተወዳጅ *adj* darling, adorable, beloved, congenial, likable, lovable, lovely; tasteful, popular
ተወዳጅ ጸባይ *adj* vivacious
ተወጋጅ *adj* avoidable
ተዋህዶ *n* assimilation
ተዋሳኝ *adj* bound
ተዋናይ *n* actor
ተዋናይት *n* actress

ተዋጊ *n* fighter, warrior, combatant
ተዋጊ *adj* militant
ተውላጠ ስም *n* pronoun
ተውሳክ *n* filth
ተዘዋዋሪ ንግግር *n* insinuation
ተዛማጅ *adj* corresponding
ተዛማጅ *n* relative
ተዛማጅ ያልሆነ *adj* extraneous
ተያዘ *v* catch
ተያዥ መሆን *v* vouch for
ተያያዥ *adj* coherent
ተያያዥነት የሌለው *adj* incoherent
ተደምሮ *adv* plus
ተደራሽ *adj* attainable
ተደናቂ *n* wonder
ተደናቂ *adj* admirable
ተደጋጋሚ *adj* frequent, perennial
ተደጋጋሚ ቃል *n* catchword
ተደጋፊ *v* bolster
ተገለባባጭ *adj* fickle
ተገቢ *adj* legitimate, eligible, proper; pertinent, appropriate, deserving, relevant
ተገቢ *v* owe
ተገቢ የሆነ ሥነ-ስርዓት *n* etiquette
ተገቢ የሆነ *v* pertain
ተገቢ የሚጠበቅ ሥነ-ስርዓት *n* etiquette
ተገቢ ያልሆነ *adj* inappropriate
ተገን *n* security
ተገዢ *adj* bound
ተገዢነት *n* compliance
ተገደደ *adj* bound for
ተገዶ ማቆም *v* relinquish
ተገጣጣሚ *v* prefabricate
ተጋበቢ *adj* sociable
ተጋድሎ *n* persistence
ተግባራዊ *adj* practical
ተግባራዊ ማድረግ *v* apply
ተግባር *n* work, act, action, deed, function
ተግባቢ *adj* docile, extroverted, affable, down-to-earth, gregarious, outgoing
ተጎታች *n* trailer
ተጎጂ ማድረግ *v* victimize
ተጓተተ *v* bog down
ተጓዥ *n* passenger, traveler, voyager
ተጓዥ *adj* expedient
ተጠላልፎ መያያዝ *v* intertwine
ተጠራጣሪ *adj* skeptic
ተጠራጣሪ *n* skeptic
ተጠራጣሪነት *n* cynicism
ተጠቂ *n* victim
ተጠቃሚ *n* beneficiary, consumer, user
ተጠቃሽ *adj* notable, substantial, remarkable
ተጠቃሽ ጊዜ *n* watershed
ተጠንቀቅ *v* watch out
ተጠያቂ *adj* responsible, accountable, liable
ተጠያቂነት *n* liability

ተ

ተጣባቂ *adj* sucker
ተጣጣፊ *adj* supple, pliable
ተጣጣፊመ *adj* flexible
ተጨማሪ *adj* additional, more
ተጨማሪ *adv* extra
ተጨባጭ *adj* tangible, concrete, factual
ተጨባጭ ዕውነታ *n* reality
ተጨዋች *n* player
ተጨዋች *adj* playful
ተጫዋች *adj* witty
ተጻራሪ *n* paradox
ተጽኢኖ *n* influence
ተፅዕኖ *n* impact
ተፅዕኖ ማሳደር *v* impact
ተጽዕኖ ማድረግ *v* affect
ተፈልጎ የመጣ *n* retrieval
ተፈላጊ *adj* desirable
ተፈጥሮ *n* nature
ተፈጥሮአዊ *adj* natural
ተፈጥሮዋዊ *adj* innate
ተፋላሚ *n* gladiator
ተፎካካሪ *n* opponent
ቱሪዝም *n* tourism
ቱርክ *adj* Turk
ቱርክ *n* Turkey
ቱባ ብረት *n* ingot
ቱቦ *n* aqueduct, vessel
ቱፋ ጭማቂ *n* cider
ቲማቲም *n* tomato
ቲያትር *n* theater
ታህሳስ *n* December
ታላቅ *adj* glorious, grand, great, massive
ታላቅ *n* elder
ታላቅ ህንፃ *n* edifice
ታላቅ ፍላጎት *n* enthusiasm
ታላቅነት *n* greatness, supremacy
ታማሚ *adj* ailing
ታማኝ *adj* forthright, sincere, faithful, honest, loyal, plausible, square
ታማኝ *n* confidant
ታማኝ ተከታይ *n* henchman
ታማኝነት *n* sincerity, credibility, fidelity, honesty, integrity, loyalty
ታሪክ *n* story, background, history
ታሽጎ የሚላክ *n* parcel post
ታቦት *n* ark
ታችቤት *adv* downstairs
ታችኛ ክፍል *n* hull
ታናሽ *adj* junior
ታንክ *n* tank
ታንኳ *n* barge, canoe, raft
ታዕቅቦ *n* blockage
ታካሚ *n* outpatient
ታክሲ *n* cab
ታዋቂ *adj* famous, prominent, prevalent
ታዋቂ *adv* notably
ታዋቂ ሰው *n* icon
ታዛዢነት *n* docility
ታዛዥ *adj* amenable, compliant, meek

ታዛዥነት *n* meekness, obedience
ታዛዥነት *adj* passive
ታዛዥ *adj* obedient
ታይታ *adj* ostentatious
ታይፕ *n* type
ተደራጊ *adj* practical, workable
ታዳሚነት *n* commitment
ታዳጊ *adj* progressive
ታጋሽ *adj* stoic
ታጋይ *n* fighter, wrestler
ታግ *n* tag
ታፔላ *n* plate
ቴሌስኮፕ (በሩቅ ያሉ አካላትን ለማየት የሚረዳ) *n* telescope
ቴሌግራም *n* telegram
ቴሌቪዥን *n* television
ቴንስ *n* tennis
ቴክኖሎጅ *n* technology
ቴፕ *n* tape
ትሁት *adj* courteous
ትሑት *adj* humble, polite
ትሁት ሴት *adj* ladylike
ትሁት ስነምግባር *n* decorum
ትህትና *n* kindness, morality
ትሕትና *n* politeness
ትህትና የሌለው *adj* impolite
ትኋን *n* bug
ትል *n* worm
ትልም *n* furrow
ትልቅ *adj* profound, terrific, big, large, monumental
ትልቅ *n* nobility
ትልቅ አባባል *n* maxim
ትልቅ ዓሣ *n* cod
ትልቅ ፊደል *n* capital letter
ትልቅቪላ *n* mansion
ትልታይ *n* strip
ትልትል *n* slash
ትምህርተ ሃይማኖት *n* catechism
ትምህርት *n* tuition, learning, lesson
ትምህርታዊ *adj* educational
ትምህርታዊ ንግግር *n* lecture
ትምህርት ቤት *n* school
ትምባሆ *n* tobacco
ትምክህተኛ *adj* cocky
ትስስር *n* connection
ትሪ *n* tray
ትራስ *n* pillow, cushion
ትራፊ *v* dig
ትርፍ ጊዜ ማሳለፊያ *n* hobby
ትርታ *n* pulse, throb
ትርንጎ *n* grapefruit
ትርዒት *n* fair; fare
ትርኬዛ *n* oar
ትርጉም *n* interpretation, meaning
ትርጉም አልባ *adj* meaningless
ትርጉም የለሽ *adj* absurd
ትርጉም ያለው *adj* meaningful
ትርፍ *n* plenty, proceeds, profit, revenue, surplus
ትርፍ *adj* excessive, spare
ትርፍ መሥራት *adj* overdone
ትርፍ ማስከፈል *v* overcharge
ትርፍ አንጀት *n* appendicitis

ትርፍ ክፍያ *n* surcharge
ትርፍ ጊዜ *adv* overtime
ትርፍራፊ *n* leftovers
ትርፍርፍ *n* abundance
ትብብር *n* collaboration, cooperation
ትብብር ማድረግ *v* come forward
ትብትብ *n* tangle
ትቦ *n* duct
ትቶ መውጣት *v* leave out
ትናንት *adv* yesterday
ትናንሞ *n* miniature
ትን ማለት *v* choke
ትንሣኤ *n* resurrection
ትንሽ *adj* petite, little, small, some
ትንሽ *n* bit, morsel
ትንሽ ሕትመት *n* fine print
ትንሽ ሆቴል *n* inn
ትንሽ፤ ለአቅመ ሔዋን ች *n* minor
ትንሽ፤ ለአቅመ አዳም ያልደረሰ *n* minor
ትንሽ መረጃ *n* snapshot
ትንሽ መንደር *n* hamlet
ትንሽ መጽሐፍ *n* booklet
ትንሽ ማሰሮ *n* canister
ትንሽ ምክር *n* tip
ትንሽ ሳጥን *n* canister
ትንሽ ቤት *n* chalet
ትንሽ አሳ *n* prawn
ትንሽ ዓሣ *n* shrimp
ትንሽ እንስሳ *n* raccoon
ትንሽ ፈገግታ *n* grin
ትንሽየ ክፍል *n* cubicle
ትንቢት *n* prediction, prophecy, scenario
ትንታኔ *n* analysis
ትንኮሳ *n* paw
ትንፋሽ *n* breath, puff
ትንፍሽ *n* respiration
ትእቢተኛ *adj* conceited
ትዕቢት *n* pride, arrogance
ትዕቢት *adj* proud
ትእዛዝ *n* commandment
ትዕይንት *n* scene, act; phenomenon, appearance, occurrence
ትዕግስተኛ *adj* patient
ትዕግስት *n* patience
ትዕግስት የለሽ *adj* impatient
ትከሻ *n* shoulder
ትኩሳታም *adj* feverish
ትኩሳት *n* fever
ትኩስ *adj* hot; fresh
ትኩረት *n* emphasis, focus
ትኩረት መስጠት *v* regard
ትኩረት የሚሰጥ *adj* attentive
ትኩረት የሚሻ *adj* noteworthy
ትኩረትን መሳብ *adj* riveting
ትኬት *n* coupon
ትኬት መሸጫ *n* box office
ትክክለኛ *adj* correct, exact
ትክክለኛነት *n* precision
ትክክል *adj* accurate, right
ትክክል ያልሆነ *adj* imprecise, incorrect

ትውልድ *n* birth, regeneration, generation
ትውልድ ቀን *n* birthday
ትውልድ ቦታ *n* hometown
ትውስታ *n* recollection
ትውኪያ *n* vomit
ትውውቅ *n* acquaintance
ትውፊት *n* tradition
ትዝታ *n* nostalgia, memory
ትይዩ *n* parallel
ትይዩ *adj* seaside
ትይይዝ *n* network
ትዳር *n* matrimony
ትጉ *adj* valiant
ትጉሕ ሠራተኛ *adj* industrious
ትግል *n* fight, struggle
ትጥቅ መፍታት *adj* unarmed
ትጥቅና ስንቅ *n* munitions
ቶሎ መናገር *v* hasten
ቶሎ ማለት *v* hurry up
ቶሎ ቶሎ *adv* hastily
ቶምቦላ *n* raffle
ቶን *n* ton

ቸ

ቸል ማለት *v* ignore
ቸልተኛ *adj* negligent
ቸልተኛነት *n* negligence
ቸልታ *v* sidestep, overlook
ቸልታ *n* neglect
ቸር *adj* benevolent, gracious
ቸርነት *n* benevolence
ቸሮታ *n* bounty
ቸኮላት *n* chocolate
ቻው *e* bye
ቻይ *adj* stoic, potent, hardy, tireless
ቼክ *n* checkbook
ቼዝ *n* chess
ችላ ማለት *v* condone, look over; disregard, neglect, sidestep, drop out; omit, forsake, quit
ችሎታ *n* ability, caliber, capability, merit, skill, talent
ችሎታ ማነስ *n* inability
ችሎታ ማጣት *n* disability
ችሎት *n* court, tribunal
ችኩል *adj* frantic, hasty, impetuous
ችካል *n* stake
ችኮ *adj* implacable, inflexible
ችኮላ *n* haste, urge
ችኮነት *n* banality
ችግረኛ *adj* needy
ችግር *n* trouble, woes, constraint, difficulty, problem

ችግር ፈጠራ *v* pose
ችግር ማምጣት *v* incur

ነ

ነሐሴ *n* August
ነሐስ *n* bronze
ነርስ *n* nurse
ነቀርሳ *n* cancer
ነቀርሳማ *adj* cancerous
ነቀፊታ *n* reproach
ነቀፋ *v* reproach
ነቁጥ *n* dot
ነቅሎ ማጥፋት *v* eradicate
ነበልባል *n* flame
ነብር *n* leopard, tiger
ነብር መሰል *n* jaguar
ነብይ *n* prophet
ነትራካ *adj* belligerent
ነዋሪ *n* occupant, inhabitant
ነውጠኛ *adj* chaotic, hysterical
ነውጠኝነት *n* hysteria
ነውጥ *v* disobey
ነውጥ *n* uprising
ነዝናዛ *adj* demanding
ነዳጅ *n* fuel
ነዳጅ መስጫ *n* accelerator
ነዳፊ *n* draftsman
ነዳፊ *adj* stinging
ነጃሳ *adj* fateful
ነገ *adv* tomorrow
ነገር *n* element, thing
ነገረ መለኮት *n* theology
ነገረ መለኮት አዋቂ *n* theologian
ነገር መሸተት *n* inkling
ነገር መጮመቅ *v* deduce
ነገር ግን *c* nonetheless, but
ነገድ *n* clan
ነጋዴ *n* businessman, dealer, merchant, trader
ነጎድጓድ *n* thunder
ነጎድጓዳማ ዝናም *n* thunderstorm
ነጠላ ሰረዝ *n* comma
ነጠላ *a* an
ነጠላ *n* single
ነጠላ *adj* singular
ነጠላ ጫማ *n* sandal, slipper
ነጠል ያለ ቦታና ህዝብ *n* enclave
ነጠብጣባማ *adj* freckled
ነጣያለ ጠጉር *adj* blond
ነጥሮ መመለስ *v* rebound
ነጥብ *n* dot, spot; point, score
ነጭ *adj* white
ነጭ ሽንኩርት *n* garlic
ነጭ ውሸት *n* charade
ነጭነት *n* bleach
ነጭናጫ *adj* grouchy, cranky
ነጸብራቅ *n* glare, reflection, shine
ነጻ *v* free
ነፃ *adj* independent

ነፃ መውጣት *v* break free
ነጻ ማውጣት *v* liberate
ነፃ ማውጣት *v* emancipate
ነጻ ትግል *n* wrestling
ነጻነት *n* freedom
ነፃነት *n* independence, liberty
ነፃነት እንቅስቃሴ *n* liberation
ነፋሳማ *adj* gusty
ነፋስ *n* wind
ነፋስ ሽውታ *n* breeze
ነፋሻማ የዓመት ወቅት *n* fall
ነፍሳት *n* insect, organism
ነፍሰ ጡር *adj* pregnant
ነፍስ *n* soul
ነፍስ ግድያ *n* homicide
ነፍራቃ *n* sob
ነፍጠኛ *n* gunman
ኑሮ *n* life
ኑዛዜ *n* will
ኒኬል (የብረት ዓይነት) *n* nickel
ኒኮቲን ዕፅ *n* nicotine
ኒውክሌር *adj* nuclear
ናሙና *n* scrap; sample, specimen
ናዳ *n* barrage
ናፍቆት *n* longing
ናይትሮጅን አየር *n* nitrogen
ኔዘርላንድ *n* Netherlands
ንስሓ *n* repentance, penance
ንስሐ *n* confession, confessional
ንስሀ አባት *n* confessor
ንስሓ ገቢ *n* penitent
ንስር *n* eagle
ንረት *n* surge
ንቀት *n* neglect, disdain, contempt, snub
ንቁ *adj* conscious, vibrant, dynamic, smart, agile, live, lively, alert
ንቀት የተሞላ *n* scornful
ንቃተ ህሊና *n* consciousness
ንቃት *n* awakening, drive
ንባብ *n* reading
ንብ *n* bee
ንብረቶች *n* belongings
ንብረት *n* property, possession
ንብረትአልባ *adj* downtrodden
ንብረቶች *n* assets
ንትርክ *n* strife, rift
ንዑስ ርዕስ *n* subtitle
ንክሻ *n* nip, bite
ንዋይ *n* treasure
ንዝህላል *adj* reckless
ንዴት *v* anger
ንዴት *n* outrage, fury, tantrum, temper
ንድፈ ሀሳብ *n* proposal
ንድፈ ሐሳብ *n* theory
ንድፍ *n* draft, layout, blueprint, diagram, sketch
ንጉሠ ነገሥታዊ *adj* imperial
ንጉሰ ነገስት *n* emperor
ንጉሳዊ ግዛት *n* kingdom
ንጉስ *n* king, monarch
ንግስት *n* queen

ንግዳዊ *adj* commercial
ንግድ *n* trade, business
ንግግር *n* speech, articulation, dialogue
ንጥሻ *n* sneeze
ንጥቂያ *v* snatch
ንጹሕ *adj* pure, immaculate, neat, spotless
ንፁህ *adj* clean
ንጹህነት *n* virtue
ንጹሕነት *n* cleanliness
ንጻሬ *n* ratio
ንጽህና *n* freshness
ንጽሕና *n* hygiene, purity, sanctity
ንጽጽር *n* contrast
ንፅፅር *n* comparison
ንፉግ *adj* stingy
ንፋሳማ *adj* windy
ንፍቀክበብ *n* hemisphere
ንፍጣም *adj* congested
ንፍፊት *n* groin
ኖራ *n* lime
ኖርዌ *n* Norway
ኖርዌያዊ *adj* Norwegian

አ

አሃዝ *n* figure
አሁን *adv* now
አሁን *adj* current
አሁን ያለ *n* present
አህያ *n* donkey
አህጉራዊ *adj* continental
አህጉር *n* continent
አለ የማይባል *adj* tenuous
አለሁ ባይነት *n* pretension
አለመለመ *adj* lush
አለመለመድ *n* abnormality
አለመመቸት *n* uneasiness, discomfort
አለመማመን *n* disbelief
አለመሞት *n* immortality
አለመሳከት *v* fall through
አለመሳካት *adj* unsuccessful
አለመስማማት *n* disagreement, disapproval, discord
አለመስማማት ሃሳቦችን መግለጽ *v* jar
አለመስራት *v* malfunction
አለመረዳት *v* misunderstand
አለመረጋጋት *n* insecurity, instability
አለመራቅ *v* stick around
አለመቀበል *v* quash, refuse, reject, turn down
አለመቀበል *n* refusal, rejection
አለመብሰል *n* immaturity
አለመታመን *adj* unfaithful

ነ
አ

አለመታዘዝ *adj* disobedient
አለመታዘዝ *v* flaunt
አለመታገስ *n* impatience
አለመቻል *n* impossibility
አለመውደድ *v* dislike
አለመውደድ *n* dislike
አለመገኘት *n* absence
አለመጣም *n* distaste
አለማመን *n* mistrust
አለማተኮር *v* brush aside
አለማካተት *n* omission
አለማክበር *n* disrespect
አለማወቅ *adj* oblivious
አለርጂ (ምግብ/አየር ወዘተ አለመስማማት) *n* allergy
አለቃ *n* boss, major, chief
አለበለዚያ *adv* else
አለት ማውጫ *n* quarry
አለንጋ *n* lash
አለያየ *v* diversify
አሉሚንየም *n* aluminum
አሉባልታ *n* hearsay
አሉታ *adj* negative
አሉታዊ ሀሳቢ *adj* pessimistic
አሉታዊ ሀሳብ *n* pessimism
አላማኒ *n* agnostic, atheist
አላስፈላጊ *adj* trivial
አላስፈላጊነት *n* pettiness
አላቂ *adj* perishable
አልማዝ *n* diamond
አልትራ ሳውንድ *n* ultrasound
አልሰር *n* ulcer
አልቅት *n* leech
አልባ *n* zero
አልባሳት *n* clothing
አልባሽ *n* dresser
አልኮል *n* brandy
አልጀብራ *n* algebra
አልጋ *n* bed
አልፎ መሄድ *v* bypass
አልፎ አልፎ *adv* rarely, seldom
አልፎ አልፎ *adj* sporadic
አመለካከት *n* perspective, reputation, reasoning, view
ዓመለ ሸጋ *adj* bland
አመል *n* conduct
አመልካች *n* applicant
አመሞንያ *n* ammonia
አመስጋኝ *adj* thankful
አመራር *n* management
አመርቂ *adj* satisfactory
አመንዝራ *n* affair
አመክንዮ *n* logic
አመክንዮዋዊ *adj* logical
አመዛዛኝ *adj* judicious
አመድ *n* ash, cinder
አመጋገብ *n* nutrition
አመጸኛ *n* thug, rebel
አመጽ *n* uprising, uproar, rebellion, revolt, riot; violence
አመፅ *n* insurrection
አሚዶ *n* starch
አሚዷማ *adj* starchy
አማልክት *n* deity

አማራሪ *adj* grouchy
አማራጭ *n* possibility, alternative
አማራጭ *adj* optional
አማት *n* mother-in-law
አማች *n* brother-in-law, son-in-law
አማቾች *n* in-laws
አማኝ *v* profess
አማኝ *adj* pious
አማኝ *n* believer
አማካሪ *n* counselor, adviser, average
አማካይ *adj* medium, moderate
አማጺ *adj* revolting
አሜሪካዊ *adj* American
አሜት *n* feeling
አሜን ብሎ መቀበል *v* face up to
አሜን ባይ *adj* conformist
አምላክ የለሽ *adj* godless, pagan
አምልኮ *n* cult; worship
አምሳ *adj* fifty
አምሳ በአምሳ *adv* fifty-fifty
አምስተኛ *adj* fifth
አምስት *adj* five
አምስት ወገን *n* pentagon
አምርሮ *adv* bitterly
አምቡላ *n* residue
አምቡላንስ *n* ambulance
አምባ *n* plateau
አምባሳደር *n* ambassador
አምባር *n* bracelet
አምባዛ ዓሣ *n* tuna
አምባገነናዊ *adj* dictatorial
አምባገነን *n* tyrant, dictator
አምባገነን *adj* authoritarian
አምባገነንነት *n* dictatorship
አምነት *n* trust
አምድ *n* column
አምፑል *n* bulb
አሞጋሽ *adj* complimentary
አሰላለፍ *n* pattern
አሰልቺ *adj* monotonous
አሰልቺ ስራ *n* chore
አሰልች *v* pester
አሰልች *adj* tedious
አሰልችነት *n* tedium, tiredness
አሠልጣኝ *n* trainer
አሰልጣኝ *n* coach
አሰሳ *n* manhunt
አሰስቀያሚ *adj* ugly
አሰስተዳደግ *n* upbringing
አሰስታራቂ *n* mediator
አሰስደንጋጭ *adj* shattering
አሰስገራሚ *adj* amazing
አሰረ *v* bind, moor
አሰሪ *n* employer
አሰቀያሚ *adj* unpleasant
አሰቃቂ *adj* gruesome, lurid
አሰቃይ *adj* agonizing, excruciating
አሰባ *v* fatten
አስተማማኝ *adj* dependable
አሰዳቢ *n* laughing stock
አሰገዳጅ *adj* compulsive
አሰፈሪ *adj* ghastly
አሰፋፈር *n* settlement

አሳልፎ ማየት የሚያስችል *adj* see-through
አሳማ *n* pig
አሳማኝ *adj* believable, convincing
አሳሳቢ *adj* distressing, alarming, bothersome
አሳሳቢ *n* preoccupation
አሳሳች *adj* enticing, misleading
አሳራፊ *adj* restful
አሳሽ *n* explorer
አሳቢ *adj* caring, considerate, thoughtful
አሳብ *n* notion, proposition, thought, idea
አሳታሚ *n* publisher
አሳንሳር *n* elevator
አሳዛኝ *adj* touching, pitiful, pathetic, sorrowful, tragic
አሳዳጊ *n* guardian
አሳዳጊ *adj* adoptive
አሳፋሪ *adj* disgraceful, shameful
አሳፋሪ *n* scandal
አሴት *n* capital
አስላቀሽ *n* crying
አስመሳይ *n* sham
አስመሳይነት *n* guise
አስመስሎ ማራባት ሣይንስ *n* cloning
አስመስሎ የመስራት ሣይንስ *n* cloning
አስመጪነት *n* importation
አስማት *n* spell
አስም *n* asthma
አስረዳ *v* brief
አስር *adj* ten
አስርዮሻዊ *adj* decimal
አስቀሪ *adj* preventive
አስቀያሚ *adj* odious, obnoxious, awful, despicable, disappointing, displeasing
አስቀያሚ *adv* grossly
አስቀያሚነት *n* vulgarity, ugliness
አስቂኝ *n* pest, clown, laughing stock
አስቂኝ *adj* comical, funny, laughable, ludicrous
አስቆጭ *adj* outrageous
አስተላላፊ *n* conductor
አስተላላፊ *adj* transparent
አስተማማኝ *adj* reliable
አስተማሪ *n* instructor, teacher
አስተሳሰብ *n* mentality
አስተባባሪ *n* coordinator
አስተናባሪ *n* usher
አስተናጋጅ *n* stewardess, host, hostess, waiter
አስተዋይ *adj* open-minded, prudent, mindful
አስተዋጽኦ *n* contribution
አስተዋፅኦ *n* excerpt
አስተያየት *n* opinion, comment, feedback, suggestion
አስተያየት *n* remark
አስታራቂ *adj* conciliatory
አስታራቂ ሀሳብ *n* compromise
አሳልፎ መስጠት *n* consignment

አሳሳቢ ጉዳይ *n* concern
አሳባዊ መስመር *n* tropic
አሳባዊ ግምት *n* imagination
አሳብ መስጠት *v* recommend
አሳብ መበታተን *n* distraction
አሳብ ማስለወጥ *v* brainwash
አሳብ ማቅረብ *v* propose
አሳብ ማፍለቅ *v* initiate
አሳብ ተቀባይ *adj* receptive
አሳብ አፍላቂነት *n* initiative
አሳብን መበተን *v* distract
አሳብን መግለጽ *v* articulate
አሳዛኝ አጋጣሚ *n* tragedy
አሳዶ መያዝ *v* apprehend
አስመስሎ መስራት *v* clone, counterfeit
አስመስሎ መቅረጽ *v* model
አስመስሎ ማራባት *v* clone
አስራ ሁለተኛ *adj* twelfth
አስራ ሁለት *adj* twelve
አስራ ሰባት *adj* seventeen
አስራ ስምንት *adj* eighteen
አስራ ስድስት *adj* sixteen
አስራ ሦስት *adj* thirteen
አስራ አምስት *adj* fifteen
አስራ አራት *adj* fourteen
አስራ አንደኛ *adj* eleventh
አስራ አንድ *adj* eleven
አስራ ዘጠኝ *adj* nineteen
አስር አለቃ *n* corporal
አስርት ዓመት *n* decade
አስቀያሚ ሰው *n* pig
አስቂኝ ስዕል *n* caricature, cartoon
አስቂኝ ቲያትር *n* comedy
አስቦ መድረስ *v* compute
አስቦ ማግኘት *v* figure out, find out
አስተዋጽኦ ማድረግ *v* contribute
አስተዋጽኦ አድራጊ *n* contributor
አስተውሎ መናገር *v* infer
አስተያየት መስጠት *v* comment
አስተያያት መስጠት *v* remark
አስታዋሽ *adj* suggestive
አስትሮኖሚ (የህዋው/ጠፈር አካላትን) የሚያጠና *n* astronomer
አስቸኳይ *adj* urgent
አስቸኳይነት *n* urgency
አስቸገረ *v* bother
አስቸጋሪ *adj* harsh, troublesome
አስከሬን *n* corpse
አስከፊ *adj* odious, terrible, repulsive, repugnant
አስከፊነት *n* severity
አስኳል *n* yolk
አስደማሚ *adj* awesome, impressive
አስደሳች *n* zest, thrill, tonic
አስደሳች *adj* wonderful, terrific, blissful, delightful; exciting, exhilarating, gratifying
አስደናቂ *adj* astonishing, dazzling, incredible, prodigious
አስደንጋጭ *adj* shocking
አስገራሚ *adj* striking, amusing, astounding, dramatic
አስገዳጅ *adj* binding, imposing, obligatory, compelling

አ

አስገድዶ መድፈር *v* rape
አስጊ *adj* serious, impending
አስጊ *n* quagmire
አስጊያጭ *adj* decorative
አስጎብኚ *n* guide
አስጠሊታ *adj* hateful
አስጠኚ *n* tutor
አስጠያፊ *adj* appalling
አስጨናቂ *adj* distressing, stressful, worrisome
አስፀያፊ *adj* heinous
አስፈላጊ *adj* worthwhile, essential, necessary, significant, vital
አስፈላጊ *n* need
አስፈላጊ መሆን *v* matter
አስፈላጊ ዕቅድ *n* enterprise
አስፈላጊነት *n* importance, necessity, significance, vitality
አስፈሪ *adj* precarious, fearful, dreadful, frightening, horrible, scary, spooky, terrifying, unsafe
አስፋልት *n* asphalt
አስፋፋ *v* diversify
አስፔሪን *n* aspirin
አሿፊ *adj* sarcastic
አረመኔ *adj* savage
አረመኔ *n* heathen
አረመኔያዊ *adj* brutal, vicious
አረማሞ *n* mildew
አረም *n* weed
አረቂ *n* brandy
አረብኛ *adj* Arabic
አረንቋ *n* bog
አረንጓዴ *n* emerald
አረንጓዴ *adj* green
አረንጓዴ ባቄላ *n* green bean
አረጋግ *n* coagulation
አረፋ *n* bubble, foam, lather
አረፋ *v* surf
አራስ *n* newborn
አራተኛ *adj* fourth
አራት *adj* four
አራት ማእዘናዊ *adj* rectangular
አራት ማእዘን *n* rectangle
አራጣ አበዳሪ *n* pawnbroker
አርማ *n* emblem
አርቆ ማሰብ *n* foresight
አርቆ የማያይ *adj* myopic
አርበትባች *adj* daunting
አርበኛ *n* partisan, patriot
አርባ *adj* forty
አርቲስት *n* artist
አርቴፊሻል ዋሻ *n* grotto
አርቴፊሻል ፀጉር *n* hairpiece
አርአያ *n* beacon
አርአያ *n* precedent
አርዕስት *n* heading
አርኪ *adj* satisfactory
አርኪዖሎጂ (ጥንታዊ የሰው ዘር ጥናት) *n* archaeology
አርክቲክ *adj* arctic
አርክቴክት *n* architect
አርክቴክቸር *n* architecture
አሮጌ *adj* old

አሸማቀቀ *v* blemish
አሸምቆ ማጥቃት *v* besiege
አሸበረቀ *v* blaze
አሸባሪ *n* hooligan
አሸናፊ *n* champion, victor, winner
አሸንዳ *n* gutter
አሸዋ *n* sand
አሺ *n* masseur
አሺነት *n* masseuse
አሻራ *n* fingerprint
አሻንጉሊት *n* doll, puppet, toy
አሻፈረኝ ማለት *v* defy
አሻፈረኝ ባይ *adj* defiant
አሽሟጣጭ *adj* sarcastic
አቀላጥፎ *adv* fluently
አቀማመጥ *n* setting
አቀራረብ *n* approach, demeanor, mannerism, manners, presentation
አቀናባሪ *n* composer
ዐቃቤ ሕግ *n* prosecutor
አቁሳይ *adj* injurious
አቅል ማጣት *n* intolerance
አቅመ ቢስ *adj* unable
አቅመቢስ *adj* powerless
አቅመ አዳም *n* puberty
አቅም *n* proficiency
አቅም መኖር *v* afford
አቅራቢ *n* bearer, supplier
አቅራቢ መነፅር *n* binoculars
አቅራቢያ *adj* approximate
አቅርቦት *n* delivery, supplies
አቅጣጫ *n* trend, direction
አቅጣጫ ለውጥ *n* diversion
አቋም *n* standpoint, stand
አቋረጠ *v* bow out
አቋራጭ *n* shortcut
አቋራጭመንገድ *n* bypass
አበል *n* allowance
አበሳጭ *adj* diabolical
አበራ *v* blaze, brighten
አበበ *v* bloom
አበባ *n* flower, poppy, violet
አበባ ጎመን *n* cauliflower
አበክሮ መናገር *v* insist
አበክሮ መናገር *n* insistence
አበዳሪ *n* creditor
አባል *n* element; member
አባልነት *v* belong, membership
አባሪ *n* attachment
አባባ *n* dad
አባባል *n* expression, saying
አባታዊ *adj* fatherly
አባት *n* father
አባትነት *n* fatherhood, paternity
አባካኝ *adj* extravagant, lavish
አባካኝነት *n* extravagance
አባወራ *n* patriarch
አባጣ ጎርባጣ *adj* bumpy
አባጨጓሬ *n* caterpillar
አቤቱታ *n* grievance
አብሳይ *n* cook
አብራሪ *n* flier, pilot
አብሮ መኖር *v* coexist, cohabit

አብሮ መጓዝ *n* outing
አብሮ የተሰራ *adj* built-in
አብሮነት *n* companionship
አብነታዊ *adj* exemplary
አብነት መሆን *v* epitomize, exemplify
አብዝቶ መውሰድ *n* overdose
አብዛኛው *n* majority
አብዛኛው *adj* most
አብዛኛውን ጊዜ *adv* often
አብዮት *n* outbreak; upheaval
አብግን *adj* grotesque
አቧራ *n* dust
አቧራማ *adj* dusty
አተላ *n* residue
አተም *n* atom
አተር *n* pea
አተኩሮ ማየት *v* gaze
አታላይ *n* sham, con man
አታላይ *adj* treacherous, dishonest, devious, foxy, fraudulent, wily
አታላይነት *n* guile, dishonesty
አታሎ ማጥመድ *v* lure
አታሎ ገንዘብ ማግኘት *v* defraud
አታሚ *n* printer
አታካች *adj* tiresome
አትሌት *n* athlete
አትራፊ *adj* lucrative, profitable
አትሮኖስ *n* pulpit, lectern
አትኩሮት *n* attention, concentration
አትክልተኛ *n* gardener
አትክልት *v* vegetable
አትክልት መከተብ *v* graft
አትክልት በላተኛ *v* vegetarian
አትክልት ቦታ *n* garden
አትክልት ክትባት *n* graft
አቶ *n* mister
አቶማዊ *adj* atomic
አቻ *n* parallel, symmetry, parity
አቻ *adj* equal
አቻነት *n* resemblance, draw, parity
አነስተኛ *adj* minor
አነር *n* panther
አነቃቂ ንጥረነገር *n* caffeine
አነድ አራተኛ *n* quarter
አነጣ *v* bleach
አነጣጣሪ ተኳሽ *n* marksman
አናሳ *adj* meager
አናሳ *n* minority
አናት *n* apex
አናናስ *n* pineapple
አናዳጅ *adj* outrageous, offensive
አናጢ *n* carpenter
አኤም *adv* neither
አንስታይ *adj* feminine
አንሶላ *n* sheets
አንሸራታች *adj* slippery
አንቀጽ *n* clause, article, paragraph
አንበሲት *n* lioness
አንበሳ *n* lion
አንበጣ *n* locust
አንባቢ *n* reader
አንባዝ ዓሣ *n* salmon

አንተ *pro* you
አንቴና *n* antenna
አንካሳ *adj* lame
አንኳር *n* cube
አንደኛ *adj* first
አንደኛው *adj* neither
አንዱ *adj* neither
አንዳንድ *adj* some
አንዳንድ ጊዜ *adv* sometimes
አንድ *adv* only
አንድ *a* an
አንድ *c* or
አንድ *adj* one
አንድ *n* unit
አንድ ላይ *adv* together
አንድ መስመር ላይ መገናኘት *v* converge
አንድ መቶ አለቃ ጦር *n* platoon
አንድ ሰው *pro* somebody, someone
አንድ ራሱ *pre* oneself
አንድ ቀን *adv* someday
አንድ ነገር *pro* something
አንድ ነጥብ ላይ መገናኘት *v* converge
አንድ አርጎ ማሰብ *v* equate
አንድ ዓይነት *n* uniform
አንድ ጊዜ *adv* once
አንድ ጊዜ ክፍያ *n* lump sum
አንድነት *n* alliance, unity
አንጀት *n* gut, intestine
አንገራጋሪ *adv* reluctantly
አንገት *n* neck
አንገት መሰየፍ *v* decapitate
አንገት መቅላት *v* behead
አንገት መቅያ (መግደያ) ተንሸራታች ስለት *n* guillotine
አንጎል ነክ *adj* cerebral
አንገዳነት *n* novelty
አንግዲህ *adv* now
አንጎል *n* brain
አንጓ *n* wrist
አንጥረኛ *n* smith
አንጸባራቂ *adj* glossy, reflexive, shiny
አንጸባራቂ *v* outshine
አዕምሮ *n* mind
አእምሮ ሰፊ *adj* broadminded
አዕምሮ ቢስ *adj* mindless
አዕምሮዓዊ *adj* mental
አእንቆቅልሽ *n* puzzle
አከራካሪ *adj* debatable
አከራይ *n* lessor
አከርካሪ *n* spine
አከፋይ *n* outlet
አኩለቀን *n* noon
አኩራፊ *adj* moody, sullen
አካሄድ *n* pace, procedure
አካለ ጎደሎ *adj* disabled
አካለጎዶሎ *n* handicap
አካላዊ *adj* bodily, corporal
አካል *n* component
አካል መቁረጥ *n* amputation
አካልን መቁረጥ *v* amputate
አካባቢ *n* environment, surroundings
አካባቢ *pro* around
አካፋ *n* shovel

አ

አካፋይ ቁጥር *n* denominator
አክስት *n* aunt
አክራሪ *adj* extremist, fanatic
አክርር መቃወም *v* buck
አክሮባት *n* acrobat
አክባሪ *adj* respectful
አክብሮት *n* courtesy, homage, reverence
አክታ *n* mucus
አኮርድዮን *n* accordion
አኳኋን *n* condition
አወላዋይ *adj* hesitant
አወቃቀር *n* layout
አወንታዊ *adj* positive, affirmative
አወዛጋቢ *adj* controversial
አዋላጅ *n* midwife
አዋሳኝ *n* neighbor
አዋራጅ *adj* degrading
ዐዋቂ *n* grown-up
አዋኪ *adj* grave
አዋኪነት *n* impertinence
አዋዋይ *n* notary
አዋጅ *n* statute, decree, proclamation
አዋጅ ነጋሪ *n* announcer
አውሎንፋስ *n* hurricane
አውሎ ነፋስ *n* twister
አውሎ ንፋስ *n* cyclone
አውራ *n* vanguard
አውራ ዶሮ *n* rooster
አውራ ጎዳና *n* highway
አውራ ጣት *n* thumb
አውራሪስ *n* rhinoceros
አውራዶሮ *n* cock
አውራጃ *n* province
አውሬ *n* beast, monster; beaver, lynx
አውሬ *adj* ferocious
አውሮፓ *n* Europe
አውሮፓዊ *adj* European
አውሮፕላን *n* aircraft, airplane
አውቆ *adv* knowingly
አውቶማቲክ *adj* automatic
አውቶቡስ *n* bus
አውታረመረብ *n* network
አውደልዳይ *adj* dissolute
አውዳሚ *adj* destructive, devastating
አውዳሚ *n* destroyer
አውሮፕላን ማረፊያ *n* airfield
አውሮፕላን አብራሪ *n* aviator
አውቶቡስ አሳፈረ *v* bus
ዐውደ ጥናት *n* seminary
አዎ *adv* okay, yes
አዘነ *v* worry
አዘኔታ የሌለው *n* psychopath
አዘግይ *n* hitch
አዙሪት *n* whirlpool
አዛውንት *adj* elderly
አዛዥ *n* commander
አዝማች *n* chorus
አዝራር *n* button
አዝራር መንቀል *v* unbutton
አዞ *n* alligator, crocodile

አየር *n* air, breathing
አየር ላይ *n* midair
አየር መሳብ *v* inhale
አየር መንገድ *n* airline, airliner
አየር መግቢያ *n* ventilation
አየር ማስወጣት *v* deflate
አየር ንብረታዊ *adj* climatic
አየርላንዳዊ *adj* Irish
አየርላንድ *n* Ireland
አያቶች *n* grandparents
አያያዝ *n* tack
አያያዥ ቃላት *n* conjunction
አይ *adv* not
አይሁዳዊነት *n* Judaism
አይሮፕላን መጥለፍ *v* hijack
አይሮፕላን ድብደባ *n* bombing
አይሮፕላን ጠለፋ *n* hijack
አይሮፕላን ጠላፊ *n* hijacker
አይቀሬነት *n* eventuality
አይብ *n* cheese
አይት *n* sister-in-law
አይነ አፋር *adj* timid
አይን *n* eye
አይን መሸፈን *v* blindfold
አይን መሸፈኛ *n* blindfold
አይን ማርገብገብ *v* blink
አይን አፋር *adj* shy
አይን አፋርነት *n* shyness
አይን የመሳብ ችሎታ *n* amenities
አይን የሚስብ *adj* eye-catching
አይናፋር *adj* bashful
አይናፋርነት *n* timidity
አይጥ *n* mouse, rat
አይጦች *n* mice
አዮዲን *n* iodine
አደለበ *v* fatten
አደረጃጀት *n* organization
አደራ *n* mandate
አደራ መብላት *v* expropriate
አደባባይ *n* square
አደነቀ *v* acclaim
አደናጋሪ *adj* puzzling, confusing
አደን *n* hunting
አደንቋሪ *adj* deafening
አደንጓሬ *n* kidney bean
አደንዛዥ ዕፅ *n* narcotic
አደንዛዥ እጽ *n* dope
አደገኛ *adj* accidental, dangerous, disastrous, hazardous, perilous, risky
አደገኛ መሰናክል *n* pitfall
አደገኛ ማዕድን *n* arsenic
አደገኛ ባሕሪ *n* delinquency
አደገኛ ወንጀለኛ *n* hoodlum
አደጋ ላይ መጣል *v* endanger
አደጋ ውስጥ ያለ *adj* precarious
አደጋ ጠቋሚ መሳሪያ *n* alarm
አዲስ *adj* new, brand-new, latest
አዲስ *n* novel
አዲስ ገቢ *n* newcomer
አዲስ ግኝት *n* breakthrough, discovery
አዲስነት *n* novelty
አዳለጭ *adj* greasy

አ

አዳራሽ *n* auditorium, hall, hallway
አዳኝ *n* hunter
ዐዳኝ *n* Messiah
አዳጋ *adj* puzzling
አደጋ *n* danger, hazard, risk
አዳጋች *adj* thorny, obscure, awkward, problematic
አዳጋች *n* peril
አዳጋችነት *n* obscurity
አዳፕተር (የሚቀይር) *n* adapter
አድሎ *adj* partial
አድሎ የለሽ *adj* fair
አድራሻ መለያ *n* zip code
አድራሻ መስጠት *v* address
አድመኛ *n* conspirator
አድመኞች *n* mob
አድሚራል *n* admiral
አድማ *n* strike, coup
አድማስ *n* horizon
አድማጭ *n* audience, listener
አድማጭ *adj* open-minded
አድራሻ *n* address
አፍን መለጎም *v* muzzle
አድቢ *n* prowler
አድናቂ *n* admirer
አድናቆት *n* admiration, adoration, awe, marvel
አድናቆት *adj* aesthetic
አድካሚ *adj* exhausting, grueling
አጀብ *n* cluster, convoy, escort
አጃ *n* rye
አጃ ከመሰለ ጥራጥሬ የሚሰራ የበሰለ/ የተቀቀለ ምግብ *n* pudding
አጃቢ *n* companion
አጃቢ ጀልባ *n* frigate
አገላለጽ *n* terms
አገልጋይ *n* servant
አገር *n* nation, country
አገር በቀል *adj* local
አገር ቤት *n* homeland, countryside
አገርውስጥ *adj* inland
አገሩ የናፈቀው *adj* homesick
አገናኝ *n* intermediary
አገዛዝ *n* domination
አገልግሎት *v* service
አገዳ *n* stalk
አገጭ *n* chin
አጉልቶ ማሳየት *v* emphasize
አጉሎ ዛፍ *n* willow
አጋም መሰል *n* blackberry
አጋር *n* partner
አጋርነት *n* partnership
አጋዘን *n* antelope, deer
አጋዥ *adj* helpful
አጋጣሚ *n* circumstance, happening, opportunity, incident, encounter, coincidence, instance
አጋጣሚ የሆነ *adj* coincidental
አግባሬ *n* coefficient
አግባቢ *adj* persuasive
አግባቢነት *n* charm
አግባብ *n* influence, context

አግዳሚ ወንበር *n* bench, pew
አግድም *adj* horizontal
አግድም ሰረዝ *n* hyphen
አጐት *n* uncle
አጓጊ *adj* striking
አጠራጣሪ *adj* cynic, doubtful, fishy
አጠቃላይ *adj* total, comprehensive; generic
አጠቃላይ *n* general
አጠቃላይ ቅኝት *n* overview
አጠቃላይ ድምር *v* aggregate
አጠያያቂ *adj* questionable
አጠገብ *adj* next
አጠጋግቶ ማሸግ *v* compact
አጠጋግቶ ማያያዝ *v* compact
አጢኖ ማሰብ *v* deliberate
አጣራጣሪ *adj* suspicious
አጣ *v* forfeit
አጣባቂ *adj* sticky
አጣዳፊ *adj* pressing
አጥሚት *n* paste
አጥር *n* enclosure, fence
አጥር ማጠር *v* fence
አጥር ግቢ *n* courtyard
አጥቢ እንስሳ *n* mammal
አጥብቆ መያዝ *v* grasp, clinch, hang on, cling
አጥብቆ መጨበጥ *n* grip
አጥቂ *n* attacker
አጥቢያ *n* parish
አጥንት *n* bone
አጥፊ *n* culprit, vandal
አጥፊ *adj* delinquent; violent
አጨደ *v* mow
አጫራች *n* auctioneer
አጫሽ *n* smoker
አጫዋች *n* umpire
አጫፋሪ *n* crony
አጭር *adj* terse, brief, short
አጭር መርፌ *n* thumbtack
አጭር ሚስማር *n* thumbtack
አጭር ቀሚስ *n* miniskirt
አጭር ቆይታ *v* stop over
አጭር ታሪክ *n* anecdote
አጭር ንባብ *n* excerpt
አጭር ንግግር *n* brevity
አጭር ዕረፍት *n* interlude
አጭር እንቅልፍ *n* nap
አጭር እንቅልፍ መተኛት *v* nap
አጭር እንቅልፍ መውሰድ *v* nap
አጭር የፊልም ክፍል *n* clip
አጭር ጊዜ *n* instant
አጭር ጽሑፈት *n* shorthand
አጭበርባሪ *n* cheater, swindler, con man
አጭበርባሪ *adj* deceitful
አጭዋች *adj* entertaining
አጸያፊ *adj* nasty, obnoxious, disgusting
ዐፅም *n* skeleton
አጽሕሮተ ቃል *n* abbreviation
አጽናኝ *n* comforter
አጽዕኖት *n* emphasis
ዐፅመ ህንጻ *n* framework

አፈ ታሪክ *n* myth
አፈላ *v* boil
አፈረ *v* blush
አፈር *n* sod, soil
አፈርማ *adj* soiled
አፈታሪክ *n* legend
አፈና *n* abduction, kidnapping
አፈንጋጭ *adj* dissident
አፈፍ ማድረግ *v* grab
አፈጻጸም *n* process, performance
አፉ ሹል ዓሣ *n* swordfish
አፋኝ *n* kidnapper
አፋፋሚ *n* escalator
አፋፍ *n* brink
አፍ *n* mouth
አፍ መለጎሚያ *n* gag
አፍ መለጎም *v* gag
አፍራሽ *n* negative
አፍቃሪ *adj* affectionate
አፍንጫ *n* nose
አፍኖ መግደል *v* asphyxiate, smother
ዑደት *n* circuit, procession, cycle
ኢሕጋዊ *v* outlaw
ኢመደበኛ *adj* irregular
ኢምንት *adj* insignificant
ኢምፔሪያሊዝም *n* imperialism
ኢኒስቲትዩት *v* institute
ኢንሳይክሎፒዲያ *n* encyclopedia
ኢንሹራንስ *n* insurance
ኢንች *n* inch
ኢንዱስትሪ *n* industry
ኢንፉሉዌንዛ *n* influenza
ኢንቨሎፕ ፖስታ *n* envelope
ኢንቨስተር *n* investor
ኢንቬስት ማድረግ *v* invest
ኢንቨስትመንት *n* investment
ኢኮኖሚ *n* economy
ኢጣሊያዊ *adj* Italian
ኢፍትሐዊ *adj* unfair
ኢ-ፍትሃዊ *n* injustice
ዓለማት *n* planet
ዓለማዊ *adj* worldly
ዓለም *n* world
ዓለም አቀፍ *adj* universal, worldwide
ዓላማ *n* objective, purpose, target
ዓላማ *v* aim
ዓላማ ቢስ *adj* aimless
ዓመታዊ *adj* annual
ዓመታዊ *adv* yearly
ዓመታዊ ክፍያ *n* subscription
ዓመት *n* year
ዓምድ *n* pillar
ዓሣ *n* shark; trout
ዓሳ *n* fish
ዓሳ ማጥመድ *v* fish
ዓሣ ነባሪ *n* whale
ዓሳ አጥማጅ *n* fisherman
ዓሦች *n* seafood
ዓረፍተ ነገር *n* sentence
ዓይነተኛ *adj* conspicuous, typical
ዓይነት *n* type
ኤ *a* a

ኤሊ *n* tortoise
ኤሌክትሪካዊ *adj* electric
ኤሌክትሪክ *n* electricity
ኤሌክትሪክ ማገጃ *n* insulation
ኤሌክትሪክ ሰራተኛ *n* electrician
ኤሌክትሮኒካዊ *adj* electronic
ኤምባሲ *n* embassy
ኤርሜል *n* airmail
ኤርፖርት *n* airport
ኤግዚብሽን *n* exhibition
እሁድ *n* Sunday
እህል *n* crop
እህት *n* sister
ዕለት *n* date
ዕለታዊ መዝገብ *n* diary
እልህ *n* obstinacy
እልቂት *n* slaughter, carnage
ዕልቂት *n* massacre
እልከኛ *adj* obstinate, perverse, spiteful
እመቤት *n* lady, madam
እማኝ *n* notary
እምቅ ችሎታ *adj* potential
እምቅነት *n* compression
እምቡጥ *n* bud
እምቢተኛ *n* refuse
እምቢተኝነት *v* dismount
እምቢታ *n* rebuff
እምብርት *n* navel
እምነት *n* belief, creed, faith
እምነት ማጣት *v* mistrust
እምነትን መለወጥ *v* recant
እምነትን ማጉደል *v* let down
እምነትን ማጠራጠር *n* disillusion
እሱ *pro* he
እሱም *adv* neither
እሳተ ገሞራ *n* volcano
እሳተ ጎመራ መፈንዳት *v* erupt
እሳት *n* fire
እሳት መሰል *adj* fiery
እሳት ማጥፋት *v* extinguish
እሳት ቦታ *n* fireplace
እሳት አደጋ ሰራተኛ *n* firefighter, fireman
ዕሴት *n* value
እስ ማለት *v* hiss
እስላማዊ *adj* Islamic
እስላም *adj* Muslim
እስረኛ *n* inmate, prisoner
አስረኛ *n* tenth
እስረኛ ጠባቂ *n* jailer
እስራት *n* confinement, detention
እስር *n* arrest
እስርቤት *n* jail
እስር ቤት *n* prison
እስርቤት ማስገባት *v* incarcerate
እስከ *pre* to, until
እስከሆነ ድረስ *c* inasmuch as
እስከ ሆነ ድረስ *pre* since
እስከዚያ *adv* till
እስከዚያው *adv* meantime
እስካሁን ድረስ *adv* hitherto
እስከስታ *n* waltz
እስፒል *n* pin

እሷ *pro* she
እረኛ *n* cowboy, shepherd
እረፍት *n* oasis, vacation, repose, rest
ዕረፍት *n* break, interval, recess
ዕረፍት ቀን *n* holiday
እራት *n* dinner
እራፊ *n* patch
እርማት *n* correction
እርሳስ *n* crayon, pencil
እርስ በርስ የሚጋጭ *adj* conflicting
እርሻ *n* farm
እርሻ መሬት *n* farmyard
እርሻ ስራ *n* farming
እርሾ *n* yeast
ዕርቅ *n* arbitration
ዕርቅ (ጊዜያዊ) *n* truce
እርባናቢስ *adj* infertile
እርከን *n* terrace
እርኩስነት *n* meanness
እርዝማኔ *n* height
እርዳታ *n* donation, help
እርዳታየለሽ *adj* helpless
እርዳታ መጠየቅ *v* invoke
ዕርድ *n* slaughter
እርጋታ *n* constancy
እርግብ *n* dove; pigeon
እርግዝና *n* pregnancy
እርግጠኛ *adj* confident, actual, certain, definite, irrefutable, precise, sure
እርግጠኛ *n* confidant; fact
እርግጠኛ ያልሆነ *adj* uncertain
እርግጠኛነት *n* certainty
እርግጥ *adv* obviously
እርግፍ አድርጎ መተው *v* omit, forsake, quit
እርጠት *n* menopause
እርጥበት *n* humidity
እርጥበት የተሞላ *adj* succulent
እርጥብ *adj* humid, wet
እሺ *adv* okay
እሺ ማለት *v* comply
እሽሩሩ *n* lull
እሽግ *n* seal, parcel, package, pack
እሾኻማ *adj* thorny
እሾኽ *n* thorn
ዕቃ *n* gadget, utensil, equipment; object, item, material
ዕቃ ማኖሪያ *n* locker room
ዕቃ ቤት *v* shed
ዕቃ ተሸካሚ *n* porter
እቃን በእቃ መግዛት *v* barter
ዕቃዎች *n* goods
ዕቅድ *n* schism, strategy, project, plan
እቅጭነት *n* accuracy
እቅፍ *n* wreath, bundle; hug
እቅፍ ማቀፍ *n* embrace
እበት *n* dung
እባብ *n* serpent, snake
እባጭ *n* bulge
እባጭ *adj* swollen
ዕብሪተኛ *adj* arrogant

ዕብነ በረድ *n* marble
ዕብደ *n* madman
እብደት *n* craziness, insanity, lunacy
ዕብደት *n* madness
እብድ *adj* crazy, lunatic
እብጠት *n* bump, gout, lump, swelling
ዕብጠት *n* cyst
እቴጌ ንግስት *n* empress
ዕትም *n* bulletin, edition, version
እነሱ *pro* they
እነሱ ራሳቸው *pro* themselves
እነርሱም *adv* namely
እነዚህ *adj* these
እነዚያ *adj* those
እኒህ *adj* these
እኔ *pro* I
እንሰሳነት *n* bestiality
እንስሳ *n* seal, animal
እንስሳ ማልመድ *v* domesticate
እንስሳትን መለጎሚያ *n* muzzle
እንስሳነት *adj* bestial
እንስታዊ *adj* feminine
እንስት *n* female
እንሽላሊት *n* lizard
ዕንቁ *n* jewel
ዕንቁ መሸጫ *n* jewelry store
ዕንቁ ነጋዴ *n* jeweler
እንቁላል *n* egg
እንቁላል ጥብስ *n* omelet
እንቁራሪት *n* frog
እንቅልፍ *n* sleep
እንቅስቃሴ *n* exercise
እንቅስቃሴ አልባ *adj* motionless
እንቅርት *n* thyroid
እንቅጥቃጤ *n* shudder
እንቅፋት *n* drawback, hindrance, impediment
እንቆቅልሽ *n* riddle
እንባ *n* tear
እንባ ማቅረር *adj* tearful
እንብርት *n* belly button
እንቺ *pro* you
እንከን *n* blemish, flaw
እንከን አልባ *adj* impeccable, infallible
እንከን የለሽ *adj* ideal, blameless, flawless
እንክብል *n* tablet
እንክብካቤ *n* care
እንካ በእንካ *n* swap
እንኳን ደስ አለህ *n* congratulations
እንደ *c* as
እንደ ሁኔታው *adv* somewhat
እንደ ሁኔታው *adj* conditional
እንደ ሕፃን *adj* childish
እንደ የቤት እንስሳ መያዝ *v* pet
እንደ ቆሻሻ ማየት *v* junk
እንደ ዕብድ መሆን *n* frenzy
እንደ ውዳቂ ማየት *v* junk
እንደ ድንገት መገናኘት *v* run into
እንደተጠበቀው መኖር *v* live up
እንደ-አዲስ *adv* afresh
እንደምታ *n* implication

እንደምንም *adv* somehow, someway
እንደበተ ርቱዕነት *n* eloquence
እንደተባለው *adv* allegedly
እንደዚሁም *adv* likewise
እንደገና *adv* again
እንደገና መዋሐድ *n* reunion
እንደገና መጀመር *n* resumption
እንዲያው *adv* merely
እንዲያውም በተጨማሪ *c* even more
እንዳያምን ማድረግ *v* delude
እንዳይንቀሳቀስ ማድረግ *v* immobilize
እንዴት *adv* how
እንጆሪ *n* raspberry, strawberry
እንግሊዛዊ *adj* English
እንግሊዝ *n* England
እንግዳ *n* guest, stranger
እንግዳ *adj* eerie
እንግዳ መቀበያ *n* reception
እንግዳ ተቀባይ *adj* homely
እንግዳ ተቀባይነት *n* hospitality
እንጠብጥቢ ተጫዋች *n* juggler
እንጣጥ ማለት *v* leap
እንጣጥ እንጣጥ ማለት *v* hop
እንጥል *n* larynx, tonsil
እንጥብጣቢ *n* blot
እንጨታማ *adj* wooden
እንጨት *n* timber, wood
እንጨት ሥራ *n* carpentry
እንጭጭ *adj* premature
እንፍሉዌንዛ *n* flu
እና *c* and
እናት *n* mom, mother
እናትነት *n* motherhood
እነንተ *adj* those
እኛ *pro* us, we
እከክ *n* itchiness
እኩለ ሌሊት *n* midnight
እኩል *adj* even, equal
እኩል መራመድ *v* synchronize
እኩልነት *n* equality
እኩያ *n* peer
እኩይ *n* villain
ዕውር *adj* blind
ዕውርነት *n* blindness
ዕውቀት *n* know-how, knowledge
እውቅና ማግኘት *n* recognition
እውነተኛ *adj* authentic, candid, genuine, real, truthful
እውነተኛ ዋጋ *adj* intrinsic
እውነተኛ ያልሆነ *adj* unreal
እውነተኛነት *n* authenticity
እውነታ *n* realism, realty
እውነት *n* truth
እውነት መሳይ *adj* dummy
እውነት ማስመሰል *v* masquerade
እዚያ *adv* there
እዥ *n* serum
እየተካሄደ ያለ *adj* ongoing
እየዞረ የሚገባ *n* screw
እዩኝ እዩኝ ባይ *adj* flamboyant
እያንዳንዱ *adj* each, every
እያንዳንዱ *pro* everyone, everything
እያንዳንዱ ሰው *pro* everybody
እያደር *adj* steady

እ

እይታ *n* perspective, vision, outlook, glance, observation, sight
እደላ *n* dispensation
ዕደላ *n* distribution
ዕዳ *n* debt, dues
ዕዳ መክፈል *v* pay back
ዕዳ ማብዛት *v* run up
ዕዳን ማወራረድ *v* amortize
ዕድለ ቢስ *adj* unlucky
ዕድለኛ *adj* fortunate, lucky
ዕድል *n* opportunity, odds, chance, luck
ዕድል የተተወ *n* contingency
ዕድሜ *n* age, span
ዕድሜ ለ... *n* thanks
ዕድሜጠገብ *n* old age
እድሳት *n* renewal, renovation, restoration
እድገት *v* progress
ዕድገት *n* growth; milestone
እድፋም *adj* filthy
እድፍ *n* grime
እጀታ *n* handle
እጅ *n* paw; hand
እጁ ያለበት *v* involved
እጅ መስጠት *v* capitulate, give in, surrender
እጅ መታጠቢያ *n* sink
እጅ መንሳት *v* nod
እጅ ማስገባት *n* involvement
እጅ ጽሑፍ *n* handwriting
እጅን ማወናጨፍ *v* gesticulate
እጅግ ማራኪ *adj* stunning
እጅግ በጣም መንከባከብ *v* pamper
እጅግ በጣም የከፋ *adj* worst
እጅግ ታላቅ *adj* abysmal
እጅግ አሰቃቂ *adj* horrendous
እጅግ አስቀያሚ *adj* hideous
እጅግ ከባድ *adj* overweight
እጅግ የላቀ *adj* sublime
እጅግ ጥቂት *adj* fewer
እጅጌ *n* cuff, sleeve
እገደዳለሁ *adj* obliged
እገዳ *n* blockage, blockade
እግረ መንገድ *n* passer-by
እግረ ሙቅ *n* shackle
እግረኛ *n* pedestrian
እግረኛ ወታደር *n* infantry
እግር *n* feet, foot; leg
እግርና እጅ *n* limb
እግዚአብሔር *n* God
የእግዚአብሔር ጥበቃ *n* providence
ዕጢ *n* gland; tumor
ዕጣ *n* odds
ዕጣ ፋንታ *n* destiny, fate
እጣቢ *n* sewage
እጣን *n* incense
እጥረት *n* shortage, scarcity, deficiency
እጥፋት *n* twist; pleat
እጥፍ *adj* double
ዕጦት *n* lack
እጩ *n* candidate

እጩነት *n* candidacy
እጮኛ *n* fiancé
እጽዋትን ማብቀያ ልዩ ቤት *n*
  greenhouse
እፉኝት *n* viper
እፍኝ *n* handful
ኦሊምፒክ *n* Olympics
ኦርቶዶክስ *adj* orthodox
ኦርኬስትራ *n* orchestra
ኦርጋን ደርዳሪ *n* organist
ኦክስጅን አየር *n* oxygen
ኦፒየም አደገኛ ዕፅ *n* opium
ኦፔራ *n* opera

ከ

ከ *pre* on, to, of, from
ከ *adv* out, as
ከ *c* once
ከ... *pre* by
ከ. . . ሆነ *c* if
ከ.ስለ *c* since
ከ.. በስተጎን *adv* aside from
ከ......ነፃ *n* immunity
ከ...ጋር *pre* versus
ከሁዲ *n* mole
ከሃዲ *adj* disloyal
ከሃዲ *n* deserter

ከሃያ ዓመት በታች ያለ ሰው *v* minor
ከሃገር ማባረር *v* deport
ከሃገር ማባረር *n* deportation
ከሁለት አንዱ *adj* either
ከሆነ ጊዜ ጀምሮ *pre* since
ከኋላ መቅረት *v* fall behind
ከለላ *n* espionage
ከላይ *pre* over
ከላዩ መቁረጥ *v* crop
ከልምድ ውጭ *adj* queer
ከልብ *adj* sincere, wholehearted,
  heartfelt
ከልብ *n* sincerity
ከልቡ አማኝ *adj* devout
ከልብ መመልከት *v* behold
ከልክ ማለፍ *n* excess
ከልክ በላይ *n* extremities
ከልክ ያለፈ *v* overdo
ከመሬት ሥር *adj* underground
ከመሬት በታች ያለ መጓጓዣ *n* subway
ከመቶ *adv* percent
ከመነሻው *adv* originally
ከመካከል *pre* among
ከመዝገብ ላይ ከሚሰፍረው ቃል ውጪ
  adj off-the-record
ከመገኛው *adj* original
ከመጠን በላይ *adv* madly
ከመጠን በላይ *adj* undue
ከሰል *n* charcoal
ከሰዓት በኋላ *n* afternoon
ከሰው መቀላቀል *v* share; socialize
ከሰውነት የወጣ ፈሳሽ *n* emission

ከሳሽ *n* prosecutor, plaintiff
ከስልጣን ማስወገድ *v* depose
ከስራ መልቀቅ *v* resign
ከሥራ መሰናበት *v* lay off
ከሥራ ማሰናበት *v* sack
ከስር *pre* beneath
ከረሜላ *n* sweets, candy
ከረባት *n* necktie
ከረጢት *n* sack
ከሩቅ *adj* faraway
ከራስ *n* torso
ከርቡሽ *n* melon, watermelon
ከርከሮ *n* boar
ከርካሪ *adj* ticklish
ከቀድሞ ጀምሮ *adj* used to
ከቁጥጥር ውጭ *adj* rampant
ከቁጥጥር ውጪ መሆን (ወሲባዊ) *n* incontinence
ከቅርፊት ውስጥ ማውጣት *v* shell
ከቅጣት ነፃነት *n* impunity
ከበሬ ተፋላሚ *n* bull fighter
ከበሬ ትግል *n* bull fight
ከበሬታ *n* piety, prestige, respect
ከበርቴ *adj* bourgeois
ከበሮ *n* drum
ከበሽታ ማንጻት *v* disinfect
ከበሽታ የታቀበ *adj* immune
ከበቂ በላይ *adj* superfluous
ከበቂ በታች *adj* insufficient
ከባቢ አየር *n* atmosphere
ከበባ *n* siege
ከበታች *pre* below
ከባድ *adj* hard, grave, difficult, dire, heavy, severe
ከባድ *v* outweigh
ከባድ *adj* powerful; strenuous
ከባድ መሣሪያ *n* artillery
ከባድ ማዕበል *n* tempest
ከባድ ወንጀለል *n* felony
ከባድ ወንጀለኛ *n* felon
ከባድ ጸጸት *n* remorse
ከባድነት *n* hardness, heaviness
ከቤት ውጭ *adv* outdoor
ከብት *n* livestock
ከብት መዋያ *n* range
ከብት እና መሰሎችን መያዝ *v* lasso
ከብት እና መሰሎችን መያዣ ሽምቀቆ ገመድ *n* lasso
ከተማ *n* city, town
ከተገቢው ውስን ክልል አልፎ መሄድ *v* encroach
ከታች *adv* below
ከታች *pre* under
ከትዳሩ የተለያየ *adj* estranged
ከነቲራ *n* vest
ከነገሩ ነፃ *n* innocence
ከኒና *n* pill
ከንቱ *n* vanity
ከንቱ ፉከራ *n* bluff
ከንቲባ *n* mayor
ከንፈር *n* lip
ከአሁን ቀደም *adv* previously
ከአማካይ የሰውነት ክብደት በታች የሚመዝን ሰው *n* lightweight

ከ

ከአርስት ውጪ *adj* irrelevant
ከአርዕስት መውጣት *v* digress
ከአቅም በላይ *adj* unbearable
ከአንድ በላይ የትዳር ጓደኛ መያዝ *n* polygamy
ከአንድ ቦታ ወደሌላ የሚላክ ዕቃ *n* shipment
ከአደጋ የተረፈ *n* survivor
ከአገልግሎት ውጭነት *n* disuse
ከአውሮፕላን በዣንጥላ የሚወርድ ወታደር *n* paratrooper
ከዕዳ ነጻ *adv* afloat
ከከተማ የወጣ *n* suburb
ከወንጀል ነጻ መሆን *n* acquittal
ከዋናው ዕቅድ መሳት *n* deviation
ከውድድር ማስወጣት *v* disqualify
ከውጭ *adj* outward
ከውጭ *adv* outside
ከዘራ *n* staff, cane
ከዘር የሚተላለፍ *adj* hereditary
ከዚህ በላይ *adv* furthermore
ከዚህ በመቀጠል *adv* hereafter
ከዚያ *adv* onwards, then
ከዚያ በኋላ *c* whereupon
ከዛ በፊት *adv* beforehand
ከዳር *adj* outward
ከዳር እዳር *n* panorama
ከዳተኛ *n* emigrant, traitor, treachery
ከዳተኛ *adj* fickle
ከጀልባ በላይ *adv* overboard
ከጀርባ *adv* back
ከጀርባ *adj* rear
ከጅምሮ *n* outset
ከጉሮሮ እስከ ጨጓራ ያለ ቧንቧ *n* esophagus
ከግስ የሚገነባ ስም (ቋንቋ) *n* gerund
ከግዴታ ነፃ *adj* exempt
ከግዴታ ነፃ መኖን *n* exemption
ከጎማ የሚፈናጠቅ ግጭት የመኪና መከላከያ *n* fender
ከጎን *adj* adjoining
ከጎን *pre* beside
ከጥቅምውጭ *adj* worn-out
ከጥፋትነጻ ማረግ *v* exonerate
ከጦርሜዳ መጥፋት *v* desert
ከፈን *n* shroud
ከፈፍ *n* rim, brim
ከፊል *adj* partial
ከፊት *pre* facing
ከፊት መንተት *v* pull ahead
ከፊት ያለ *adj* ajar
ከፋይ *n* velvet; wafer
ከፍ ማድረግ *v* elevate
ከፍ ዝቅ ማለት *v* fluctuate
ከፍ ያለ *n* top
ከፍ ያለ ቦታ (ውሃ የሚፈስበት) *n* shed
ከፍተኛ *adj* paramount, considerable, exorbitant, high, supreme
ከፍታ *n* altitude, elevation, summit
ከፍንዳታ በኋላ ወደ መሬት የሚረግፉ ብናኞች *n* fallout
ኩላሊት *n* kidney

ከ

ኩልኮላ *n* tickle
ኩምቢ *n* trunk
ኩምጣጤ *n* acidity
ኩረጃ *n* imitation
ኩሩሩ *n* midget
ኩራተኛ *adj* haughty
ኩራት *n* pride
ኩራት *adj* proud
ኩሬ *n* pond
ኩርፊያ *n* snore
ኩባንያ *n* company
ኩብ *adj* cubic
ኩኪስ *n* cookie
ኩክኒ *n* earwax
ኩፍኝ *n* chicken pox, measles
ኩፖን *n* coupon
ኪሎሜትር *n* kilometer
ኪሎዋት *n* kilowatt
ኪሎግራም *n* kilogram
ኪሳራ *n* bankruptcy, deficit, loss
ኪስ *n* pocket
ኪስአውላቂ *n* pickpocket
ኪራይ *n* rent
ኪንታሮት *n* wart
ኪዮስክ *n* kiosk
ኪዳን *n* testament
ኪዳን *v* vow
ካ *c* once
ካህዲ *adj* defective
ካህናት *n* clergy
ካህን *n* priest, pastor, clergyman
ካለፍላጎት *n* compulsion
ካልሲ *n* sock
ካልደረሰ *pre* barring
ካሜራ *n* camera
ካምፕ *n* camp
ካሲኖ *n* casino
ካሳ *n* redemption, compensation, recompense, reparation
ካሣ ክፍያ (የታገተ/የታሰረን ሰው ለማስለቀቅ) *n* ransom
ካራቴ *n* karate
ካራት *n* carat
ካሬ ሜትር *n* acre
ካርቦራቶር *n* carburetor
ካርታ *n* map
ካርታሜ *n* tar
ካርቶን *n* cardboard
ካርድ *n* card
ካሮት *n* carrot
ካቢኔ *n* cabinet
ካባ *n* cloak, robe
ካባድ *adj* profound
ካታሎግ *n* catalog
ካቴና *n* handcuffs
ካቴድራል *n* cathedral
ካቶሊካዊ *adj* catholic
ካቶሊክነት *n* Catholicism
ካንዴላ *n* spark plug
ካንድብቻ ጋብቻ *n* monogamy
ካንገት በላይ *adj* insincere
ካንጋሮ *n* kangaroo
ካካዎ *n* cocoa
ካዝና *n* safe

ካፊቴሪያ *n* cafeteria
ካፊን የሌለው *adj* decaf
ካፊያ *n* drizzle
ካፒታሊዝም *n* capitalism
ካፖርት *n* overcoat, tunic
ኬሚካላዊ *adj* chemical
ኬንትሮስ *n* longitude
ኬክ *n* cake
ኬክሮስ *n* latitude
ክህሎት *n* aptitude
ክህነት *n* ordination, priesthood
ክህደት *n* betrayal, defect, defection, denial, disloyalty
ክህዶተ እግዚአብሔር *n* atheism
ክለሳ *n* revision
ክለብ *n* club
ክሊኒክ *n* clinic
ክላራኔት *n* clarinet
ክላክስ ማድረግ *v* honk
ክልላዊ *adj* regional
ክልል *n* scope, zone, region
ክምር *n* bale, pile, stack
ክምችት *n* array, savings, stock, stockpile
ክሲታ *adj* skinny
ክስ *n* charge, accusation, allegation, lawsuit
ክስተት *n* happening
ክስካሽ *v* wreck
ክረምት *n* winter
ክሪኬት *n* cricket
ክራንቻ *n* fang
ክራይ *n* lease
ክሬም *n* cream
ክር *n* string, thread
ክር በቀዳዳ ማገባት *v* thread
ክርስቲያናዊ *adj* Christian
ክርስትና *n* Christianity
ክርስትና ማስነሳት *v* christen
ክርስትና ሥነስርዓት *n* christening
ክርን *n* elbow
ክርክር የዋጋ *v* bargain
ክርክር *n* dispute, debate
ክርፋት *adj* stinking
ክበባዊ *adj* circular
ክበብ *n* sphere, circle
ክቡር ድንጋይ *n* gem
ክቡርነትዎ *n* sir
ክብ *adj* circular, round
ክብ *n* circle
ክብ ኬክ *n* bun
ክብ ጣራ *n* dome
ክብረ በዓል *n* anniversary
ክብረነክ *adj* demeaning, derogatory
ክብር *n* status, royalty, praise, dignity, honor
ክብር ማጣት *n* disgrace
ክብር ያልተገባው *adj* dishonorable
ክብርነክ ጽሑፍ *n* libel
ክብደት *n* severity, weight
ክታፊ *n* slice
ክትባት *n* vaccine
ክትትል *n* probing, pursuit, surveillance

ክኒን *n* tablet
ክንብንብ *n* veil
ክንውን *n* accomplishment
ክንድ *n* arm
ክንፍ *n* wing
ክወና *n* operation, activity, animation; maneuver, motion, move, movement
ክዳን *n* lid
ክፈፍ *n* frame
ክፉ *adj* bitter, evil, malignant, wicked
ክፉ *n* vice, mean, scoundrel
ክፉ መናገር *v* cuss
ክፋት *n* wickedness, evil, malignancy
ክፋት *v* perpetrate
ክፉነት *n* wickedness
ክፋይ *n* part, fragment, sect
ክፍለሐገር *n* county
ክፍለ አካል *n* tissue
ክፍለ ዘመን *n* century
ክፍለ ጊዜ *n* session
ክፍለ ጦር *n* regiment
ክፍል *n* room, chamber, department, place, compartment; part, division, portion, sector, phase, partition, section
ክፍልፋይ *n* split
ክፍተት *n* room, gap, opening
ክፍተት *adj* vacant
ክፍት *adj* open, unprotected
ክፍት *n* vacancy
ክፍት ቦታ *n* room, gap, opening
ክፍን *adj* shrouded
ክፍያ *n* proceeds, payment, pay, toll, fee; refund, reimbursement, repayment
ኮሌስትሮል *n* cholesterol
ኮሌራ *n* cholera
ኮሌታ *n* collar
ኮሌጅ *n* college
ኮልኳላ ፈሪ *adj* ticklish
ኮሚሽን *n* commission
ኮሚቴ *n* committee
ኮሚኒስት *adj* communist
ኮሚኒዝም *n* communism
ኮሚክ *n* clown
ኮማንደር *n* commander
ኮሜዲያን *n* comedian
ኮምጣጤ *n* acid; vinegar
ኮምጣጣ *adj* sour
ኮምፒውተር *n* computer
ኮስታራ *adj* serious, grim, solemn
ኮስታራ *adv* sternly
ኮስታራነት *n* seriousness
ኮረብታ *n* hill
ኮረብታ አናት *n* hilltop
ኮረብታ ጎን *n* hillside
ኮረብታማ *adj* hilly
ኮረኔል *n* colonel
ኮረዳ *n* maiden
ኮረጀ *v* copy

ከ

ኮርማ *n* bull
ኮርስ *n* course
ኮርቻ *n* saddle
ኮርኒስ *n* ceiling
ኮርኔት *n* cornet
ኮርኪ *n* cork
ኮቴ *n* paw, footprint
ኮት *n* coat
ኮትሌት *n* meatball
ኮብልስቶን (በተፈጥሮው ክብ የሆነ የድንጋይ ዓይነት) *n* cobblestone
ኮን (ክብ መሰረትና ሹል ጫፍ ያለው ቅርጽ) *n* cone
ኮንትሮባንድ *n* contraband
ኮንክሪት ሲምንቶ *n* concrete
ኮንፈረስ ስብሰባ *n* conference
ኮንደሚኒየም *n* condo
ኮንዲሽነር *n* conditioner
ኮከብ *n* star
ኮከብ ቆጠራ *n* astrology
ኮከብ ቆጣሪ *n* astrologer
ኮኬይን *n* cocaine
ኮክ *n* peach
ኮክ መሰል ፍሬ *n* almond
ኮክቴል *n* cocktail
ኮድ *n* code
ኮፒ *n* backup
ኮፒ አደረገ *v* copy
ኳስ *n* ball
ኳስ ሜዳ *n* park
ኳስ ጨዋታ *n* baseball

ወ

ወሕኒ መጣል *v* imprison
ወህኒ ቤት *n* dungeon
ወለል *n* floor
ወለጅያጣ *n* orphan
ወሊድ *n* maternity
ወላንዶ *n* kite
ወላድነት *n* fertility
ወልጋዳ *n* aberration
ወሰን *n* scope, standard
ወሰን የለሽ *adj* abysmal
ወሲብ ቀስቃሽ *adj* aphrodisiac
ወሲብ የማይችል *adj* impotent
ወሲባዊ መንደርደርዮሽ መሰንዘር *v* molest
ወሲባዊ መንደርደርዮሽ ማሳየት *v* molest
ወሲባዊ ጥቃት መሰንዘር *v* molest
ወሲባዊ ጥቃት ማሳየት *v* molest
ወሳንሳ *n* stretcher
ወሳኝ *adj* critical, crucial, deciding, decisive
ወስላታ *adj* dishonest
ወረራ *n* invasion, raid
ወረርሽኝ *n* plague
ወረቀት *n* paper
ወረቀት መያያዣ *n* paperclip
ወረት n fad
ወረንጦ *n* pincers
ወረዳ *n* province, district

ከ
ወ

ወረራ መፈጸም *n* aggression
ወረራ ማነሳሳት *n* aggression
ወራሪ *n* invader
ወራሽ *n* heir
ወራዳ *adj* dishonorable
ወሬ *n* tale, news; conversation
ወሬኛ *adj* nosy, talkative
ወር *n* month
ወርሃዊ *adv* monthly
ወርቃማ *adj* golden
ወርቅ *n* gold
ወርድ *n* width
ወርጠሌ *n* panther
ወሸመጥ *n* strip
ወቀሳ *n* blame, chastisement
ወቅታዊ *adv* occasionally
ወቅታዊ *adj* seasonal, trendy
ወቅት *n* occasion, period
ወቅቶች *n* season
ወባ *n* malaria
ወተት *n* milk
ወተት ያለበት *adj* milky
ወታደር *n* soldier
ወኔ *n* guts
ወንበር *n* chair
ወንበዴ *n* bandit
ወንዝ *n* estuary, river
ወንዝ መገደቢያ *n* dike
ወንዳወንድ *adj* manly, masculine
ወንድ *n* male
ወንድ *adj* virile
ወንድ ልጅ *n* son
ወንድ አማች *n* father-in-law
ወንድ አውሬ *n* buck
ወንድ አያት *n* granddad, grandfather
ወንድ ጓደኛ *n* boyfriend
ወንድማማችነት *n* brotherhood, fraternity
ወንድማዊ *adj* brotherly
ወንድም *n* brother
ወንድሞች *n* brethren
ወንድነት *n* manliness, virility
ወንዶች *n* men
ወንጀለኛ *n* arsonist; mobster
ወንጀለኛ *adj* criminal
ወንጀለኛ መስቀያ *n* gallows
ወንጀለኛ አመላለስ *n* extradition
ወንጀለኛን መመለስ *v* extradite
ወንጀል *n* crime, misdemeanor
ወንጀል ማስቆም *v* foil
ወንጌል *n* gospel
ወኪል *n* agency; agent, delegate, proxy
ወውርርድ *n* bet
ወውበት *n* beauty
ወይም *c* or
ወይራ *n* olive
ወይን *n* grape
ወይን ተክል *n* vine
ወይን ጠጅማ *adj* purple
ወይን መጥመቂያ *n* winery
ወይን ጠጅ *n* sherry, wine
ወይንም *c* nor

ወይንም *adv* either
ወይዘሪት *n* miss
ወዮታ *n* worry, melancholy, sadness, sorrow, woes, mourning
ወደ *pre* to, towards
ወደብ *n* dock, harbor, pier, port, wharf
ወደ ሃገር መለወጥ *v* localize
ወደኋላ *v* stagnate, stall; stand
ወደ ሗላ *adv* backwards
ወደ ኋላ መመለስ *v* turn back, repulse
ወደ ላይ *adv* upwards
ወደ ምስራቅ *adv* eastward
ወደ ታች *adj* down
ወደታች *adv* down
ወደ ታች መንሸራተት *v* coast
ወደ አንዱ መምታት *v* angle
ወደ አንዱ ጥግ ማዘር *v* angle
ወደ ውስጥ *adv* inland; inwards
ወደ ውጭ መላክ *v* export
ወደ ግራ *adv* left
ወደ ጎን *v* put aside
ወደ ፊትና ወደ ኋላ መወዛወዝ *v* rock
ወደኋላ መውደቅ *v* fall back
ወደኋላ መደገፍ *v* lean back
ወደላይ መነሳት *v* go up
ወደላይ መውጣት *v* climb
ወደላይ መውጣት *n* climbing
ወደቦታው መመለስ *n* restitution
ወደደቡብ ጉዞ *adv* southbound
ወደፊት *adv* forward
ወደፊት *n* future
ወደፊት መራመድ *v* move forward
ወደፊት ማምራት *n* headway
ወዲያ *adv* away
ወዲያው *adv* shortly, immediately, instantly
ወዲያው *adj* prompt
ወዳጃዊ *adj* folksy
ወዳጅ *n* lover
ወዳጅነት *n* intimacy, fellowship
ወገናዊነት *n* allegiance, bias
ወገን *n* side; waist; conversation
ወገኖች *n* folks
ወጋ ማድረግ *v* click
ወግ *n* norm
ወግ አጥባቂ *adj* conservative
ወጣት *n* juvenile, youth
ወጣት *adj* young
ወጣትነት *adj* youthful
ወጣኒ *n* novice
ወጥ *n* uniform; sauce, stew
ወጥ ቤት *n* cook, chef
ወጥ ያልሆነ *adj* inconsistent
ወጥመድ *n* trap, snare
ወጥቤት *n* kitchen
ወጥነት *n* uniformity
ወጪ *n* expenditure, expense
ወጪን መሸፈን *v* defray
ወጭ *n* spending
ወፈፌ *adj* demented, deranged, eccentric

ወፍ *n* bird
ወፍራም *adj* obese, thick, corpulent
ወፍራም እንጨት *n* hardwood
ወፍራም ኩባያ *n* mug
ወፍራም ድምጽ *adj* husky
ወፍራም ድምጽ (ሙዚቃ) *n* bass
ወፍጮ *n* mill
ዋልታ *n* pole
ዋልታ *adj* polar
ዋስ *n* guarantor
ዋስ መሆን *v* bail out
ዋስትና *n* assurance, bail, guarantee, indemnity, warranty
ዋስትና መስጠት *v* guarantee
ዋስትና መያዣ *adj* collateral
ዋርድያ *n* warden
ዋሻ *n* cave, cavern, den
ዋሽንት *n* pipe; flute
ዋቢ *n* reference
ዋት (ኤሌክትሪክ ኃይል መለኪያ) *n* watt
ዋነኛ *adj* main, major
ዋና *adj* principal, prime, underlying
ዋና *n* major, chief
ዋና መሬት *n* mainland
ዋና ከተማ *n* metropolis
ዋና ክስተት *n* milestone
ዋና ዋና ነጥብ *n* highlight
ዋናው መሥሪያቤት *n* headquarters
ዋናተኛ *n* swimmer
ዋንጫ *n* cup, vessel, trophy
ዋካታ *n* tumult
ዋዜማ *n* vigil, eve
ዋጋ *n* price, value, cost, rate
ዋጋ መስጠት *v* cherish, value
ዋጋ መቀነስ *v* discount
ዋጋ ማሳጣት *v* discredit, invalidate
ዋጋ ማውረድ *v* devalue
ዋጋ ቅነሳ *n* devaluation
ዋጋ ቢስ *adj* invaluable
ዋጋ የሌለው *n* invalid
ዋጋ ያለው *adj* valuable
ዋጋን መክፈል *v* remunerate
ዋጋቢስ *adj* trivial, paltry
ዋጋቢስ *n* loser
ዋጋው ያነሰ *v* minor
ውሃ *n* water
ውሃ ላይ ተንሳፋፊ *n* buoy
ውሃ ማጠራቀሚያ *n* cistern
ውሃ ማጠጣት *v* dehydrate
ውሀ ማጣራት *v* distill
ውሃ ማጠጫ ጎማ *n* hose
ውሃ ዋና *n* swimming
ውሃ የሚያሰርግ *adj* porous
ውሃ የማያሰርግ *adj* watertight
ውሃ የማያስገባ *adj* waterproof
ዉሃ የቋጠረ *n* blister
ውሃ ያዘለ *adj* watery
ውሀ ጠላቂ *n* diver
ውሃማ *adj* watery
ውህደት *n* merger
ውሕደት *n* cohesion, integration
ውህድ *n* compound, combination
ውለታ *n* favor

ወ

ውል *n* bond, treaty, contract, pact
ውልን መቋረጥ *v* sanction
ውልብታ *n* glimpse
ውልደት *adj* native
ውሱን *adj* parochial, narrow
ውሳኔ *n* resolution, decision
ውሳኔን መሻር *n* reprieve
ውሳጣዊ *adj* interior
ውስብስብ *adj* complex, convoluted, intricate
ውስብስብ *n* tangle
ውስብስብነት *n* complexity, complication
ውስን *adj* particular
ውስጠ ወይራ *n* allegory
ውስጡ ባዶ *adj* hollow
ውስጡ ተገልብጦ *adv* inside out
ውስጣዊ *adj* inner, inward
ውስጣዊ ደምፍሰት *n* hemorrhage
ውስጥ *pre* through, in, inside, within
ውስጥ *adj* inside
ውስጥ (መጓጓዣ) *adv* aboard
ውስጥ ልብስ *n* slip, underwear
ውስጥ ሱሪ *n* pants
ውርሰት *n* confiscation
ውርስ *n* legacy, heritage, inheritance
ውርስ መከልከል *v* disinherit
ውርስ ማገድ *v* disown
ውርደት *n* humility
ውርጃ *n* abortion, miscarriage

ውሸታምነት *n* falsehood
ውሸታም *adj* liar
ውሸት *n* fallacy, lie
ውሸት *adj* untrue
ውሸት መፈብረክ *v* falsify
ውሻ *n* dog
ውሽንፍር *n* frost
ውቅያኖስ *n* ocean
ውብ *adj* handsome
ውብ *n* splendor
ውታፍ *n* plug, wedge, cap
ውዝግብ *n* crisis
ዉዝግብ መውጣት *n* controversy
ውይይት *n* discussion
ውዳሚ *n* wreckage
ውዳቂ *n* trash, junk
ውዴታ *n* passion
ውድ *adj* precious, sumptuous, dear; expensive, posh, pricey, costly
ውድ ማእድን *n* platinum
ውድመት *n* destruction, devastation, sabotage
ውድቀት *n* collapse, demise, downfall, failure
ውድቅ ማድረግ *v* disapprove, disprove
ውድቅዳቂ *n* liter
ውድድር *n* race, tournament, competition, contest
ውጊያ *n* fight, battle, combat, warfare

ውጋት *n* pain
ውግዘት *n* condemnation
ውጤታማ *adj* effective
ውጤታማነት *n* effectiveness
ውጤት *n* product, yield; effect, outcome, result
ውጥረት *n* confrontation, stress, tension
ውጫዊ *adj* exterior, external
ውጭ *adv* out
ውፍረት *n* thickness

ዘ

ዘለላ *n* bunch
ዘለበት *n* buckle
ዘለዓለማዊ *adj* immortal
ዘለዓለማዊነት *n* immortality, eternity
ዘለዓለማዊነት *adj* everlasting
ዘለፈኛ *adj* abusive
ዘለፋ *n* affront
ዘላቂ *adj* permanent, durable
ዘሎ መግባት *v* burst into
ዘሎ መጥለቅ *v* dive
ዘመቻ *n* campaign
ዘመናዊ *adj* deluxe, modern
ዘመነ ሥልጣን *n* reign

ዘመን *n* epoch, era
ዘመናዊ ማረግ *v* modernize
ዘመድ *adj* relative
ዘማሪ *n* singer
ዘማሪ ወፍ *n* nightingale
ዘረኛ *adj* bigot, racist
ዘሩ የጠፋ *adj* extinct
ዘረኝነት *n* bigotry, racism
ዘራፊ *n* robber, raider
ዘር *n* race, caste, gene, seed, species
ዘር የለሽ *adj* seedless
ዘርፍ *n* fringe
ዘበኛ *n* guard
ዘቢብ *n* raisin
ዘብ *n* warden, sentry
ዘናጭ *adj* elegant, glamorous, jolly
ዘናጭነት *n* elegance
ዘንባባ *n* palm
ዘንዶ *n* python
ዘዋሪ *n* wanderer
ዘው ማለት *v* run into
ዘወትር ከከተማ ውጭ ወደ ከተማ መጓዝ (ለስራ) *v* commute
ዘውድ *n* crown
ዘውድ መጫን *v* crown
ዘውድ አጫጫን *n* crowning
ዘይቤ *n* idiom
ዘይት *n* oil, petroleum
ዘይት ቅባት *n* varnish
ዘዴ *n* way, strategy, style, scheme, system, mechanism, method, tact, technique

ወ
ዘ

ዘዴኛ *adj* systematic, methodical, tactful
ዘገምተኛ *adj* retarded
ዘገምተኛ *adv* tardy
ዘገባ *n* report
ዘጋቢ *n* reporter
ዘግናኝ *adj* gruesome, atrocious, harrowing, squeamish
ዘግየት *v* stay
ዘግይቶ *adv* lately
ዘጠነኛ *adj* ninth
ዘጠነኛ ወር *n* trimester
ዘጠና *adj* ninety
ዘጠኝ *adj* nine
ዘፈን *n* song
ዘፋኝ *n* singer
ዙረት *n* rotation, turn; wandering
ዙሪያ *adv* about
ዙሪያ *n* perimeter
ዙሪያ ከበባ *n* barricade
ዙሪያ ጠባቂ *n* patrol
ዙፋን *n* throne
ዚንክ *n* zinc
ዛሬ *adv* now, today
ዛሬማታ *adv* tonight
ዛቢያ *n* axis
ዛዛታ *adj* unnecessary
ዛፍ *n* elm, oak, tree
ዜማ *n* chant, melody
ዜማ ያለው *adj* melodic
ዜሮ *adj* null
ዜሮ *n* zero
ዜና *n* news
ዜና መዋዓል *n* chronicle
ዜጋ *n* citizen
ዜግነት *n* nationality, citizenship
ዝሆን *n* elephant
ዝለት *n* fatigue
ዝላይ *n* jump, skip
ዝልግልግ *adj* sticky
ዝሙት *n* adultery
ዝማሬ *n* chant
ዝም *n* hush
ዝም ማለት *v* hush up
ዝምተኛ ሰው *n* clam
ዝምታ *n* serenity, silence, tranquility
ዝምታ *adj* withdrawn
ዝምታ *v* shut up
ዝምድና *n* connection, kinship
ዝርክርክ *adj* messy
ዝርክርክ *adj* slob
ዝርዝር *n* detail, list
ዝርዝር መግለጫ *v* outline
ዝርዝር መጠየቅ *v* entail
ዝርዝር መፀን *adv* apiece
ዝርያ *n* breed
ዝርግ *adj* outstretched
ዝርግ *n* stretch
ዝርግ ሰሐን *n* tray
ዝርፊያ *n* robbery, burglary, heist, loot, mugging
ዝቅ ማረግ *v* belittle
ዝቅ ማድረግ *v* deign; demote, relegate

ዝቅ ያለ *adj* down
ዝቅተኛ *adj* inferior, lowly, low
ዝቅተኛ *v* minor
ዝቅተኛ ደረጃ *adj* mediocre
ዝቅያለ *adj* lower
ዝነኛ *adj* popular, notable, renowned, illustrious
ዝነኛ ማድረግ *v* popularize
ዝና *n* name, reputation, fame, publicity
ዝናባማ *adj* rainy
ዝናብ *n* rain
ዝንባሌ *n* outlook, attitude; calling, inclination, propensity, tendency
ዝንብ *n* fly
ዝንጀሮ *n* chimpanzee, monkey
ዝንጅብል *n* ginger
ዝንጉ *n* oblivion
ዝውውር *n* relocation, transfer
ዝዩ *n* goose, swan
ዝዩዎች *n* geese
ዝገባ *n* recording
ዝገታማ *adj* rusty
ዝገት *n* rust
ዝጋቤ *adv* reportedly
ዝጋታ *v* slow down
ዝጋት *n* blockage
ዝግ *adj* close
ዝግ ያለ *adj* slow
ዝግምተኛ *adj* moron
ዝግተኛ *adj* gradual
ዝግጁነት *n* commitment, readiness
ዝግጁነት *adj* ready
ዝግጅት *n* arrangement, concoction, preparation; event
ዝፍቀት *n* immersion
ዞን *n* zone

ዠ

ዥዋዥዌ *n* swing

የ

የ *pre* of
የ ... ነዋሪ መሆን *v* come from
የ ... ዜጋ መሆን *v* come from
የሐሰት ምስክር *n* perjury
የሐይቅ ወፍ *n* stork
የሀዘን መግለጫ *n* condolences
የሃሞት ጠጠር *n* gall bladder
የሂሳብ መዝገብ *n* ledger
የህብረት መዝሙር *n* anthem
የህብረት ድርጅት *adj* cooperative
የህጻን አልጋ *n* crib
የህፃን አልጋ *n* cradle

የሒሳብ መዝገብ አያያዝ *n* bookkeeping
የሒሳብ መዝገብ ያዥ *n* bookkeeper
የሕሊና ሚዛን *n* scruples
የሕዋ አካላት *n* asteroid
የሕዝብ ቁጣ *n* furor
የሕዝብ ብዛት *n* population
የሕዝብ ውሳኔ *n* referendum
የሕይወት ታሪክ *n* biography
የሕይወት ዘመን *adj* lifetime
የሆሜር ኦዴሴ *n* odyssey
የሆድ ቁርጠት *n* gripe
የሆድ እበጥ *n* hernia
የኋላኛ *adj* latter
የኋይል ሚዛን *n* balance
የለሰለሰ ቆዳ *adj* tanned
የለው ጣዕም *adj* nutty
የላላ *adj* loose
የላላ *n* relax
የላላ ሕግ *adj* lax
የላስቲክ *adj* elastic
የላቀ *adj* noble, excellent
የላቀ *v* outdo
የላብ ቀዳዳ *n* pore
የሌሊት ልብስ *n* nightgown
የሌሊት ወፍ *n* bat
የልብ *adj* intimate; cardiac, coronary
የልብ ህመም *n* angina
የልብ ሕክምና *n* cardiology
የልብ ምት *n* heartbeat
የልብስ ኮፍያ *n* hood
የልብስ ጠርዝ *n* hem
የልጅ ልጅ *n* grandchild, grandson
የልጅ ሚስት *n* daughter-in-law
የልጆች *adj* puerile
የመሆን ዕድል *n* probability
የመስማት ችሎታ *n* hearing
የመስኮት ሙዚቃ *n* serenade
የመረረው *adj* fed up
የመረብ ኳስ *n* volleyball
የመረዳት ችሎታ *n* perception
የመረጃ ስብስብ *n* compendium
የመሬት ስበት *n* gravity
የመርከብ ኋላኛ ክፍል *n* stern
የመርከብ ደረት *n* deck
የመሸጥ ፍቃድ *n* franchise
የመቃብር ድንጋይ *n* gravestone, tombstone
የመቃብር ጽሁፍ *n* epitaph
የመቋቋም አቅም *n* resistance
የመነመነ *adj* emaciated
የመነኮሳት አለቃ *n* abbot
የመነሻ ፊደል (ለስሞች) *n* initial
የመንኮራኩር ክፍል *n* hub
የመንገድ መብራት *n* lamppost, streetlight
የመንገድ ጠርዝ *n* curb, pavement
የመኝታ አዳራሽ *n* dormitory
የመኪና እንቅስቃሴ *n* traffic
የመካከለኛው ዘመን *adj* medieval
የመኳንንት ወገን *n* aristocrat
የመወደድ ችሎታ *n* amenities
የመወያያ ነጥብ *n* agenda

የ

የመዘምራን ቡድን *n* choir
የማያዝ *adj* elusive
የመጀመሪያ ትዕይንት *n* debut
የመጀመሪያ ደረጃ *adj* elementary
የመግቢያ ፈቃድ *n* admission
የመግዛት ኃል *n* ascendancy
የመጠጥ መግጥም *v* guzzle
የመጣል ከስተት (ሁኔታ) *n* abandonment
የመጨረሻ *adj* last, ultimate, final, conclusive
የመጨረሻ ምርጫ *n* ultimatum
የመጻሕፍት ዝርዝር *n* bibliography
የመጽሐፍ ቅዱስ *adj* biblical
የመፈክር ጨርቅ *n* placard
የሙሽራ *adj* bridal
የሙቀት መለኪያ *n* thermometer
የሙት ልጅ *n* orphan
የሙት ልጆች ማሳደጊያ *n* orphanage
የሙዚቃ ምት *n* beat
የሙዚቃ ትዕይንት *n* concert
የሙዚየም ኀላፊ *n* curator
የሙያ ማሕበር *n* guild
የሙያ ፍቅር *n* flare
የሙጥኝ *n* tenacity
የሚሆን *adj* would-be, probable
የሚለመድ *adj* habitable
የሚለጠጥ የነፍሳት ቅጥያ *n* tentacle
የሚላመድ *adj* adaptable
የሚመስል *adj* like
የሚሟሟ *adj* soluble
የሚሟሟ ማስቀመጫ *n* capsule
የሚሰማ *v* sound
የሚሰማ *adj* audible
የሚሰምጥ አሸዋ *n* quicksand
የሚስብ *adj* attractive
የሚሳብ የነፍሳት ቅጥያ *n* tentacle
የሚሳካ *adj* feasible
የሚረባ *adj* worthy
የሚሸት *adj* fragrant
የሚሸጥ ልብስ *n* apparel
የሚሸጥ ዕቃ *n* merchandise
የሚሻል *adj* advisable
የሚቀርብ *adj* approachable
የሚቀዘቅዝ *adj* cooling
የሚቆምጥ ቁስል *n* gangrene
የሚበላ *adj* edible
የሚበላ ቅጠል *n* prune
የሚተገበር *adj* workable, applicable
የሚታመን *adj* credible
የሚታተም ጽሁፍ *n* manuscript
የሚታወቅ *adj* noticeable
የሚታዘል ሻንጣ *n* backpack
የሚታይ *adj* visible
የሚታገል *n* wrestler
የሚታገሱት *adj* tolerable
የሚታጠብ *adj* washable
የሚቻል *adj* tolerable, affordable, bearable, manageable, possible
የሚቻል *n* possibility
የሚወሰደው መጠን *n* intake
የሚነበብ *adj* legible
የሚነጣጠል *adj* detachable
የሚከረፋ *n* stench

የሚከፈል *adj* due
የሚያልቅ *adj* lasting
የሚያምር *adj* cozy
የሚያሰቃይ *adj* painful
የሚያስቆጣ *adj* irritating
የሚያስቆጭ *adj* regrettable
የሚያስከፋ *adj* unhappy
የሚያስደስት *adj* pleasing
የሚያስደነግጥ *adj* creepy
የሚያሸልም *adj* rewarding
የሚያቃጥል እብጠት *n* inflammation
የሚያበሳጨ *adj* ungrateful
የሚያበራ *adj* luminous
የሚያተኩር *v* cater to
የሚያደላ *adj* disinterested
የሚያደባ *n* prowler
የሚያጠራጥር *adj* improbable; susceptible
የሚደነቅ *n* wonder
የሚድን *adj* curable
የሚጀመርበት ሰዓት *n* kickoff
የሚገነዘብ *adj* aware
የሚገኝ *adj* available
የሚገኝ *adj* located
የሚገጠም ጥርስ *n* dentures
የሚጠማለል *adj* winding
የሚጠማዘዝ *adj* winding
የሚጠቀስ *adv* notably
የሚጠጣ *adj* drinkable
የሚጣበቅ *adj* adhesive
የሚጣፍጥ *adj* tasty
የሚጥል በሽታ *n* epilepsy
የሚጨምር *adj* increasing
የሚፈልግ *adj* interested
የሚፈነዳ *adj* explosive
የማሕፀን ሕክምና *n* gynecology
የማሳመን ብቃት *n* leverage
የማስተማር ዘዴ *n* pedagogy
የማቃጠል ሂደት *n* combustion
የማቃጠል ወንጀል *n* arson
የማንኪያ ልክ *n* spoonful
የማዕድን ውሃ *n* spa
የማዘን ስሜት *n* gloom
የማያልቅ *adj* bottomless, unending
የማያምር *adj* tasteless
የማያስቸግር *adj* easy, simple
የማያስደስት *adj* grim; seedy
የማያረጅ *adj* timeless
የማያቋርጥ *adj* constant, incessant
የማያቋርጥ ድምጽ *n* rumble
የማያተርፍ *adj* unprofitable
የማያከራክር *adj* indisputable
የማያከብር *adj* disrespectful
የማያወላውል *adj* strict
የማያዘወትር *adj* infrequent
የማያደላ *adj* impersonal
የማያጠያየቅ *adj* undisputed
የማያጠግብ *adj* inefficient
የማያጤስ *n* nonsmoker
የማያፍር *adj* shameless
የማይለወጥ *adj* immutable, irreversible, irrevocable, unfailing
የማይለዋወጥ *adj* consistent

የ

የማይመሳሰል *adj* dissimilar
የማይመስል *adj* unlikely
የማይመች *adj* inconvenient, uncomfortable, uneasy, unfavorable
የማይመጣጠን *adj* unequal
የማይሞት *adj* immortal
የማይሟሟ *adj* insoluble
የማይስማማ *adj* allergic, disagreeable, discordant
የማይስተካከል *adj* incorrigible
የማይስገበገብ *adj* unselfish
የማይረሳ *adj* memorable, unforgettable
የማይረባ *adj* needless, ineffective, pointless
የማይረባ *n* nonsense
የማይረካ *adj* insatiable
የማይሸነፍ *adj* invincible, unbeatable
የማይሸናነፉ *n* stalemate
የማይቀር *adj* imminent, inevitable
የማይቀር ውጤት *n* corollary
የማይቆጠር *adj* countless, incalculable, innumerable
የማይተታመን *adj* unbelievable
የማይተነበይ *adj* unpredictable
የማይተገበር *adj* impractical
የማይታመን *adj* disloyal, unreliable
የማይታሰብ *adj* unthinkable
የማይታወቅ *adj* obscure, unknown
የማይታዘዝ *n* disobedience
የማይታይ *adj* faint, invisible, unnoticed
የማይታገሡት *adj* intolerable
የማይቻል *adj* impossible
የማይችል *adj* incapable
የማይነበብ *adj* illegible
የማይነካ *adj* untouchable
የማይነገር *adj* pent-up, unspeakable
የማይነጠል *adj* indispensable
የማይነጣጠል *adj* inseparable
የማይንቀሳቀስ *adj* immobile, stagnant
የማይከፋፈል *adj* indivisible
የማይካድ *adj* undeniable
የማይወስን *adj* indecisive
የማይወገድ *adj* unavoidable
የማይደረስበት *adj* inaccessible
የማይደክም *adj* tireless
የማይድን *adj* incurable
የማይገለጽ *adj* inexplicable
የማይገመት *adj* unassuming
የማይገባ *adj* needless, undeserved, unjustified
የማይገናኝ *adj* unrelated
የማይገጥም *adj* unsuitable
የማይግባባ *adj* misfit
የማይጎዳ *adj* benign
የማይጠቅም *adj* pitiful, useless, worthless
የማይጠበቅ *adj* unsuspecting
የማይጠገን *adj* irreparable
የማይጣጣም *adj* incompatible

የ

የማይጨበጥ *adj* unrealistic
የማይፈለግ *adj* undesirable
የማይፈቀድ *adj* unlawful
የማድረግ ፍቅር *n* gusto
የማግባባት ሂደት *n* appeasement
የሜዳ አህያ *n* zebra
የምህረት ደንብ *n* amnesty
የምርጫ ሂደት *n* poll
የምሽት *adj* nocturnal
የምቾት *adj* deluxe
የምድር ወገብ *n* equator
የምግብ ልመት *n* digestion
የምግብ ዕጥረት *n* malnutrition
የምጽዓት *n* Advent
የሞቀ *adj* festive
የሞተ *adj* dead, deceased
የሞት ቀጠና *n* death trap
የሟቾች ቁጥር *n* death toll
የሰለለ *adj* shallow
የሰለለ *n* paralysis
የሠለጠነ *adj* proficient
የሰሜንሰው *adj* northerner
የሰዓት አካል *n* dial
የስኳር በሽታ *n* diabetes
የሰው ሐይል *n* manpower
የሰው ልጅ *n* mankind
የሰው ልጆች *n* men
የሰው ንግግር ወይም ጽሁፍ መጥቀስ *v* quote
የሰው ዘር *n* humankind
የሰጠመ *adj* sunken
የሱ *adj* own, his
የሱ *pro* his
የሱቅ ሌባ *n* shoplifting
የሱቅ ጋሪ *n* trolley
የሱቆች አዳራሽ *n* mall
የሱፍ *adj* woolen
የሲጋል መንጋ *n* seagull
የሲጋራ መተርኮሻ *n* ashtray
የሳምባ ምች *n* pneumonia
የሳምባ ነቀርሳ *n* tuberculosis
የሳምንቱ ቀን (ከቅዳሜና እሁድ ውጪ) *adj* weekday
የሳምንት መጨረሻ *n* weekend
የሳንባ ሕመም *n* bronchitis
የሴት ሙታንታ *n* lingerie
የሴት ሸሚዝ *n* blouse
የሴት ቦርሳ *n* handbag
የሴት ዘር ምንጭ *n* ovary
የሴት ገዳም *n* convent
የሴት ጓደኛ *n* girlfriend
የሴኔት አባል *n* senator
የስህተት ውጤት *v* backfire
የስልክ ድምጽ *n* dial tone
የስልጣን ተዋረድ *n* hierarchy
የስም መነሻ ፊደሎች *n* initials
የሥራ ልምምድ *n* apprentice
የሥራ መደብ *n* post
የሥራ ባልደረባ *n* colleague
የስራ ብልሽት *v* malpractice
የሥራ ድርሻ *n* assignment
የስራ ግዴታ *n* duty
የስቃይ ቦታ *n* purgatory
የስቃይ ድምጽ *n* moan

የ

የስብሰባ ውጤት *n* proceedings
የስቶኪንግ ማሰሪያ *n* garter
የሥነ ልቡና ጥናት *n* psychology
የስኒ መደብ *n* saucer
የስዕል አዳራሽ *n* gallery
የስኳር በሽተኛ *adj* diabetic
የሥጋ ቅባት *n* gravy
የስጦታ ዕቃ *n* souvenir
የስፔን ቋንቋ *adj* Spanish
የሷ *adj* her
የሷ *pro* hers
የረቀቀ *adj* classic
የረጋ *adj* composed, still
የረዥም ጊዜ *adj* long-term
የሩስያ አፄ *n* czar
የሪህ በሽታ *n* rheumatism
የራሴ *pro* mine
የራስ *n* privacy
የራስ *adj* private
የራስ ቅል *n* skull
የራስህ *pro* yours
የራስሽ *pro* yours
የራበው *adj* hungry
የሬሳ መኪና *n* hearse
የሬዲዮ ጋዜጠኛ *n* broadcaster
የርቀት መለኪያ *n* odometer
የሮም ካቲሊክ አባት *n* pontiff
የሸረሪት ድር *n* spider web
የሸክላ ዕቃ *n* porcelain
የሻከረ *adj* coarse
የሻገተ *adj* stale, rotten
የሻይ ማንኪያ *n* teaspoon
የሻይ ማፍያ *n* teapot
የሻይ ጀበና *n* kettle
የሾለ *adj* pointed
የሾርባ ማንኪያ *n* tablespoon
የቀለም ቡርሽ *n* paintbrush
የቀረ *adj* open; outmoded
የቀረ *adv* off
የቀረበውን የሚያይ *adj* nearsighted
የቀረጥ ቅናሽ *n* rebate
የቀደመ *adj* prior
የቀዶ ጥገና ሐኪም *n* surgeon
የቁንዶ በርበሬ ዓይነት *n* bell pepper
የቀድሞ *adj* old, previous
የቀድሞ ራሽያ *adj* soviet
የቀጠለ *adj* persistent
የቁልፍ ቀዳዳ *n* buttonhole
የቁሻሻ ቅርጫት *n* waste basket
የቁጥር ሐሳብ *n* arithmetic
የቃላት አመራረጥ *n* wording
የቃላት ጨዋታ *n* crossword
የቄስ *adj* clerical
የቄስ ቀሚስ *n* cassock
የቅርብ ግዜ *adj* recent
የቅርጫት ኳስ *n* basketball
የቅጅ መብት *n* copyright
የቆመ *n* standing
የቆየ *adj* stale
የቆርቆሮ ክፍተት *n* skylight
የቆየ ፀብ *n* feud
የቆዳ *n* pore
የቆጥ አልጋ *n* bunk bed
የበለጠ *adj* best

የበለጥ ፍሬ *n* acorn
የበላይ *adj* superior
የበላይነት *n* superiority
የበሰለ አትክልት *n* pie
የበረሃ ተጓዦች *n* caravan
የበረራ አባላት *n* crew
የበረራ እንቅስቃሴ *n* aviation
የበረዶ መዘንም *v* snow
የበረዶ ናዳ *n* avalanche
የበረዶ ክምር *n* snowfall
የበረዶ ጋሪ *n* sleigh
የበረዶ ግግር *n* glacier
የበረዶ ጠብታ *n* snowflake
የበራ *adv* alight
የበሬ ስጋ *n* beef
የበር መያዣ *n* knob
የበር መዝጊያ *n* doorway
የበር ደረጃ *n* doorstep
የበር ደውል *n* doorbell
የበሽታ ምልክት *n* symptom
የበቃው *adj* fed up
የበዓል ዝግጅቶች *n* festivity
የበዛ *adj* intensive
የበጋ እኩሌታ *n* midsummer
የበግ ግልገል *n* lamb
የበግ ጠጉራማ *adj* furry
የበግ ጠጉር *n* fleece
የበግ ጥቦት *n* ram
የበፊቱ *adj* previous
የቡድን መሪ *n* ringleader
የባህር ቀንድ አውጣ *n* oyster
የባህር አኳያ *adj* seaside
የባሕር አውሬ *n* octopus; walrus
የባሕር እንስሳ *n* squid
የባሕር ወሽመጥ *n* strait
የባህር ዝርፊያ *n* piracy
የባህር ድንጋይ *n* pebble
የባህር ገብ ደሴት *n* peninsula
የባሕር ጠረፍ *n* seashore
የባሰ *adj* worse
የባቡር ሃዲድ *n* railroad
የባኞ ልብስ *n* bathrobe
የቤተሰብ ስም *n* last name
የቤተክርስቲያ ስርዓት *n* liturgy
የቤት መብራት *n* lighting
የቤት ሰራተኛ *n* housekeeper
የቤት ሥራ *n* homework
የቤት እመቤት *n* housewife; landlady
የቤት ዕቃ *n* furniture; household
የቤት ውስጥ መሣሪያ *n* appliance
የቤት ውስጥ ሥራ *n* housework
የቤት ውስጥ የሆነ *adj* domestic
የቤት ውጭ *adv* outdoors
የቤት ጌታ *n* landlord
የቤት ጌጦች *n* furnishings
የቤትዕቃ መሙላት *v* furnish
የቤዝ ቦል ሕግ *v* strike out
የብስ ላይ መቆም *v* resurface
የብረት መውጊያ ጫፍ ያለው እንጨት *n* pick
የብረት መገኛ *n* ore
የብረት መፈልቀቂያ *n* crowbar
የብረት ቅርጽ ማውጫ *n* foundry

የብረት ጥሩር *n* armor
የብር ጥሩር *n* silverware
የብርጭቆ ወረቀት *n* sandpaper
የብዕር ስም *n* pseudonym
የብዙ መገለጫ *n* plural
የብዙሃን መገናኛ ሥርጭት *n* broadcast
የቧንቧ መስመር *n* pipeline
የቧንቧ ሥራ *n* plumbing
የቧንቧ ጉሮሮ *n* valve
የተለመደ ሁኔታ *n* routine
የተላከለት ሰው *n* addressee
የተሟላ ስንቅ *adj* replete
የተለመደ *adj* normal, familiar, common, customary, usual
የተለበጠ *adj* inlaid
የተለወጠ *n* convert
የተለየ *adj* special, unlike, distinct, exceptional
የተለያየ *n* assortment
የተለያየ *adj* diverse
የተለያያ *adv* asunder
የተልባ እግር ጨረቅ *n* linen
የተመረዘ *v* pollute, contaminate, infect, stain
የተመረጠ ጠባቂ (ባለጠጋ) *n* patron
የተመሰቃቀለ *n* shambles
የተመታ *adj* beaten
የተመቸ *adj* conventional
የተመዘበረ *n* exploit
የተመጠነ *adj* concise
የተማረ *adj* learned, literate
የተምታታ *adj* tricky
የተምታታበት *adj* mixed-up
የተሟላ *adj* complete
የተሟላ ዕውቀት *n* mastery
የተሟጠጠ *adj* sold-out
የተሰመረ *adj* striped
የተሰረጐደ *adj* sunken
የተሰራበት *n* make
የተሰበሰበ ህዝብ *n* crowd
የተሰበረ *adj* broken
የተሰጠው *n* prodigy
የተሳሳተ *adj* erroneous, misguided, mistaken, wrong
የተሳሳተ እምነት *n* delusion
የተሳሳተ እትም *n* misprint
የተስማማ *adj* compatible
የተረሳ መንገድ *n* disrepair
የተረጋገጠ *adj* proven, valid
የተረጋጋ *adj* sane, calm, placid
የተረጋጋ *n* poise
የተረፈ *n* rescue
የተራራቀ *adv* apart
የተራቆተ *adj* stark
የተሸመነ *adj* woven
የተሸማቀቀ *adj* cramped
የተሸረ *n* repeal
የተሸነሸነ *adj* pleated
የተሻለ *v* outdo, upturn
የተሻለ *adj* better
የተሻሻለ *n* revision, reform
የተሻሻለ *adj* up-to-date
የተቀመመ *adj* spicy

የተቀመጠ *adj* seated
የተቀማ *adj* deprived
የተቀናበረ *adj* composed
የተቀናጀ *n* pair
የተቀናጀ የቡድን ወንጀል *n* racketeering
የተቀደሰ *adj* sacred
የተቀጠለ *n* annexation
የተቀጣጠለ ልባስ *n* quilt
የተቃና *adv* right
የተቆጣ *adj* irate
የተቆፈረ *n* pothole
የተበላሸ *n* waste
የተበላሸ *adj* pervert
የተበላሸ መኪና *n* tow truck
የተበላሸ ጠባይ *adj* crisp; warped
የተበሳጨ *adj* disgruntled
የተበከለ *adj* tainted, infested
የተባረከ *adj* blessed
የተተካ *adj* obsolete
የተተኮሰ ጥይት *n* gunshot
የተትረፈረፈ *adj* excessive, abundant, plentiful
የተነረተ *adj* bloated
የተናቀ *n* trash
የተናጠ *adj* shaken
የተንሰራፋ *n* current
የተንዛዛ *adj* lengthy, protracted
የተከለከለ *n* coverage
የተከበረ *adj* royal
የተከዘ *adj* sad
የተከፋይ ዝርዝር *n* payroll
የተከለ-ሰውነት አቋቋም (ለሥነ-ጥበብ) *n* pose
የተከል ዓይነት *n* parsnip
የተኮላሸ ዓሣማ *n* hog
የተወረወረ *n* cast
የተወጠረ *adj* tense
የተውኔት ጽሑፍ *n* script
የተዋበ *n* polish
የተዘጋ *adj* closed
የተዛባ *adj* uneven
የተያያዘ *adj* attached
የተያዘ ቦታ *n* reservation
የተደሰተ *adj* jovial
የተደበቀ *n* anonymity
የተደባለቀ ስሜት *adj* ambivalent
የተገለለ *adj* stranded
የተገለለ *n* castaway
የተገለበጠ *adv* upside-down
የተገላቢጦሽ ውጤት *n* backlash
የተገባው *adj* worth
የተገናኘ *adj* related
የተገኘ *n* availability
የተገደፈ *n* repeal
የተጋለጠ *adj* exposed
የተጋጌጠ አምፖል (የተንጠለጠለ) *n* chandelier
የተጋነነ *adj* obscene
የተጋነነ ተግባር *n* fuss
የተጎሳቆለ *adj* derelict, wretched
የተጎዳ *adj* hurt
የተጠላ *adj* detestable, sleazy
የተጠመደ *adj* engaged

የ

የተጠቀለለ ጽሑፍ *n* scroll
የተጠበሰ *adj* fried
የተጠበሰ ዳቦ *n* toast
የተጠጋ *n* tangent
የተጣለ *n* cast
የተጣበበ *adj* tight
የተጨማለቀ *n* smear
የተጨነቀ *adj* jumpy
የተጫነ *adj* loaded
የተጭበረበረ *n* swindle
የተጭበረበረ *adj* sly
የተጻፈ *adj* written
የተፈረደበት *adj* doomed
የተፈረደበት ወንጀለኛ *n* conviction
የተፈራ *adj* dreaded
የተፈታ *n* divorcee
የተፈጥሮ አቀማመጥ *n* scenery
የተፈጥሮ ዕውቀት *n* intuition
የተፈጨ ስጋ *n* mincemeat
የቱ *adj* which
የታመመ *adj* ill, indisposed
የታመቀ *adj* hermetic
የታመነ *adj* confident
የታሰረ *adj* tight
የታሪክ ምሁር *n* historian
የታቀደ ወንጀል *v* premeditate
የታወቀ *adj* proven, premier, renowned, familiar, outstanding
የታወከ *adj* dizzy
የታደለ *adj* gifted
የታደሰ *n* reform
የታጎረ *adj* crowded
የታጠቀ *adj* armed
የታጨቀ *n* stuffing
የታፈነ *adj* pent-up
የታፈገ *adj* stuffy
የት *adv* where
የትም *adv* nowhere
የትም *c* wherever
የቴሌቪዥን ጋዜጠኛ *n* broadcaster
የትምሕርት ተቋም *n* academy
የትምህርት ዕድል *n* scholarship
የትራስ ልብስ *n* pillowcase
የትርዒት ቦታ *n* arena
የትሮፒክ አካባቢ *adj* tropical
የትንቢት ምልክት *n* omen
የትኬት ዋጋ *n* airfare
የትውልድ ሐረግ *n* ancestry
የችግር መንስኤ *n* scourge
የነፋስ መከላከያ *n* windshield
የነፋስ ሽውታ *n* gust
የነፍስ መመለስ *v* resuscitate
የነጻ *adj* free
የኑሮ ዘይቤ *n* lifestyle
የኔ *adj* my
የንብ ቀፎ *n* beehive, hive
የንብረት ጠባቂ *n* treasurer
የንጉስ ግዛት *n* empire, realm
የንግድ ምልክት *n* trademark
የንግግር ዘዩ *n* accent
የንጨት በርሜል *n* keg
የኖረ *adj* long-standing
የአሁን ሰዓት *n* present
የአልጋ ልባሶች *n* bedding

የአልጋ ልብስ *n* bedspread
የአምላክን ስም በከንቱ መራገም *n* blasphemy
የአምላክን ስም በከንቱ መጥራት *n* blasphemy
የአምሳ አለቃ *n* sergeant
የአምፑል ማቀፊያ *n* lampshade
የአሳማ ሥጋ *n* ham
የአስም በሽተኛ *adj* asthmatic
የአስከሬን ምርመራ *n* autopsy
የአሸዋ ክምር *n* reef
የአበባ ማስቀመጫ *n* flowerpot, vase
የአበባ ዱቄት *n* pollen
የአበባ ጉንጉን *n* wreath
የአበባ ጌጥ *n* garland
የአባት ውርስ *n* patrimony
የአትክልት ቦታ *n* orchard
የአንበሳ ግልገል *n* cub
የአንተ *adj* your
የአንቺ *adj* your
የአንገት ልብስ *n* scarf
የአናት ቆዳ *n* scalp
የአእምሮ *adj* psychic
የአዕምሮ ንብረት *n* patent
የአዕምሮ ንብረት ባለቤት *adj* patent
የአካል ብቃት *n* fitness
የአካል መዋቅር ጥናት *n* anatomy
የአካል ክፍል *n* segment
የአክስት ልጅ *n* cousin
የአየር ሁኔታ *n* weather
የአየር ቱቦ *n* windpipe
የአየር ንብረት *n* climate
የአየር ክልል *n* airspace
የአይሮፕላን ጋቢና *n* cockpit
የአይን ምስክር *n* eyewitness
የአይን ቆብ *n* eyelid
የአይን ብርሀን *n* eyesight
የአይጥ ዝርያ *n* rodent
የአደን ውሻ *n* hound
የአደጋ መድረስ *v* risk
የአደጋ መጋለጥ ፍርሃት *n* peril
የአደጋ ጊዜ ከፍተኛ ጩኸት *n* siren
የአጃ ሙቅ *n* oatmeal
የአገር ሰው *n* countryman
የአገር ፍቅር *adj* patriotic
የዓይን *adj* optical
የአጋዘን ሥጋ *n* venison
የአጥቢያ አባላት *n* parishioner
የአፍንጫ ቱቦ *n* nostril
የኢኮኖሚ ውድቀት *n* recession
የዓሣ ማኖሪያ *n* aquarium
የዓሳ ክንፍ *n* fin
የዓሣ ዘር *n* bass; shellfish
የዓሣማ ሥጋ *n* pork
የዓይን ሐኪም *n* optician
የዓይን ስብ *n* cataract
የዓይን ብሌን *n* pupil
የዓይን ጥቅሻ *v* twinkle
የኤሊ ዘር *n* turtle
የኤሌክትሪክ ባቡር *n* tram
የኤክትሪክ መጠን *n* voltage
የእልህ ስሜት *n* spite
የእልፍኝ አሽከር *n* butler
የእሳተጎመራ አናት *n* crater

የእሳት ዙሪያ ዝግጅት *n* campfire
የእርግዝና ግዜ *n* gestation
የዕብደት ስራ *adj* frenzied
የእንስሳ ሐኪም *n* veterinarian
የእንሰሳ ጸጉር *n* fur
የእንስሳት ጥናት *n* zoology
የእንቁላል ውሀ *n* egg white
የእንቅልፍ ችግር *n* insomnia
የእንጀራ ልጅ *n* stepdaughter, stepson
የእንጀራ አባት *n* stepfather
የእንጀራ አባት ልጅ *n* stepsister
የእንጀራ እናት *n* stepmother
የእንጀራ ወንድም *n* stepbrother
የእናትነት *adj* maternal
የእኛ *adj* our
የእኛ *pro* ours
የእኛ የራሳችን *pro* ourselves
የዕድገት ሂደት *n* evolution
የእጅ *adj* portable
የእጅ ባትሪ *n* torch
የእጅ ቦምብ *n* grenade
የእጅ ጋሪ *n* wheelbarrow
የእግረኛ መንገድ *n* crosswalk, sidewalk
የእግር መንገድ *n* track
የእግር ሹራብ *n* sock
የእግር አውራ ጣት *n* toe
የእግር ኳስ *n* football
የእግር ጣት ጥፍር *n* toenail
የከሰረ ሰው *adj* bankrupt
የከሳ *adj* emaciated
የከረረ *adj* stringent
የከበረ *adj* precious
የከበረ ድንጋይ (ሰማያዊ) *n* sapphire
የከበረ ድንጋይ (ቀላ ያለ) *n* ruby
የከበደው *adj* dizzy
የከባቢ አየር *adj* atmospheric
የከባድ መኪና ሹፌር *n* trucker
የከተማ *adj* urban
የከፋው *adj* dejected, despondent
የኪስ ቦርሳ *n* wallet
የካቲት *n* February
የክህነት *adj* pastoral
የክብደት መለኪያ *n* ounce
የከዋክብት ክምችት *n* galaxy
የክፍል ጓደኛ *n* classmate
የክፍያ ቼክ *n* paycheck
የኮሌጅ ኃላፊ *n* rector
የኮምፒውተር አካላት *n* hardware
የኮቴ ድምጽ *n* footstep
የወረደ *adj* substandard
የወሬ ወሬ *n* grapevine
የወር አበባ *n* menstruation
የወርች ሥጋ *n* sirloin
የወተት ማምረቻ *n* dairy farm
የወታደር ካምብ *n* garrison
የወታደሮች ካምፕ *n* barracks
የወቅቱ *n* vogue
የወንድ ዘር *n* sperm
የወንድማማችነት *adj* fraternal
የወንድም *n* nephew, niece
የወንጀል ዕቅድ *n* premeditation
የወይን ቦታ *n* vineyard

የወጣ *adv* out, off
የወጣ *v* protrude
የወፍ ዘር *n* quail
የወፍ ጎጆ *n* cage; nest
የውሃ ፍሰት መቆጣጠሪያ *n* floodgate
የዋህ *adj* innocent
የዋሕ *adj* naive
የዋሻ መንገድ *n* tunnel
የዋና መነጽር *n* goggles
የዋጋ ቅናሽ *n* discount
የዋጋ ውጣውረድ *n* inflation
የዋጋ ዝቅጠት *n* slump
የውሃ *adj* aquatic; hydraulic
የውሃ ላይ *adj* marine
የውሃ ወንፊት *n* shower
የውሃ ወፍ *n* pelican
የውሃ ጠብታ *n* dew
የውሀ ጡዘት *n* condensation
የውል ጊዜ *n* terms
የውሸት *adj* fake, counterfeit, phony
የውሸት ዶሴዎችን ማዘጋጀት *n* forgery
የውሻ በሽታ *n* rabies
የውሻ ቤት *n* kennel
የውሻ ጩኸት *n* howl
የውቅያኖስ ማዕበል *n* tidal wave
የውበት *adj* aesthetic
የውጊያ መርከብ *n* battleship
የውጭ *n* outsider
የውጭ *adj* outer
የውጭ ሀገር *adv* overseas
የውጭ በር *n* gate
የውጭ ዜጋ *n* foreigner
የዘር *adj* genetic
የዘር ልዩነት *n* discrimination
የዘር መጥፋት *v* die out
የዘር እልቂት *n* genocide
የዘወትር *adj* timeless
የዘውድ በዓል *n* coronation
የዘገየ *adj* belated
የዘፈን ስንኝ *n* lyrics
የዚፕ መቆለፊያ *n* zipper
የዛለ *adj* weary, shaky
የዛገ *adj* rusty
የዛፍ ላይ አልጋ *n* hammock
የዜማ ሥርዓት *n* rhythm
የዜማ ቅኝት *n* tune
የዜና ሰዓት *n* newscast
የዜና ጋዜጣ *n* newsletter
የዝሆን ጥርስ *n* ivory, tusk
የዝናብልብስ *n* raincoat
የዝናብ መጠን *n* rainfall
የዝንጋታ በሽታ *n* amnesia
የዞረ *adj* twisted
የደለበ *adj* plump
የደላ *n* opulence
የደላው *adj* sumptuous
የደልባ ሸራ *n* sail
የደመወዝ ደረሰኝ *n* pay slip
የደም መርጋት በሽታ *n* thrombosis
የደም ማነስ *n* anemia
የደም ሥር *n* vein
የደም በሽታ *n* leukemia
የደስ ደስ ያለው *adj* cute
የደስ ደስ ያላት *adj* pretty

የደረቀ *adj* dried
የደረቀ ሬሳ *n* mummy
የደበረው *adj* bored
የደበዘዘ *adj* faded
የደቡብ ሰው *n* southerner
የደነበረ *adj* dazed
የደነዘዘ *n* paralysis
የደከመ *adj* weary
የደኸየ *adj* impoverished
የደደበ *adj* crass
የደጋ አጋዘን *n* reindeer
የደፈጣ ተዋጊ *n* sniper
የዱር አራዊት *n* wildlife
የዱር አራዊት መኅብኛ *n* zoo
የዱር ዓሣማ *n* wild boar
የዱሮ *adj* old, outmoded; classic
የዱሮ *n* old age; predecessor
የዳነ *n* rescue
የዳንስ አዳራሽ *n* ballroom
የድመት ግልገል *n* kitten
የድመት ጢም *n* whiskers
የድምጽ ማጉሊያ *n* amplifier
የድምጽአወጣጥ *n* tone
የድረሰትመዋቅር *n* plot
የድርቆሽ ክምር *n* haystack
የድሮ *adj* former
የድንች ዘር *n* yam
የድንጋይ ሰሌዳ *n* slate
የድንጋይ ጠራቢ *n* mason
የድካም *n* frailty
የጀልባ አፍንጫ *n* prow
የጀርባ አጥንት *n* backbone, vertebra
የጃጀ *adj* decrepit
የገረረ *adj* stiff
የገረጣ *adj* livid; pale
የገነነ *n* current
የገና መዝሙር *n* carol
የገንዘብ ጉርሻ *n* bonus
የገዳም *adj* monastic
የጉልበት ሎሚ *n* kneecap
የጉንጭ ጺም *n* sideburns
የጉዞ ዕቅድ *n* itinerary
የጊዜ ማለፍ *v* elapse
የጊዜ ሰሌዳ *n* timetable
የጊዜ ዕልፈት *n* lapse
የጊዜ ገደብ *n* term
የጋራ *n* share
የጋራ አቤቱታ *n* petition
የጋብቻ *adj* marital
የግሉ *v* own
የግል *adj* private, personal
የግል ፍላጎት *n* self-interest
የግርጌ ማስታወሻ *n* footnote
የግብርና *adj* agricultural
የግዴታ *adj* compulsory
የግድግዳ ስንጥቅ *n* crevice
የግጥም ቤት መምቻ *n* rhyme
የግፍ አገዛዝ *n* tyranny
የጎላ *adj* palpable
የጐላ *v* predominate
የጐላ *adj* telling
የጎን *adj* lateral
የጎደፈ *adj* tainted
የጠለቀ *adj* intense

የጠላት *adj* hostile
የጠረጴዛ ልብስ *n* tablecloth
የጠራ *adj* pure
የጠራ ሰማይ *adj* cloudless
የጠበቀ መመሳሰል *n* affinity
የጠነባ *adj* fetid
የጠጉር ቅባት *n* lotion
የጠጠር ስዕል *n* mosaic
የጠፋ *adj* missing
የጡት ጫፍ *n* nipple
የጡንቻ መሸማቀቅ *n* spasm
የጣት ጫፍ *n* fingertip
የጣኦት አምልኮ *n* idolatry
የጤና ምርመራ *n* diagnosis
የጥላቻ ፊት *n* grimace
የጥራት መቀነስ *n* depreciation
የጥርስ ሕመም *n* toothache
የጥርስ ቁሻሻ *n* tartar
የጥበብ ሥራ *n* artwork
የጥንት ዘመን *n* antiquity
የጥንትግዜ ዝሆን *n* mammoth
የጥናት ጽሑፍ *n* article
የጥጃ ሥጋ *n* veal
የጥፋት ወንጀል *n* vandalism
የጦር ኃይል *n* army
የጦር መሣሪያ *n* weapon
የጦር መሳሪያ *n* arsenal
የጦር መርከብ *n* warship
የጦር መርከቦች *n* fleet
የጦር ትጥቅ *n* ammunition
የጨቀየ *adj* swamped
የጨፈገገ *adj* dismal
የጩቤ እጀታ *n* hilt
የጫማ ማሠሪያ *n* shoelace
የጫማ ሱቅ *n* shoe store
የጫማ ቀለም *n* shoe polish
የጭነት መኪና *n* truck
የጭንቅላት ስብራት *n* concussion
የፀሐይ መነጸር *n* sunglasses
የፀሐይ መውጣት *n* sunrise
የፀሐይ መግባት *n* sunset
የፀሐይ ቃጠሎ *n* sunburn
የፀሀይ ግርዶሽ *n* eclipse
የጸና *adj* entrenched
የጸና *n* stable
የጸደይ አበባ *n* tulip
የጸዳ *n* polish
የፀጉር ብሩሽ *n* hairbrush
የጽሕፈት *adj* clerical
የጽሕፈት መሣሪያ *n* stationery
የፈሳሽ መለኪያ *n* pint
የፈረስ ኮቴ *n* hoof
የፈረስ ግልገል *n* colt
የፈረንጅ ዱባ *n* cucumber
የፈነደቀ *adj* jubilant
የፈንጅ ቁራጭ *n* shrapnel
የፈጠረው ሰው *n* mastermind
የፊተኛ *adv* before
የፊት *adj* outer
የፊት ቅባቶች *n* makeup
የፊት ዕንቅስቃሴ *n* gesture
የፊት እግሮች *n* forefront
የፊደል አቀማማጥ *n* spelling
የፈጠራ ወሬ መንዛት *adj* trumped-up

የ

የፋፋ *adj* plump, chubby
የፍሳሽ መሄጃ *n* drainage
የፍሬ ውስጥ *n* pulp
የፍርድ ቤት መጥሪያ *n* subpoena
የፍርድ ቤት ማዘዣ *n* warrant
የፍቅር መግለጫ *n* sweetheart
የፍቅር ጨዋታ *n* romance
የፍትወት ስሜት *n* sexuality
የፖስታ ማኅተም *n* postmark
የፖስታ ሳጥን *n* mailbox
የፖስታ ቤት *n* post office
ዩኒቨርስቲ *n* university
ያ *adj* that
ያ ሲሆን *c* providing that
ያለ *adj* prior
ያለ *pre* without
ያለልተንዛዛ *adj* austere
ያለልክ የተጫነ *adj* laden
ያለመሳሳት *adj* unmistakable
ያለመኖር ያህል *adv* barely
ያለማቋረጥ *adv* nonstop
ያለስቃይ *adj* painless
ያለስራ መገተር *v* loiter
ያለበት ቦታ *n* whereabouts
ያለቀ *adj* sold-out
ያለበለዚያ *c* unless
ያለበት *v* owe
ያለአግባቡ ማስተዳደር *v* mismanage
ያለአግባብ መያዝ *v* usurp
ያለዕድሜው *adj* precocious
ያለዚያ *adv* otherwise
ያለድምጽ መናገር *v* mime
ያለጊዜው *adj* untimely
ያለፈ *adj* past
ያለፈ ታሪክ (ጊዜ) *n* past
ያለፈ ነገር *n* hindsight
ያለፈቃደኛነት *adv* unwillingly
ያለፈበት *adj* old-fashioned, antiquated, outdated
ያላረካ *adj* dissatisfied
ያላገባ *adj* unmarried
ያላገባ *n* bachelor
ያላገባች *adj* unmarried
ያላገባች *n* spinster
ያላግባብ መተቸት *v* denigrate
ያልሆነ *adj* unfit
ያልሰለጠነ *adj* amateur
ያልሰባ *adj* lean
ያልበሰለ *adj* immature, juvenile
ያልተለመደ *adj* weird, exotic, abnormal, odd, strange; uncommon, unfamiliar, unheard-of, unusual
ያልተለመደ ሰው *n* oddity
ያልተለየ *adj* uneventful
ያልተመማረ *adj* uneducated
ያልተመዛዘነ *n* unfairness
ያልተምታታ *adj* unbiased
ያልተሟላ *adj* unfurnished, incomplete, sketchy
ያልተሰራ ክምችት *n* backlog
ያልተሰበረ *adj* unbroken
ያልተሳካ *adv* vainly
ያልተስማማ *n* paradox

የ

ያልተስተካከለ *adj* inaccurate
ያልተሸመነ ለስላሳ ጨርቅ *n* felt
ያልተሸመነ ለስላሳ ጨርቅ መስራት *v* felt
ያልተረጋጋ *adj* unstable
ያልተቀነባበረ *adj* illogical
ያልተበከለ *adj* sterile
ያልተናነሰ *adj* tantamount to
ያልተወሰነ *adj* indefinite, undecided
ያልተወደደ *adj* unfriendly
ያልተዘጋጁበት *adv* impromptu
ያልተያዘ *n* vacancy
ያልተያዘ *adj* unoccupied
ያልተያያዘ *adj* unattached
ያልተገራ *adj* wild
ያልተገባ *adj* improper
ያልተጎዳ *adj* intact, unharmed, unhurt
ያልተጠበቀ *n* bombshell
ያልተፈታ *adj* deadlock
ያልታወቀ *adj* unaware; unpopular
ያልነፃ *adj* impure
ያልዳበረ *adj* rudimentary
ያልጠነከረ *adj* unsteady
ያመነ *n* convert
ያማረ መዓዛ *adj* aromatic
ያም *c* whether
ያረጀ *adj* old-fashioned, archaic; dilapidated
ያረጀ ሕንፃ *n* disrepair
ያረፈ *adv* off
ያሳማ ስጋ *n* bacon
ያሸበረቀ *n* opulence
ያበደ *adj* insane, mad
ያበጠ *adj* bloated
ያባት ስም *n* surname
ያተኮረ *adj* pointed
ያነሰ *adj* less, lesser
ያነሰው *adj* least
ያንቀላፋ *adj* drowsy
ያንጀት ሕመም *n* colic
ያውሮፕላን መሰላል *n* ramp
ያዘነ *adj* dismal, sad
ያዘነበለ *adj* oblique
ያዘገመ *adj* subdued
ያየለ *v* predominate
ያደረ *adj* stale
ያገር ልጅ *n* compatriot
ያገባ *adj* married
ያገጠጠ *v* protrude
ያጊጠ *adj* ornamental
ያጠረው *adj* deficient
ያጣ *adj* penniless, devoid
ያፈረ *adj* ashamed
ይሁንና *adv* nevertheless
ይሁዲ *n* Jew
ይሁዳዊ *adj* Jewish
ይሁዳዊ መምህር *n* rabbi
ይለፍ *n* pass
ይልቅ *adv* rather
ይቅር መባል *n* atonement
ይቅር ማለት *v* forgive
ይቅር ባይ *adj* merciful
ይቅር ባይነት *n* forgiveness

የ

ይቅር የሚባል *adj* forgivable
ይቅርታ *n* excuse, apology; pardon
ይቅርታ *v* pardon
ይቅርታ *adj* sorry
ይቅርታ መጠየቅ *v* apologize, excuse
ይቅርታ የሌለው *adj* inexcusable, merciless
ይብራ *n* pelican
ይኸ *adj* this
ይዘት *n* essence, volume, consistency
ይዞ መሔድ *v* take away
ይዞ መቆየት *v* hold on to
ይዞታ *n* possession
ይዞታን ማጠናከር *v* retain
ይገባኛል ማለት *v* claim
ይገባኛል ጥያቄ *n* claim
ይግባኝ *v* appeal
ይግባኝ *n* appeal
ይፋ አለመሆን *n* informality
ይፋ ያልሆነ *adj* informal
ይፋዊ መግለጫ *adj* avowed

ደ

ደሀ *adj* needy
ደሀ *n* poor
ደህና *n* well
ደህና *adj* nice
ደሕና *adv* alright
ደኅና *adj* safe
ደህንነት *n* welfare
ደላላ *n* intermediary, middleman
ደመ በራድ *n* reptile
ደመ ወዝ *n* pay, salary
ደመራ *n* bonfire
ደመነፍስ *n* instinct
ደመና *n* cloud
ደመናማ *adj* overcast, cloudy
ደመወዝ *n* wage
ደማ *v* bleed
ደማሚት *n* dynamite
ደማቅ *adj* splendid
ደማቅ *n* spectacle
ደም *n* blood
ደም መርጋት *n* clot
ደም መጣጭ ሬሳ *n* vampire
ደም ቅዳ *n* artery
ደም አፋሳሽ *adj* bloody, gory
ደም የጠማው *adj* bloodthirsty
ደም ያነሰው *adj* anemic
ደም ፍሰት *n* bleeding
ደምዳሚ *adj* conclusive
ደሴት *n* island, isle

ደስተኛ *adj* thankful, cheerful, glad, happy, joyful, merry
ደስታ *n* enjoyment, pleasure, bliss, delight, excitement, happiness, joy
ደስታ *v* rejoice
ደስታን መግለጽ *v* congratulate
ደረሰኝ *n* token, bill, invoice, receipt, sale slip, voucher
ደረቅ *adj* parched, arid, dry
ደረቅ (ጠባይ) *adj* warped
ደረቅነት *n* stiffness
ደረት *n* bosom, bust, chest
ደረጃ *n* stage, step, phase, standard, stair, extent, grade
ደረጃ መስጠት *v* rank, grade, rate
ደረጃዎች *n* stairs
ደራሲ *n* writer, author, novelist
ደርዘን *n* dozen
ደቀ መዝሙር *n* disciple
ደቂቃ *n* minute
ደቋሽ *adj* crushing
ደበዘዘ *v* blur
ደቡባዊ *adj* southern
ደቡብ *n* south
ደቡብ ምስራቅ *n* southeast
ደቡብ ምዕራብ *n* southwest
ደባሪ *adj* boring
ደባች *adj* depressing
ደብዛዛ *adj* blurred, vague
ደብዛዛ ብርሃን *n* twilight
ደብዳቢ *n* assailant
ደብዳቤ *n* letter, mail
ደብዳቤ መላክ *v* post
ደብዳቤ መከተት *v* mail
ደነበረ *v* bolt
ደነዝ *adj* blunt
ደንቀራ *n* obstruction
ደንቆሮ *adj* deaf
ደንበኛ *n* clientele, client, customer
ደንበኛነት *v* patronize
ደንባራ *adj* edgy
ደንብ *n* norm; code, regulation, statute
ደንብ ማውጣት *v* codify
ደንታቢስ *adj* callous, careless
ደንታቢስነት *n* carelessness
ደንገል *n* reed
ደንጋራ *adj* nervous
ደንጋይ *n* stone
ደንግጦ መቆም *v* freeze
ደካማ *adj* shaky, feeble, frail, weak
ደካማ ሃሳብ *adj* frivolous
ደካማ ሰፈር *n* slum
ደካማ ቡድን *n* underdog
ደወል *n* toll
ደወል መስቀያ *n* belfry
ደወል ማድረግ *v* toll
ደደብ *adj* stupid, idiotic; damp, dull
ደደብ *n* idiot
ደደብ ስህተት *n* goof
ደደብነት *n* stupidity
ደጅ ሰላም *n* porch
ደጃፍ *n* threshold

ደ

ደጋግሞ ማጥቃት *v* beset, haunt
ደጋፊ *n* partisan, supporter
ደጋፊነት *n* patronage
ደግ *adj* kind, virtuous
ደግሞ መደረብ *v* redouble
ደግነት *n* generosity
ደፋሪ *n* rapist
ደፋር *adj* bold, audacious, daring, intrepid
ዱላ *n* club, baton
ዱር *adj* wild
ዱር *n* wilderness
ድርዬ *n* thug; minefield; venture
ዱቄት *n* powder, flour
ዱባ *n* pumpkin
ዱካ *n* trail; stool, footstep
ዲሞክራሲ *n* democracy
ዲሞክራቲክ *adj* democratic
ዲሲፕሊን *n* discipline
ዲስክ *n* disk
ዲቃላ *n* bastard
ዲቃላ *adj* illegitimate
ዲን *n* dean
ዲክላራሲዮን *n* declaration
ዲዛይን *n* design
ዲያቆን *n* deacon
ዲዮዶራንት *n* deodorant
ዲዳ *adj* mute
ዲግሪ *n* degree
ዲፕሎማሲ *n* diplomacy
ዲፕሎማታዊ *adj* diplomatic
ዲፕሎማት *n* diplomat
ዲፕሎም *n* diploma
ዲቪዝዮን *n* division
ዳሌ *n* hip
ዳሞትራ *n* tarantula
ዳሰሳ *n* survey; touch
ዳሰሳ *v* skim
ዳስ *n* booth, pavilion
ዳር *n* outskirts
ዳርቻ *n* peak; shore
ዳርቻ *adv* ashore
ዳቦ *n* bread
ዳቦ ቤት *n* bakery
ዳታ *n* data
ዳንስ *n* dance, dancing
ዳኛ *n* umpire, arbiter, judge, magistrate, referee
ዳኞች ጉባኤ *n* jury
ዳክዬ *n* duck
ዳይ *n* dice
ዳይኖሰር *n* dinosaur
ዳገታማ *adj* sloppy; steep
ዳገት *adv* uphill
ዳገት *n* slope
ዳግመኛ *adj* secondary
ዳግም መወለድ *n* rebirth
ዳግም መገንባት *v* rebuild
ዳግም ማረጋጋጥ *v* double-check
ዴስክ *n* desk
ዴንማርክ *n* Denmark
ድህነት *n* poverty
ድኅነት *n* redemption, salvation, survival

ድል *n* triumph, conquest, victory
ድል መንሳት *v* conquer
ድል ነሺ *n* conqueror
ድል አድራጊ *n* champ
ድል ያለ *adj* festive
ድልዳል *n* padding
ድልዳል *adj* plush
ድልድይ *n* bridge, viaduct
ድሎታም *adj* luxurious
ድሎት *n* luxury
ድሎት አልባ *n* austerity
ድመት *n* cat
ድምሳሴ *n* remission; annihilation
ድምር *adj* total
ድምር *n* sum
ድምር መጠን *v* amount to
ድምዳሜ *n* conclusion
ድምጽ *n* syllable, noise, sound, voice
ድምጥማጥ ማጥፋት *v* banish
ድምጸ ቀጭን *n* tenor
ድምፅ መለወጥ *n* disguise
ድምጽ መስጫ *n* ballot
ድምጽ ማውጣት *v* let out
ድምጽ ማጉሊያ *n* microphone
ድምፅ ማጉያ *n* loudspeaker
ድምጽ ማፈን *v* muffle
ድምጽ ሰጭ ቃላት *n* vowel
ድስታድስት *n* crockery
ድስት *n* casserole, pot
ድረ ገጽ *n* web site
ድሪቶ *adj* shabby
ድራሹን ማጥፋት *v* obliterate
ድራጎን *n* dragon
ድር *n* cobweb, web; yarn
ድርሰት *n* composition, writing
ድርሻ *n* part, portion, quotient, ration
ድርሻ መክፈል *v* disburse
ድርሻ የአክስዮን ክፍያ *n* dividend
ድርቅ *n* drought
ድርቆሽ *n* hay
ድርት *n* dart
ድርድር *n* deal, dealings
ድርጅት *n* firm, enterprise, organization
ድርጊት *n* incident, event
ድቅድቅ ጨለማ *adj* pitch-black
ድቡል *n* pellet
ድብ *n* bear
ድብልቅ *n* cocktail; alloy; assortment, mix
ድብልቅልቅ ተኩስ *n* crossfire
ድብርት *n* boredom, depression
ድብቅ *adj* anonymous, introvert, mysterious, undercover, hidden
ድብቅ *adv* unofficially
ድብቅ ንግድ *n* smuggler
ድብደባ *n* assault, beating
ድንቁርና *n* deafness, ignorance
ድንቅ *adj* fantastic, brilliant, fabulous, magnificent, marvelous
ድንቅ *n* ace

ድንበር *n* border, boundary, frontier
ድንበር የለሽ *adj* boundless
ድንቡጭ *adj* chubby
ድንቢጥ *n* sparrow
ድንች ጥብስ *n* fries
ድንክ *n* dwarf
ድንኳን *n* booth, tent
ድንዝዝ *adj* numb
ድንገተኛ *adj* contingent, spontaneous, sudden
ድንገተኛ *n* emergency
ድንገተኛ ሃሳብ *n* whim
ድንገተኛ ከፍተኛ ድምጽ *n* bang
ድንገተኛ ዶፍ *n* deluge
ድንገት *n* accident, disaster
ድንገት *adv* soon, suddenly
ድንገት መቆጣት *v* lash out
ድንገት መታጠፍ *v* veer
ድንጉጥ *n* shock
ድንጋሌ *n* virgin
ድንጋይ ከሰል *n* coal
ድንጋይ ጽሁፍ *n* inscription
ድንጋዜ *n* trance
ድንጋጤ *n* numbness; surprise
ድንግላዊ *adj* celibate
ድንግል *n* virgin
ድንግል *adj* chaste
ድንግልና *n* celibacy, chastity, virginity
ድንግርት *n* confusion
ድንፋታ *n* outburst, boom
ድኝ *n* sulfur
ድካም *n* fatigue, exhaustion
ድካም *adj* tired
ድክመት *n* shortcoming, weakness
ድዳ *adj* dumb
ድድ *n* gum
ድጋሚ *n* second; repetition
ድጋሚ ቆጠራ *n* recount
ድጋሚ መምረጥ *v* reelect
ድጋሚ መሥራት *v* redo
ድጋሚ መረጣ *n* reenactment
ድጋሚ መጀመር *v* strike up
ድጋሚ መገንባት *v* reconstruct
ድጋሚ መጠቀም *v* recycle
ድጋሚ ማሰብ *v* reconsider
ድጋሚ ማተም *v* reprint
ድጋሚ ማግባት *v* remarry
ድጋሚ የታተመ *n* reprint
ድጋሚ ጨዋታ *n* replay
ድጋፍ *n* ovation, backing, endorsement, recourse
ድግምግሞሽ *n* recurrence
ድግስ *n* party, banquet
ድግግሞሽ *n* frequency, monotony
ድጎማ *n* remittance
ድጐማ *n* subsidy
ድፍረት *n* courage, audacity, boldness, bravery, dare
ድፍረት *n* rape
ድፍርስ *adj* murky
ድፍን *adj* stark
ድፍን ሙሉ *adj* entire
ድፍጥጥ *adj* flat

ዶላር *n* dollar
ዶላች *adj* intriguing
ዶልፊን *n* dolphin
ዶሴ *n* dossier, folder
ዶሮ *n* poultry
ዶግማ *n* doctrine
ዶፍ *n* torrent
ዶፍ ዝናብ *n* downpour

ጀ

ጀላቲ *n* ice cream
ጀልባ *n* boat, yacht
ጀማሪ *n* novice, beginner; spearhead
ጀማሪ *adj* inexperienced
ጀርመናዊ *adj* German
ጀርመን *n* Germany
ጀርም *n* germ
ጀርባ *n* back
ጀብዱ *n* adventure, feat
ጀበሲ *n* gypsy
ጀነሬተር *n* generator
ጀግና *adj* valiant, hardy, courageous, gallant
ጀግና *n* hero
ጀግንነታዊ *adj* heroic
ጀግንነት *n* courage, heroism
ጂምናዚየም *n* gymnasium
ጂንስ *n* jeans
ጂኦሎጂ *n* geology
ጂኦሜትሪ *n* geometry
ጂኦግራፊ *n* geography
ጃስሚን *n* jasmine
ጃርት *n* porcupine
ጃን ጥላ *n* umbrella
ጃንጥላ *n* parachute
ጃኬት *n* jacket
ጃፓን *n* Japan
ጃፖናዊ *adj* Japanese
ጄነራል *n* general
ጅል *adj* stupid
ጅልነት *n* stupidity, folly
ጅማሮ *n* inception
ጅማት *n* ligament, nerve
ጅምላ ንግድ *n* wholesale
ጅምላ ጭፍጨፋ *n* holocaust
ጅምር ተመክሮ *n* foretaste
ጅምሮ *n* commerce
ጅረት *n* creek, stream
ጅራታም ኮከብ *n* comet
ጅራታም ወፍ *n* pheasant
ጅራት *n* tail
ጅራፍ *n* whip
ጅብ *n* hyena
ጅብ ጥላ *n* mushroom
ጆሮ *n* ear
ጆሮ ህመም *n* earache
ጆሮ መብሳት *n* piercing
ጆሮ ማዳመጫ *n* earphones

ጆሮ ታምቡር *n* eardrum
ጆሮ ደግፍ *n* mumps
ጆግ *n* jug

ገ

ገሃነም *n* hell
ገለልተኛ *adj* aloof, impartial, neutral
ገለልተኝነት *n* abstinence
ገለባ *n* straw
ገለጻ *n* orientation, definition, description
ገለፃ *n* briefing
ገለፈት *n* membrane
ገላን መታጠብ *v* bathe
ገላጣ *adj* bleak
ገላጭ *adj* demonstrative, descriptive, revealing
ገልጃጃ *adj* clumsy
ገልጃጃነት *n* clumsiness
ገመምተኛ *adj* convalescent
ገመደ የታሰረበት የዓሳ ነባሪ አደን ጦር *n* harpoon
ገመድ *n* wire, rope
ገመሬ ዝንጀሮ *n* gorilla
ገመድ አልባ *adj* cordless, wireless
ገር *adj* bland
ገሸለጥ *n* scalp
ገበሬ *n* farmer
ገበር *n* lining
ገበታ ቤት *n* dining room
ገበያ *n* bazaar, market
ገቢ *n* earnings, income
ገባር *n* slave, tenant
ገባርነት *n* slavery
ገብስ *n* barley
ገብቶ ዘረፈ *v* burglarize
ገብጋባ *n* miser
ገነት *n* heaven, paradise
ገና *adv* newly, still
ገና *adj* untimely
ገና *c* yet
ገና *n* Christmas
ገናና *adj* prominent, prevalent
ገናና *n* prestige
ገናናነት ዘመን *n* heyday
ገንቢ *n* builder
ገንቢ *adj* constructive
ገንዘብ *n* coin, currency, fund, money, pound
ገንዘብ መላክ *n* money order
ገንዘብ መስጠት *v* finance, fund
ገንዘብ ማስቀመጫ *n* safe
ገንዘብ በማስፈራሪያ ከሌላ መንጠቅ *n* extortion
ገንዘብ ከፋይ *n* teller
ገንዘብ ያዥ *n* cashier
ገና (በዓል) *n* X-mas
ገዛ *v* buy
ገዢ *n* conqueror; buyer; governor

ገዥ *n* regime
ገደል *n* cliff, precipice
ገደል ማሚቶ *n* echo
ገደብ *n* limit, limitation, restraint
ገደብ የለሽ *adj* infinite
ገዳም *n* abbey, monastery
ገዳይ *n* asphyxiation; assassin, killer, murderer
ገዳይ *adj* deadly, fatal, lethal
ገዳዳ *adj* oblique
ገድ *n* omen
ገጀራ *n* hatchet
ገገማ *adj* inflexible
ገጠመኝ *n* encounter
ገጠራማ *adj* rural, country
ገጠሬ *adj* rustic
ገጠር *n* countryside
ገጣሚ *n* poet
ገጸ ንባብ *n* text
ገጽ *n* surface; page
ገፅታ *n* facet
ገፊ *adj* repulsive
ጉልላት *n* turret
ጉልበተኛ *n* youngster
ጉልበተኛ *adj* forceful
ጉልበት *n* knee
ጉልበት ሠራተኛ *n* laborer
ጉልድፍ *adj* inept
ጉም *n* fog
ጉምሩክ *n* customs
ጉረቤት *n* neighbor
ጉረኛ *adj* boisterous
ጉረኛ *n* pomposity
ጉራ *n* pride
ጉራ *adj* proud
ጉራ *v* show off
ጉራ መንዛት *v* boast
ጉራጅ *n* slab, splinter
ጉርምስና *n* adolescence
ጉርሻ *n* incentive, gratuity
ጉርብትና *n* vicinity
ጉርድ ቀሚስ *n* skirt
ጉርጥ *n* toad
ጉሮሮ *n* throat
ጉበት *n* liver
ጉባኤ *n* synod, congregation
ጉብታ *n* hill
ጉብኝት *n* tourism, visit
ጉብጠት *n* trajectory
ጉቦ *n* bribe, corruption, kickback
ጉቦ መስጠት *v* bribe
ጉቦኝነት *n* bribery
ጉትቻ *n* earring
ጉትዬ *n* crest
ጉትጎታ *n* seduction
ጉንዳን *n* ant
ጉንጉን *n* braid
ጉንጭ *n* cheek
ጉንጭ ሙሉ *n* gulp
ጉንጭ አጥንት *n* cheekbone
ጉዞ *n* trip, odyssey, expediency, expedition, journey, tour
ጉዞ *n* voyage
ጉዳተቢስ *adj* harmless

ጉዳት *n* violence, damage, harm
ጉዳይ *n* case, thing, purpose, affair, issue, matter
ጉድለት *n* scarcity, shortage; discrepancy, imperfection, blemish
ጉድለት *adj* scarce
ጉድጓድ *n* trench, burrow
ጉዳይ አስፈጻሚ *n* liaison
ጉድፍ *n* filth, stain
ጉጉ *adj* ambitious, curious, eager
ጉጉት *adj* avid, prurient
ጉጉት *n* craving, curiosity, eagerness
ጉጠት *n* pliers, tongs
ጊታር *n* guitar
ጊንጥ *n* scorpion
ጊንጥ መሰል *n* lobster
ጊዜ *n* time
ጊዜ ማሳለፊያ *n* pastime
ጊዜ ማሳለፍ *v* hang around
ጊዜ ማቃጠል *v* mess around
ጊዜ ማብቃት *n* expiration
ጊዜ ማብቃት *v* expire
ጊዜ ማጥፋት *v* loaf
ጊዜያዊ *adj* contemporary, provisional, temporary, transient, timely
ጊዜያዊ ዕርቅ *n* armistice
ጊዜገደቡን ያለፈ *adj* overdue
ጋሎን *n* gallon
ጋሪ *n* trap; wagon, cart
ጋራዥ *n* garage
ጋር *pre* with
ጋሻ *n* shield
ጋብቻ *n* marriage
ጋብቻዊ *adj* conjugal
ጋኔን *n* demon
ጋኔን አባራሪ *n* exorcist
ጋንግ *n* gang, gangster
ጋዜጠኛ *n* journalist
ጋዜጣ *n* journal, newspaper
ጋዜጣ መሸጫ *n* newsstand
ጋዝ *n* gas, gasoline
ጋጋሪ *n* baker
ጋጋታ *n* swarm, throng
ጋጠወጥነት *n* decadence
ጋጣ *n* barn
ጋጥ በረት *n* pen
ጋጥ ወጥ *adj* vulgar
ጋጥወጥ *adj* rude
ጌታ *n* master, lord
ጌታ *v* master
ጌታዬ *n* sir
ጌትነት *n* lordship
ጌጥ *n* décor, garnish, ornament
ግሉኮስ *n* glucose
ግላዊ *adj* unilateral; own
ግልበጣ *n* derailment, overthrow
ግልቢያ *v* ride
ግልባጭ *n* copy, replica, photocopy
ግልጋሎት *n* service
ግልጥ *adj* frank
ግልጥ ያልሆነ *adj* ambiguous

ግልጥነት *n* frankness
ግልጽ *adj* open, noticeable, apparent, clear, vivid; extroverted, outspoken; implicit, obvious
ግልጽ *n* patent
ግልጽነት *n* candor, clarity, clearness, openness
ግሎብ *n* globe
ግመል *n* camel
ግመሬ ዝንጀሮ *n* orangutan
ግማሽ *n* half
ግማሽ *adj* half
ግማሽ አሳ ሴት *n* mermaid
ግማታም *adj* fetid
ግም *adj* foul
ግምት *n* opinion, appraisal, assumption, conjecture, estimation, guess, presumption, speculation, supposition
ግምት መስጠት *v* rate
ግሰጻ *n* scolding
ግሳት *n* belch, burp
ግሳጼ *n* admonition, rebuke
ግስ ማራባት *v* conjugate
ግሥ *n* verb
ግሩም *adj* fantastic, superb
ግሩፕ *n* batch
ግሪስ *n* grease
ግሪካዊ *adj* Greek
ግሪክ *n* Greece
ግሪን ላንድ *n* Greenland
ግራ *n* left
ግራ ማጋባት *v* embroil, baffle, bewilder
ግራ አጋቢ *adj* bizarre
ግራ የሚያጋባ *adj* deceptive
ግራ የሚያጋባ *n* predicament
ግራ የገባው *adj* disoriented
ግራም *n* gram
ግራአጋቢ *adj* eerie
ግራጫ *adj* gray
ግራጫማ *adj* grayish
ግራፊካዊ *adj* graphic
ግርማ ሞገሳዊ *adj* majestic
ግርማ ሞገስ *n* countenance
ግርማ ሞገሳም *adj* charismatic
ግርማሞገስ *n* charisma
ግርማዊ *n* spectacle, splendor, majesty
ግርማዊነት *n* highness
ግርዛት *n* circumcision
ግርዶሽ *n* shade
ግርግም *n* manger
ግርግር *n* throng, turmoil
ግርፋት *n* spanking
ግሽልጥ *n* slash
ግቢ *n* enclosure, yard, premises
ግብ *n* objective, purpose, goal
ግብ ጠባቂ *n* goalkeeper
ግብረ-አበር *n* accomplice
ግብረአበርነት *n* complicity
ግብረገብ *n* moral
ግብረገብ ማጣት *n* immorality

ግብረገብ የለሽ *adj* immoral
ግብር *n* tax, tribute
ግብርና *n* agriculture
ግብአት *n* input
ግብዝ *adj* hypocrite
ግብዝነት *n* hypocrisy
ግብዣ *n* feast, invitation
ግብይት *n* shopping, transaction
ግብዲያ *adj* huge
ግብግብ *n* scuffle
ግትር *adj* obstinate, adamant, rigid, stubborn
ግትርነት *n* obstinacy
ግትርነት *adj* relentless
ግን *c* nonetheless
ግንበኛ *n* bricklayer
ግንባር *n* brow, forehead
ግንባር መቋጠር *v* frown
ግንባታ *n* building, construction
ግንቦት *n* May
ግንኙነት *n* connection, communication, contact, relationship
ግንዛቤ *n* awareness
ግንዝ *adj* shrouded
ግንድ *n* block, trunk, log, stem
ግንጠላ *n* disintegration
ግንጥል *adj* stranded
ግኝት *n* acquisition, gain
ግኙት *adj* secure
ግዙፍ *adj* huge, substantial, bulky, colossal, monstrous, sizable, staggering
ግዙፍ *n* giant
ግዙፍ ሰውነት *adj* burly
ግዙፍነት *n* bulk
ግዛት *n* dominion, territory
ግዞት *n* exile
ግዞት መሄድ *v* exist
ግዥ *n* purchase
ግደታ *adj* mandatory
ግዳጅ *n* presence, compulsion, coercion
ግዴለሽነት *n* apathy
ግዴታ *n* constraint, obligation
ግድብ *n* watershed, barrier, bulwark, dam
ግድየለሽ *adj* carefree, indifferent
ግድየለሽነት *n* indifference
ግድያ *n* assassination, killing, manslaughter, murder
ግድግዳ *n* partition, wall
ግጥሚያ *n* match
ግጥም *n* poem, poetry
ግጥም ንባብ *n* recital
ግጦሽ *n* pasture
ግጭት *n* impact, clash, conflict, crash, friction
ግፈኛ መሪ *n* tyrant
ግፊያ *n* press
ግፊት *n* push, pressure; repulse
ግፍተራ *n* shove
ጎህ *n* dawn
ጎልማሳ *n* veteran, adult
ኀመረ *v* bloom

ጎመን *n* cabbage
ጎማ *n* plastic
ጎማ (የመኪና) *n* tire
ጎሳ *n* clan
ጐሣ *n* tribe
ጎረምሳ *n* youngster, adolescent, teenager
ጎርናና *adj* hoarse
ጎርፉማነት *n* flooding
ጎርፍ *n* torrent, flood, current
ጎሽ *n* buffalo
ጎበዝ *adj* clever, smart, brave
ጎባጣ *n* bend, tourist, visitor
ጎባጣ *adj* hunched
ጎተራ *n* reservoir
ጎን *n* side
ጎን ለጎን *pre* alongside
ጐን *n* profile
ጎንዮሻዊ *adj* diagonal
ጎዳና *n* avenue, boulevard
ጐዳና *n* route, street
ጐዳና አውቶቡስ *n* streetcar
ጐድን *n* rib
ጎድጓዳ ሳህን *n* bowl
ጎድጓድ *n* pit
ጎጂ *adj* damaging, detrimental, harmful, hurtful
ጎጂ ምግባር *n* detriment
ጎጅ *adj* noxious
ጎጆ *n* shack, cottage, hut
ጓሮ *n* orchard, backyard
ጓንት *n* glove
ጓዝ *n* baggage
ጓደኛ *n* companion, company, buddy, friend
ጓደኛን አሳልፎ መስጠት *v* double-cross
ጓደኛነት *n* pal
ጓደኝነት *n* fellowship, friendship
ጓዳ *n* pantry
ጓድ *n* comrade

ጠ

ጠለስ *n* shade
ጠላት *n* foe, enemy
ጠልቆ መመልከት *v* look into
ጠመቀ *v* brew
ጠመኔ *n* chalk
ጠመንጃ *n* firearm
ጠማማ *adj* crooked
ጠማማ ሳጥን *adj* oblong
ጠረዘ *v* bind
ጠረጴዛ *n* table
ጠረፍ *n* coastline
ጠርሙስ *n* bottle
ጠርሙስ ማሸግ *v* bottle
ጠርብ *n* lumber
ጠርዝ *n* rim, profile, edge, seam
ጠርዝ የሌለው *adj* seamless

ጠርጎ መሄድ *v* flush
ጠርጣራ *adj* paranoid, dubious
ጠቃሚ *adj* productive, worthwhile, worthy, beneficial, useful
ጠቃሚ *n* benefactor
ጠቃሚ ንጥረ-ነገር *n* vitamin
ጠቃሚነት *n* usefulness
ጠቃቂ *n* security
ጠቃጠቆ (ፊት ላይ) *n* freckle
ጠቅል አዛዥ *adj* totalitarian
ጠቅሎ መያዝ *v* monopolize
ጠቋሚ *n* herald
ጠቋራነት *n* blackness
ጠበቃ *n* counsel, counselor, attorney, lawyer
ጠቢብ *n* artisan
ጠቢብ *adj* skillful
ጠባሳ *n* scar
ጠባቂ *n* attendant, caretaker, custodian
ጠባቂ ወታደር *n* sentry
ጠባብ *adj* narrow
ጠባብ መሬት *n* parcel
ጠባብ ሸለቆ *n* chasm, ravine
ጠባይ *n* conduct, feature, character, personality, trait
ጠባይ ማሳየት *v* behave
ጠብ *n* strife
ጠብመንጃ *n* rifle
ጠብታ *n* drip, drop, speck
ጠንቃቃ *adj* careful, diligent
ጠንቃቃነት *n* discretion
ጠንቅ *n* crisis
ጠንቋይ *n* wizard, magician, sorcerer
ጠንከኛ *n* nuisance
ጠንከኛ *adj* pernicious
ጠንካራ *adj* outstanding, robust, firm, athletic, strong, sturdy, tough
ጠንካራ ምት መምታት *v* bang
ጠንካራ የእንጨት ዓይነት *n* mahogany
ጠንካራነት *n* hardness, firmness
ጠንክሮ መቀጠል *v* hold up
ጠዋት *n* morning
ጠጠር *n* gravel
ጠጣር *adj* solid
ጠጣር በረዶ *n* hail
ጠጥባጭ *adj* notorious
ጠጪ *n* drinker
ጠጪነት *n* alcoholism
ጠፈር *n* space
ጠፈር ተጓዥ *n* cosmonaut
ጠፈርተኛ *n* astronaut
ጠፊ *adj* perishable
ጠፊ *n* slap
ጠፍር *n* strap
ጠፍንጎ መያዣ *n* clutch
ጠፍጣፋ *n* plane
ጡረታ *n* pension, retirement
ጡረታ መውጣት *v* retire
ጡሩምባ *n* whistle
ጡብ *n* brick; globule

ጠ

ጡት *n* breast
ጡት ማስያዣ *n* bra
ጡቻ *n* fist
ጡንቻ *n* muscle
ጡዘት *n* climax, intensity
ጢማም *adj* bearded
ጢም *n* whiskers; beard, mustache
ጢስ መውጫ *n* chimney
ጢንዚዛ *n* beetle
ጣልያን *n* Italy
ጣሳ *n* tin
ጣረሞት *n* apparition
ጣረ ሞት *n* phantom
ጣሪያ *n* roof
ጣሪያየለሽ ቲያትር *n* amphitheater
ጣቢያ *n* station
ጣት *n* finger
ጣዕመ ቢስ *adj* distasteful
ጥዕመ ቢስ *adj* dissonant
ጣዕም *v* savor
ጣዕም *n* taste
ጣዕም መዓዛ *n* flavor
ጣዕም የለሽ *adj* tasteless, insipid
ጣልቃ መግባት *v* interfere, intervene, meddle
ጣልቃ ገብነት *n* interference, intervention, intrusion
ጣኦት *n* idol
ጣውላ *n* board
ጣጠኛ *adj* fussy
ጣፊያ *n* pancreas
ጣፋጭ *adj* delicious, sweet
ጣፍጭ *n* sweets
ጣፋጭ ምግብ *n* custard, dessert
ጤነኛ *adj* sane
ጤነኛ አእምሮ *n* sanity
ጤና *n* health
ጤናማ *adj* normal, robust, healthy
ጤናማ ያልሆነ *adj* unhealthy
ጥላ *n* umbrella, shadow, silhouette
ጥላማ *adj* shady
ጥላስ *n* velvet
ጥላቻ *n* disgust, antipathy, distaste, phobia, aversion, hostility, loathing, hatred
ጥላይ *n* suspension
ጥላፎቅ *n* pavilion
ጥል *n* brawl, dispute
ጥል መፈጸም *n* aggression
ጥል ማነሳሳት *n* aggression
ጥል ውስጥ መክተት *v* embroil
ጥልቀት *n* depth, magnitude
ጥልቅ *adj* deep
ጥልቅ *adv* in depth
ጥልቅ ሐዘን *n* melancholy, sadness, sorrow, woes, mourning
ጥልቅ ማለት *v* intrude
ጥልቅ ቁስል *n* gash
ጥልቅ ፍቅር *n* ardor
ጥልቆ *n* hatchet
ጥልፍ መጥለፍ *v* embroider
ጥልፍ ስራ *n* embroidery
ጥልፍልፍ መንገድ *n* labyrinth
ጥሎሽ *n* dowry

ጥም *adj* parched, thirsty
ጥምልምል *adj* wavy
ጥምረት *n* union, unification, coalition
ጥምቀት *n* baptism
ጥምብ *n* carcass
ጥምዝ *adj* twisted
ጥምዝምዝ *n* maze
ጥምዝዝ *n* wrench
ጥረት *n* endeavor, graft, pursuit
ጥረት *adv* uphill
ጥረት *adj* pushy
ጥረት ትግል *n* effort
ጥሩ *adj* nice, fine, good
ጥሩ *n* well
ጥሩ ምግብ *n* delicacy
ጥሩ ስም *n* credit
ጥሩ ስም መስጠት *v* credit
ጥሩ ሽታ ያለው ፈሳሽ *n* cologne
ጥሩምባ *n* trumpet
ጥሩር *n* helm
ጥሩነት *n* excellence, goodness
ጥሪ *n* call, vocation
ጥሪ ማድረግ *v* ring
ጥራት *n* quality
ጥራት መቀነስ *v* depreciate
ጥራት የሌለው *n* mediocrity
ጥራጊ *n* rubbish
ጥራጥሬ *n* cereal, grain
ጥሬ *adj* raw
ጥሬ *n* walnut
ጥሬ ገንዘብ *n* cash
ጥር *n* January
ጥርስ *n* tooth
ጥርስ ሀኪም *n* dentist
ጥርስ ሙላት *n* filling
ጥርስ በክር ማጽዳት *n* floss
ጥርስ ማጽጃ *n* toothpick
ጥርስ ነክ *adj* dental
ጥርሶች *n* teeth
ጥርጣሬ *n* premonition, doubt, hesitation, misgiving, qualm, suspect, suspicion
ጥርጣሬን ማጥፋት *v* reassure
ጥቁር *adj* black
ጥቁር ሰሌዳ *n* blackboard, chalkboard
ጥቁር ሰማያዊ *adj* navy blue
ጥቁር አለት *n* granite
ጥቁር ደም *n* feud
ጥቂት *adj* few, sparse, tiny
ጥቃቅን *adj* petty
ጥቃት *n* strike, attack, onslaught
ጥቃት *adj* offensive
ጥቅል *n* package; spool, roll
ጥቅልል *n* curl
ጥቅም *n* advantage, benefit, usage, use
ጥቅምት *n* October
ጥቅስ *n* verse, quotation
ጥቅሻ *n* wink
ጥቅጥቅ *adj* dense
ጥቅጥቅነት *n* density
ጥቆማ *n* indication

ጥቅም ላይ ማዋል *v* avail
ጥበቃ *n* protection, conservation, waiting
ጥበበኛ *adj* systematic
ጥበባዊ *adj* artistic
ጥበብ *n* wisdom, philosophy, art
ጥብስ *n* roast, steak
ጥብቅ *adj* stringent, secure, ardent
ጥብቅ *adv* sternly
ጥብቅ ይዞታ *n* grasp
ጥብቅያለ ሱሪ *n* pantyhose
ጥነኛ ተባይ *n* parasite
ጥንቁቅ *adj* prudent, safe, cautious, meticulous, punctual, scrupulous
ጥንቁቅ ሃሳብ *n* consideration
ጥንቃቄ *n* prudence, scruples, caution, diligence, rigor, safety
ጥንቃቄ *adj* wary
ጥንቆላ *n* witchcraft, magic, sorcery
ጥንብ አንሣ *n* vulture
ጥንብ አንሳ *n* buzzard
ጥንተነገሩ *n* prototype
ጥንታዊ *adj* ancient
ጥንቸል *n* hare, rabbit
ጥንካሬ *n* strength
ጥንድ *n* pair
ጥናታዊ ጽሁፍ *n* documentary
ጥዝ ማለት *v* buzz
ጥዝዝዝ *n* buzz
ጥያቄ *n* request, inquiry, demand, question
ጥይት *n* pellet, bullet
ጥድ *n* pine
ጥድ መሰል ዛፍ *n* cypress
ጥጃ *n* calf
ጥገና *n* maintenance, upkeep
ጥገኛ *n* parasite
ጥገኛ *adj* dependent
ጥገኛ መሆን *v* rely on
ጥገኛነት *n* asylum
ጥገኝነት *n* dependence
ጥጋበኛ *adj* cheeky
ጥግ *n* corner
ጥግ ማስያዝ *v* corner
ጥጥ *n* cotton
ጥፊ *n* smack
ጥፋተኛ *adj* guilty
ጥፋተኛ ማድረግ *v* incriminate
ጥፋተኝነት *n* guilt
ጥፋትን መቀበል *n* admittance
ጥፋትን የሚያቃልል *adj* extenuating
ጥፍር *n* nail, claw, fingernail
ጥፍጥፍ *adj* flat
ጦረኛ *n* warrior
ጦር *n* spear
ጦር መፍታት *v* disarm
ጦር መፍታት *n* disarmament
ጦርነት *n* war
ጦጣ *n* ape

ጨ

ጨለማ *adj* dark, dim
ጨለማ *n* darkness
ጨለም ያለ *adj* somber
ጨሌ *n* rosary
ጨምሮ *adv* inclusive
ጨምዳዳ *n* crease
ጨምድዶ መያዝ *v* clench
ጨረር *n* laser, radiation, ray
ጨረቃ *n* moon
ጨረቅ *n* fabric
ጨረታ *n* auction, bid
ጨረፍታ *n* nuance
ጨርሶ መሸጥ *n* sellout
ጨርቅ *n* cloth
ጨቅላ *n* infant
ጨቅላነት *n* infancy
ጨቅጫቃ *v* pester
ጨቅጫቃ *adj* demanding
ጨንቀት *n* obsession
ጨካኝ *adj* savage, ferocious, brute, cruel, heartless, ruthless
ጨካኝ አውሬ *adj* fierce
ጨካኝነት *n* ferocity, savagery
ጨኸት *n* roar
ጨዋ *adj* decent
ጨዋ *n* descent
ጨዋማ *adj* salty
ጨዋማ ዓሣ *n* anchovy
ጨዋታ *n* fiddle, game
ጨዋነት *n* decency
ጨዋነት ማጣት *n* discourtesy
ጨው *n* salt
ጨጓራ *adj* gastric
ጨፌ *n* lawn
ጩቤ *n* dagger
ጩኸት *n* uproar, wail, outcry, scream, shout, shouting, shriek
ጩኸት *adj* noisy
ጫማ *n* feet; footwear, shoe
ጫና *adj* pressing, swamped
ጫካ *n* wilderness, forest, jungle
ጫካ *adj* wild
ጫወታ *n* play
ጫጉላ *n* honeymoon
ጫጩት *n* chick, chicken, tumult, noise
ጫጫታ *adj* rowdy
ጫፍ *n* ridge, top, tip, peak
ጭላንጭል *n* gleam, glimmer
ጭልፊት *n* hawk
ጭማሪ *n* increase, increment, raise
ጭማሮ *n* insertion
ጭማቂ *n* juice, puree
ጭረት (የንባብ) *n* accent
ጭረት *n* graze, scratch
ጭረት (የነጥብ አይነት) *n* apostrophe
ጭሰኛ *n* peasant
ጭስ *n* emission, fumes
ጭራሽ *adv* not
ጭቃ *n* mud
ጭቃማ *adj* muddy, soggy

ጭቅጭቅ *n* altercation, skirmish
ጭቅጭቅ *adj* nagging
ጭቆና *n* coercion, oppression
ጭብጥ *n* theme, concept
ጭብጨባ *n* ovation, applause
ጭብጨባ *adj* tumultuous
ጭነት *n* load, cargo, freight, shipment
ጭን *n* lap
ጭንቀታም *adj* miserable, pedantic
ጭንቀት *n* concern, anguish, worry, melancholy, sadness, sorrow, woes, mourning
ጭንቅ ሀዘን *n* distress
ጭካኔ *n* atrocity, brutality, cruelty
ጭውውት *n* conversation
ጭጋጋማ *adj* overcast, foggy, gloomy, misty
ጭጋግ *n* fog, mist
ጭፍልቅ *n* dent
ጮሌነት *n* guile
ጮማ *n* fat
ጮክ በሉ *adv* loudly
ጮክ ብሎ *adv* aloud
ጮክ ያለ *adj* loud
ጩኸት የተሞላ *adj* tumultuous
ጮኹ መጠየቅ *v* clamor

ጳ

ጳጳስ *n* bishop, Pope

ጸ

ፀሐያማ *adj* solar, sunny
ፀሐይ *n* sun
ፀሐይ ቃጠሎ መከላከያ ቅባት *n* sun block
ጸሐፊ *n* writer, clerk, secretary
ጸሎት *n* meditation, prayer
ጸሎት ቤት *n* chapel
ጸበኛ *adj* contentious
ፀረ ተባይ *n* pesticide
ፀረ ባክቴሪያ *n* antibiotic
ፀረ ዝገት *adj* rust-proof
ጸብ *n* hassle, quarrel
ጸብ አጫሪ *adj* aggressive
ጸብ ፈላጊ *adj* quarrelsome
ጸያፍ *adj* obscene
ጸደይ *n* spring
ጸጉራማ *adj* hairy
ጸጉር *n* hair
ጸጉር መቆረጥ *n* haircut
ጸጉር ሰሪ *n* hairdresser
ጸጉር ሰንጣቂ *adj* nitpicking

ጸጉር ስራ *n* hairdo
ጸጉር ቆራጭ *n* barber
ፀጋ *n* fortune
ጸጥተኝነት *n* quietness
ጸጥ *adj* quiet
ጸጥታ *n* silence, tranquility
ጸጥታ *v* silence
ጸጥያለ *adj* silent
ፀፀት *n* guilt, regret, repentance, contrition
ፀፀትን ማሳየት *v* atone
ጹሑፍ *n* essay
ጻዲቅ *n* saint
ጽሁፍ *n* memoirs
ጽሕፈት *n* writing
ጽኑ *adj* patient, binding, consistent, persistent, firm, stable
ጽኑ አቋም *adj* staunch, opinionated
ጽኑነት *n* firmness
ጽንሰ ሀሳብ *n* concept
ጽናት *n* patience, constancy, fortitude, stability
ጽንፋዊ *adj* extreme
ጽዋ *n* chalice
ጽዳት ሠራተኛ *n* janitor
ጽጌረዳ አበባ *n* rose
ጾታ *n* sex, gender

ፈ

ፈለካዊ *adj* cosmic
ፈለጣ *n* chop
ፈላስፋ *n* philosopher
ፈላጭ *n* chopper
ፈላጭ ቆራጭ *n* despot
ፈልጎ ማምጣት *v* retrieve
ፈልፍሎ መረዳት *v* decipher
ፈልፍሎ መጻፍ *v* engrave
ፈሳሽ *n* fluid, liquid
ፈሳሽ የተሞላ *adj* succulent
ፈሳሽ ያለው *adj* juicy
ፈረሰኛ *n* cavalry
ፈረስ *n* lasso; horse
ፈረስ ጠባቂ *n* groom
ፈረቃ *n* shift
ፈረንሳዊ *adj* French
ፈረንሳይ *n* France
ፈረፋንጎ *n* bumper
ፈሪ *adj* timid, shaken, fearful, spineless, wimp
ፈሪ *n* coward
ፈሪነት *n* cowardice
ፈራ ተባ *v* scare, waver
ፈራ ተባ ማለት *v* falter
ፈርቶ መተው *v* chicken out
ፈርሃት *n* fright
ፈታኝ.አስጎምጅ *adj* tempting
ፈቃደኛ *adj* submissive, willing
ፈቃደኛ *n* volunteer

ፈቃደኛ *adv* willfully
ፈቃደኛነት *n* willingness
ፈቃድ *n* pleasure, will, concession, consent, license, permission
ፈተና *n* test, challenge, examination, temptation
ፈታኝ *adj* challenging
ፈት *n* divorcee
ፈነዳ *v* blow out
ፈንዲሻ *n* popcorn
ፈንጂ *n* mine
ፈንጂ ሃይል *n* blast
ፈንጂ መቅበር *v* mine
ፈንጂ ወረዳ *n* minefield
ፈንገስ *n* fungus
ፈንጣጣ *n* smallpox
ፈዋሽ *n* healer
ፈገግተኛ *adj* genial
ፈገግታ *n* smile
ፈገግታ *v* smile
ፈጠራ *n* creation, creativity, innovation, invention
ፈጠራ *adj* creative
ፈጠን ያለ *adj* brisk
ፈጣን እድገት *v* boom
ፈጣሪ *n* creator
ፈጣን *adj* dynamic, astute; express, fast, fleeting, quick, rapid, speedy, swift
ፈጣንና ያማረ *adj* deft
ፈጥኖ መሄድ *n* hustle
ፈጽሞ *adv* never
ፈፎስፈረስ *n* phosphorus
ፉልውሃ *n* spa
ፉት ማድረግ *v* sip
ፉክክር *n* tournament
ፊልም *n* film, movie
ፊርማ *n* autograph, signature
ፊሽካ *n* whistle
ፊት *n* face, front
ፊት ለፊት *n* frontage
ፊት መቅላት (ከሐፍረት የተነሳ) *n* blush
ፊት መታጠቢያ *n* basin
ፊንላንዳዊ *adj* Finnish
ፊንላንድ *n* Finland
ፊንጢጣ *n* rectum
ፊኛ *n* balloon; bladder
የሽንት ማጠራቀሚያ ፊኛ *n* balloon; bladder
ፊዚክስ *n* physics
ፊደላት አጻጻፍ *n* notation
ፊደል *n* letter, character, alphabet
ፋሲካ *n* Easter
ፋሻ *n* patch, bandage, gauze
ፋሽን *n* fashion, vogue, mode
ፋሽን *adj* classy
ፋብሪካ *n* factory
ፋታ *n* relief
ፋታቢስ *adj* hectic
ፋና ወጊ *n* precursor
ፋክሊቲ *n* faculty
ፋይል *n* dossier, file
ፋይናንሳዊ *adj* financial

ፈ

ፋፎ *n* popcorn
ፌርሙስ *n* urn
ፌሽቲያ *n* feast
ፌንጣ *n* cricket
ፌዝ *n* mockery
ፌዴራላዊ *adj* federal
ፍለጋ *n* navigation, quest, search
ፍላጎት *n* preference, appetite, desire, intention, interest
ፍላጎት ቀስቃሽ *n* appetizer
ፍላጎትን ማርካት *v* indulge
ፍልሚያ *n* duel
ፍልስፍና *n* philosophy
ፍልውሃ *n* geyser
ፍሬጋ *n* assessment
ፍልፍል ጽሁፍ *n* engraving
ፍም *n* fumes, embers
ፍም *adj* red-hot
ፍሰት *n* current, flow
ፍሳሽ *n* sewage
ፍሪጅ *n* icebox
ፍራሽ *n* wreckage, mattress, rubble, ruin
ፍራንክ ማተም *v* mint
ፍራፍሬ *n* fruit
ፍሬ *n* cherry, pear; prostate
ፍሬ ቢስ *adj* futile
ፍሬ ቢስነት *n* futility
ፍሬ ነገር *adj* content
ፍሬ ነገር *n* substance
ፍሬ ነገሮች *n* contents
ፍሬ ያለው *adj* fruity
ፍሬን ያዘ *v* brake
ፍሬን *n* brake
ፍሬያማ *adj* fruitful
ፍርሀት *n* panic, phobia, fear, scare
ፍርሀት *adj* petrified
ፍርሐት *adj* sinister
ፍርሃት የተሞላበት *n* shudder
ፍርስራሽ *n* vestige
ፍርድ *n* verdict, sentence, judgment, doom
ፍርድ ማጣራት *n* inquest
ፍርድ ቤት *n* court, courthouse
ፍርድ አስፈጻሚ *n* bailiff
ፍርፋሪ *n* crumb
ፍርፍር ፀጉር *adj* curly
ፍቃደኝነት *n* accord
ፍቃድ *n* access, authorization
ፍቅር *n* affection, love
ፍቅርን በሚያሳይ መልኩ ማሻሸት *v* pet
ፍታሃዊ *adj* just
ፍታት *n* absolution
ፍትሃዊነት *n* fairness
ፍትሕ *n* justice
ፍትሕ ማጣት *n* injustice
ፍትሕ የለሽ *adj* unjust
ፍቺ *n* divorce
ፍቺ መስጠት *v* interpret, translate
መተርጎም *v* interpret, translate
ፍንዱቅ *adj* ecstatic
ፍንዳታ *n* blowout, rupture
ፍንዳት *n* eruption, explosion
ፍንጭ *n* clue, hint

ፍንጭ መስጠት *v* hint
ፍየል *n* goat
ፍግ *n* manure
ፍጡር *n* creation
ፍጥረት *n* creature
ፍጥነት *v* speed
ፍጥነት *n* velocity
ፍጭት *n* collision
ፍፁማዊ *adj* drastic
ፍጹም *adj* ultimate, absolute, perfect
ፍጹም ውብ *adj* exquisite
ፍጹም የተበሳጨ *adj* distraught
ፍጹም ገዢ *adj* despotic
ፍጻሜ መድረስ *v* give out
ፍጹምነት *n* perfection
ፍጻሜ *adj* outright
ፍጻሜ *n* severance
ፎሴት *n* faucet
ፎሮፎር *n* dandruff
ፎቅ *n* floor, flat; stair
ፎቅ *adv* upstairs
ፎቅ ቤት *n* apartment
ፎቶ *n* photo
ፎቶ *v* photograph
ፎቶ አንሺ *n* photographer
ፎቶግራፍ *n* photography
ፎጣ *n* napkin, towel
ፏፏቴ *n* chute, cascade, waterfall

T

ፒራሚድ *n* pyramid
ፒኮክ *n* peacock
ፒያኖ *n* piano, keyboard
ፒያኖ ደረዳሪ *n* pianist
ፒፓ *n* pipe
ፓስፖርት *n* passport
ፓርላማ *n* parliament
ፓርቲ *n* party
ፓውዛ *n* floodlight
ፔዳል *n* pedal
ፔኒሲሊን መድኀኒት *n* penicillin
ፔንጉዊን (የወፍ ዘር) *n* penguin
ፕላስቲክ *n* plastic
ፕሪዝም *n* prism
ፕሮቲን *n* protein
ፕሮቶኮል *n* protocol
ፕሮግራመር *n* programmer
ፕሮግራም ማድረግ *v* program
ፕሮፌሰር *n* professor
ፕሮፓጋንዳ *n* propaganda
ፖለቲከኛ *n* politician
ፖለቲካ *n* politics
ፖለቲካዊ ብጥብጥ *n* ferment
ፖሊስ *n* cop, police, policeman
ፖላንዳዊ *adj* Polish
ፖላንድ *n* Poland
ፖም *n* apple, plum
ፖስተኛ *n* mailman, postman
ፖስታ መላኪያ *n* postage

ፓርስሊ (የማብሰያ ቅጠል) *n* parsley

ፖስትካርድ *n* postcard

ፖርቱጋላዊ *adj* Portuguese

ፖርቱጋል *n* Portugal

ቨ

ቫይረስ *n* virus

ቫይታሚን *n* vitamin

ቫዮሊን *n* violin

ቫዮሊን ተጫዋች *n* violinist

Word to Word® Bilingual Dictionary Series

All languages are two-way:
English-Language / Language-English.
More languages in planning and production.

Order Information

To order our Word to Word® Bilingual Dictionaries or any other products from Bilingual Dictionaries, Inc., please contact us at (951) 296-2445 or visit us at **www.BilingualDictionaries.com**. Visit our website to download our current Catalog/Order Form, view our products, and find information regarding Bilingual Dictionaries, Inc.

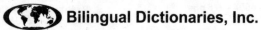 **Bilingual Dictionaries, Inc.**

PO Box 1154 • Murrieta, CA 92562 • Tel: (951) 296-2445 • Fax: (951) 461-3092
www.BilingualDictionaries.com

Special Dedication & Thanks

Bilingual Dicitonaries, Inc. would like to thank all the teachers from various districts accross the country for their useful input and great suggestions in creating a Word to Word® standard. We encourage all students and teachers using our bilingual learning materials to give us feedback. Please send your questions or comments via email to support@bilingualdictionaries.com.